# सांजवात

भारतातील वृद्धसंगोपनाचे भवितव्य

प्राजक्ता पाडगांवकर

राजहंस प्रकाशन

सांजवात
प्राजक्ता पाडगांवकर

संपादक : करुणा गोखले

प्रकाशक : दिलीप माजगावकर
राजहंस प्रकाशन प्रा. लि.
१०२५, सदाशिव पेठ
पुणे - ४११ ०३०
फोन - (०२०) २४४७३४५९
E-mail : rajhansprakashan1@gmail.com
Website : www.rajhansprakashan.com

© मुखपृष्ठ, अंतर्गत मांडणी,
निर्मितिसंलग्न बाबी :
राजहंस प्रकाशन प्रा. लि.

अक्षरजुळणी : संतोष गायकवाड
काशिदनगर, पिंपळे गुरव
पुणे - ४११ ०६१
फोन : ९४२३२४११८६

Sanjwat
Prajakta Padgaonkar

© प्राजक्ता पाडगांवकर
३३२०, मेडायनाह सर्कल,
कम्मिंग, जॉर्जिया ३००४१
यु. एस. ए.
Email : praj.padgaonkar@gmail.com

मुद्रितशोधन :
अविनाश वाघ

मुखपृष्ठ :
बी. जी. लिमये

आवृत्ती पहिली :
मार्च २०२०

राजहंस क्र. C-04-2020

ISBN 978-81-943051-3-2

# मनोगत

हे पुस्तक ही माझीच शोधयात्रा आहे; माझ्या प्रत्येक 'का'पाशी मी जशी आणि जेवढी थांबले, कधी पुन्हा पुढे चालू लागले; ह्याचाच हा प्रवास आहे. प्रत्येकाला आयुष्याच्या वाटेवर अनेक प्रश्न पडत असतातच, मात्र प्रत्येक वेळी त्या प्रश्नांचा पाठपुरावा करावा इतका वेळ आणि संधी प्रत्येकाला मिळेल असे होत नाही. मला तो वेळ मिळाला हे खरोखर माझे भाग्य आणि त्या प्रत्येक प्रश्नाला जोडून अनुरूप असे उत्तरदेखील अनेक व्यक्ती, प्रसंग आणि संस्था ह्यांच्या रूपाने माझ्यापर्यंत चालत आले, हेही विलक्षण!

माझे आतापर्यंतचे सगळे आयुष्य हे अनेक सख्खे आणि चुलत आजी, आजोबा ह्यांच्या सहवासात अतिशय समृद्ध झाले आहे. मात्र त्यातील प्रत्येक आजी, आजोबांचा मृत्यू हादेखील मोठाच शिकण्याचा, प्रश्नांचा आणि मंथनाचा काळ ठरला. मला विशेष लक्षात राहिले, ते माझ्या आजोबांचे आजारपण आणि मृत्यू. अनेक वर्षांचे आजारपण आणि मग त्यांना घरात आलेला मृत्यू, ह्यातून माझा जीवनाकडे आणि मृत्यूकडे बघण्याचा दृष्टिकोन पूर्णत: बदलून गेला. मृत्यूचे कुतूहल होते, मात्र त्यांच्या त्या शेवटच्या काही वर्षांना जीवन कसे म्हणावे, ह्याबाबत अधिक प्रश्न पडले होते मला. आजोबांचे होणारे हाल, विविध हॉस्पिटल्स, त्यांतील स्थिती आणि सर्वात शेवटी त्या सगळ्या काळात अनुभवलेली पराकोटीची असाहाय्यता... हे काहीतरी चुकते आहे, हे असे होणे 'नॉर्मल' नसावे, निश्चित काही वेगळ्या प्रकारे लोकांनी शेवटची वर्षं जगायला हवीत, ह्यासाठी खूप काहीतरी हवे आहे; ते काय आहे, कुठे मिळेल, कसे मिळेल आणि कोणासाठी मी ह्या सगळ्याचा शोध घेते आहे, असे अनेक प्रश्न मला अनेक वर्षं पडत राहिले. म्हातारपण

आणि मृत्यू ह्या दोन अटळ टप्प्यांपाशी आपण सगळेच पोचणार आहोत; आपण सगळेच जण निरनिराळ्या नात्यांनी वृद्धत्व आणि मृत्यूपर्यंतच्या प्रवासात सामील होणार आहोत; कोणी काळजी घेणारा म्हणून, तर कोणी वृद्ध म्हणून, तर कोणी रुग्ण म्हणून, ह्याची पुसटशीदेखील कल्पना किंवा फिकीर अनेकांना नसते. असे कसे असू शकेल? काहीतरी कुठेतरी 'मिसिंग' आहे. कुटुंबांना, समाजाला, राज्याला, देशाला - कोणालाच कसा ह्याचा अग्रक्रम दिसत नाही? कोणालाच वृद्ध होण्यातली, मृत्यूतली अपरिहार्यता आणि त्याचे सामाजिक परिमाण जाणून घेणे महत्त्वाचे वाटत नाही? असा म्हाताऱ्या लोकांचा कोणी अभ्यास करतो आहे का? म्हातारे हे खरोखर कोणत्या अभ्यासकाचा विषय असू शकतात? असे अनेक प्रश्न भेडसावत राहिले.

आपण सगळेच म्हातारे होतो, तर त्यासाठी विशेष तज्ज्ञ तर असायला हवेत! म्हातारपण हा काही कोणता आजार नाही. म्हातारपण म्हणजे तरी नेमके काय? मृत्यूपर्यंतच्या प्रवासातले शेवटचे स्टेशन? का ह्यातदेखील अनेक छोटी छोटी स्टेशनं लागत जातात... म्हातारपण हा काही एक थांबा नाही, तोदेखील एक प्रवास आहे!

इतका विचार न करतादेखील जगाच्या पाठीवर अनेक शतके लोक मोठे आणि म्हातारे होत आले आहेतच, त्यामुळे त्याचा इतका ऊहापोह कोणी का करावा? आपण विसरलो आहोत का म्हातारं होण्याची प्रक्रिया? काही पायऱ्या गाळून आपण चालत आहोत का? की कोणत्या निराळ्या वाटेने आपण निघालो आहोत? एक नाही असंख्य प्रश्नांचे मोहोळ घोंघावत राहिले. अनेक दिवस, महिने, खरंतर दहा वर्षं! ह्या सगळ्या वर्षांत अनेकविध अंगांनी ह्या सगळ्याचा अनेकदा विचार होत राहिला, अभ्यास होत राहिला आणि सर्वांत महत्त्वाचे म्हणजे स्वत:च्या म्हातारं होण्याची डोळस जाणीव होऊ लागली!

सगळ्या प्रश्नांची उत्तरं शोधत नेमके कुठे जावे हे काही एका दिवसात समजणारे नव्हतेच. अनेक स्रोतांतून माहिती पाझरत होती, ती गोळा करत गेल्याने हळूहळू एक ठोस जाणीव होऊ लागली, ह्या विषयाची व्याप्ती उमजून आली आणि भेटणाऱ्या प्रत्येक नवीन व्यक्तिगणीक वृद्धत्वाच्या निरनिराळ्या कळा उमजू लागल्या. हरवलेल्या गोष्टी शोधून सापडतात; पण ज्या गोष्टी अस्तित्वातच नाहीत, आणि ज्यांची गरज मात्र खूप आहे, अशा गोष्टी कशा शोधाव्यात? ह्या प्रश्नापाशी मी गेल्या दहा वर्षांत अनेकदा येऊन ठेपले. प्रत्येक वेळी एखादा माहितीचा कपचा, अनुभवाची चिठोरी, एखादा नवा कायदा किंवा मग छोटीशी गोष्ट, असे ओबडधोबड तुकडे गोळा करून ह्या

एका प्रश्नापाशी आणून मनोभावे मांडत गेले. श्रद्धा हीच की, ह्या सगळ्यातून त्या प्रश्नाचे उत्तर मिळेल. कुठेतरी हेही लक्षात आले की, हा एक मोठाच खेळ आहे, मात्र ह्या खेळाला काळ-वेळाच्या मर्यादा आहेत. करत करत ते साचलेले तुकडे एकत्र जोडून एक उत्तर तयार झाले, काहीसे ओबडधोबड मात्र तरी पुरेसे समाधानकारक, असे उत्तर जे मला आनंदाने सगळ्यांना सांगायचे होते, सगळ्यांपाशी त्याची माहिती पोचवायची होती. मग लक्षात आले की, तो आणखी एक निराळा खेळ असणार आहे. हा प्रवास आहे अनेक खेळांचा! प्रश्न होता भारतात अस्तित्वात नसलेल्या वृद्धसंगोपन व्यवस्थेचा आणि मी मात्र उत्तरं शोधत जगाच्या दुसऱ्या टोकाला पोचले होते - अमेरिकेला.

मी लहानपणापासून आजी-आजोबांच्याबरोबर वाढले असल्याने आजी-आजोबांशिवाय घरं नसूच शकतात असा काहीसा भाबडा समज होता, कारण सभोवताली सगळ्यांच्या घरी आजी-आजोबा राहत होते. मी पंचवीस एक वर्षांची असताना नोकरीनिमित्त मुंबईत आले, त्या वेळी खऱ्या अर्थाने त्रिकोणी आणि चौकोनी कुटुंब म्हणजे काय ते उमगले! ह्या कुटुंबांतील मुलांना आजी-आजोबा नसल्याचे काही वाटत नव्हते, आणि मलाच कालवाकालव होत होती, जगण्याचे कितीतरी कंगोरे निसटून जात आहेत ह्या मुलांच्या आयुष्यातून असे वाटत होते. त्या सुमारास मी इकॉनॉमिक टाइम्सच्या एका स्पर्धेत भाग घेतला होता. भारताच्या भविष्यात उपयुक्त ठरणारे व्यवसाय कोणते असावेत आणि त्यांचे नियोजन कसे असावे याविषयीच्या कल्पना त्यात मागवण्यात आल्या होत्या. मी माझा एक फॉर्म टाकला, भाषांतरकार म्हणून कोणते व्यवसाय असतील ह्याचा; आणि दुसरा फॉर्म सहज टाकला, एका विचित्र कल्पनेचा. ती कल्पना होती: जोड विरंगुळा केंद्र! जिथे वृद्ध आणि लहान मुले दोघेही एकत्रित सांभाळली जातील असे जोड पाळणाघर/विरंगुळा केंद्र असावे, व अशी केंद्रे प्रथम भारतातील शहरी भागांत सुरू करण्यात यावीत अशी ती कल्पना होती!

भारतभरातील सर्व अव्वल बिझनेस स्कूल्समधून आलेल्या जवळजवळ बारा हजार कल्पना डावलून ही कल्पना निवडण्यात आली, तेव्हा अचंबित व्हायची वेळ माझ्यावर आली! ह्या स्पर्धेचे बक्षीस म्हणून मला माझ्या निवडलेल्या क्षेत्रात काम करता येणार होते, व कालांतराने मला ही कल्पना प्रत्यक्षात आणता येणार होती!

त्यामुळे त्याच वर्षी मी माझी रशियन भाषेसंदर्भात असलेली नोकरी सोडून चक्क शिवाजी पार्क, मुंबई इथल्या नाना-नानी पार्कात दाखल झाले! मी

स्वत: निश्चितच आजी नव्हते, मी माझ्या आजीला भेटायलाही आले नव्हते किंवा मी इथे चुकून पोचले नव्हते. मी इथल्या व्यवस्थेचा अग्रणी भाग, डिरेक्टर म्हणून पोचले होते. तिथे मला इतके आजी, आजोबा भेटले; की मला चक्रावून जायला झाले. खरोखर एकीकडे वृद्ध एकटे राहतात, दुसरीकडे लहान मुले एकटी वाढत आहेत. ह्या दोन्ही सामाजिक गटांच्या संगोपनासाठी एकत्र व्यवस्था अतिशय गरजेची आहे. पुढील दीड-दोन वर्षं अनेक कल्पना राबवण्यात, अनेक अंगांनी वृद्धांशी निगडित समस्या समजावून घेण्यात गेली. ह्या व्यवस्थेसाठी लागणारा निधी, राजकीय सहभाग, सेवाभावी संस्थांमधले कारभार, ह्या आणि इतर अनेक गोष्टी अतिशय जवळून बघायला मिळाल्या, समृद्ध व्हायला झाले. अनेक ओळखी झाल्या, संपर्क मिळाले, तरी स्वत:च्या मनाप्रमाणे व्यवसाय सुरू करण्याच्या जवळपासदेखील तयारी झालेली नाही असेच वाटत राहिले. पुढे एका नामांकित बालसंगोपन केंद्रात काही महिने काम करून बघितले, तरी ह्या सगळ्याचा म्हणावा तसा मेळ बसेना. काहीतरी कमतरता जाणवत राहिली, आर्थिक अडचणी उद्भवत राहिल्या. पुढे स्वत:चे मूल, नवऱ्याची बदली ह्या सगळ्यात मी अचानकपणे भारतातून अमेरिकेत येऊन स्थायिक झाले. पुनश्च हरि ओम असे करत अमेरिकेत बसून ह्या सगळ्याचा अभ्यास सुरू झाला. इथली वृद्धत्वनियोजनाची व्यवस्था काय आहे, कशी आहे, ह्याचा माग काढत असताना अनेक दिग्गजांच्या ओळखी झाल्या; अनेक संस्थांना, संशोधक आणि अभ्यासकांना भेटण्याचा योग आला. एकातून दुसरी अशी ओळख काढत अमेरिकेतील अनेक विचारवंत, ह्या क्षेत्रात काम करणारे अनेक लोक भेटत गेले. अशात एका कॉन्फरन्समध्ये इथल्या अमेरिकेतल्या एका सेनेटरना भेटता आले. त्यांना माझी कल्पना सांगितली, की मला भारतातल्या शहरांत अशी जोड पाळणाघरे काढायची आहेत. त्यांनी सगळे ऐकून घेतले आणि म्हणाले, "बरं मग पुढे काय?" मी गोंधळले, पुढे काय? काहीच नाही, अशी केंद्रं काढत राहायची, बास. तेव्हा त्यांनी असे सुचवले की, मी भारतात अस्तित्वात नसलेली वृद्धसंगोपन व्यवस्था कशी असू शकेल ह्याचा आराखडा बनवावा... मी पूर्णपणे गांगरून गेले, मी असा अजिबात विचारदेखील करू शकत नाही, आमच्याकडे भारतात कुटुंबं वृद्धांना सांभाळतात, असे काहीसे मी बोलून बसले. ते सामंजस्याचे हसून म्हणाले, हो, ते आत्तापुरते झाले, पुढे तसेच राहील ह्याची काय खात्री? तुम्ही आज ह्या जोड विरंगुळा केंद्रातून नेमके काय साधत आहात? ह्या चर्चेनंतर ते निघून गेले. मात्र मला चांगलेच चपापायला झाले. मी नेमकी काय साधत होते ह्या सगळ्यातून? मी

कोणते वास्तव बघूनसुद्धा नाकारत होते? खरेच भारतातील कुटुंबे वृद्धांची काळजी घेतात का? नाना-नानी पार्कात मी निश्चित निराळे चित्र पाहिले होते. जी गत मुंबईची, ती संपूर्ण भारताची निश्चित होत असणारच. मग हे विरंगुळा केंद्र काय होते? समाजव्यवस्था काय फक्त खरचटलेले ढोपर घेऊन माझ्या पुढ्यात उभी होती? आणि मी ह्या 'भारी' कल्पनेची मलमपट्टी त्यावर करत होते? अचानक सगळेच ठोकताळे गडबडू लागले. मी कालांतराने स्वत:पाशी मान्य केले की, खरोखर भारताला एका सशक्त, सक्षम, वृद्धसंगोपन व्यवस्थेची गरज आहे. दुसऱ्या क्षणी वाटून गेले की, माझे शिक्षणदेखील ह्या क्षेत्रातले नाही, मग मी काय करू शकणार? त्यादरम्यान मी अमेरिकेतल्या एका नामांकित वृद्धव्यवस्थापन तज्ज्ञांना भेटायला गेले होते. त्यांच्यासमोर मी हे सगळे मांडले, तर ते हसून म्हणाले, 'माझी शैक्षणिक पार्श्वभूमी ओळख बघू'! ते शिक्षणाने वास्तुरचनाकार होते, मात्र आता गेली तीस वर्षं वृद्धव्यवस्थापनात अव्याहत कार्यरत होते. त्यांना भेटून हुरूप आला; हे काम आपले असू शकते, करून बघायला काय हरकत आहे, इथवर आत्मविश्वास वाटू लागला आणि मग सुरू झाला ह्या सगळ्या प्रवासाचा दुसरा टप्पा!

प्रत्येक संस्थेला भेट देणे, तिथल्या गोष्टी समजून घेणे, वृद्धांना प्रत्यक्ष भेटणे, त्यांच्या समस्या जाणून घेणे आणि त्यांवरच्या उपायांचा अभ्यास करत राहणे. करत करत वर्ष सरत आले, युरोपात प्रवासाचा योग जुळून आला, तिथे जर्मनीतल्या वास्तव्यात तिथली व्यवस्था जवळून पाहता आली, समजून घेता आली. कालांतराने पुन्हा भारतात वास्तव्यास आले, तोवर बऱ्यापैकी अनुभव गाठीशी होता. अजूनदेखील भारतातली व्यवस्था पूर्णपणे कशी दिसेल, हे समजले नव्हते; मात्र त्यात काय नसावे, हे आवर्जून शोधले. सगळ्या प्रगत देशांतील व्यवस्था पाहिल्याने भारतात त्याचे तसेच अनुकरण केले तर ते कोणत्याही प्रकारे हितावह ठरणार नाही हे स्पष्ट झाले. सगळ्या व्यवस्थेमागचे अर्थकारण समजले, त्यातील सामाजिक कंगोरे ठळक दिसू लागले आणि भारतातले बदलत चाललेले वास्तव डोळसपणे पुन्हा पाहिले. पडताळून पहायचे काय राहिले, असा विचार करत, इतिहासात डोकावून, वैदिक काळातील भारतातल्या सामाजिक व्यवस्था, त्यांच्या रचना पडताळून पाहिल्या. अनेक गोष्टींचा उलगडा होत गेला, अनेक विचार स्पष्ट होत गेले. तरीसुद्धा सध्याच्या आणि भविष्यातल्या भारतासाठीची एक सर्वसमावेशक व्यवस्था नीटशी गवसेना.

ह्या वेळी भारतात असतानाच्या काळात माझे बरेच आजी-आजोबा आजारी होते, काही प्रदीर्घ आजारानंतर निवर्तले होते. त्यातूनदेखील अनेक गोष्टी

जवळून समजून आल्या. लहानपणीच्या घरापाशी गेले असताना तिथेदेखील गोष्टी बऱ्याच बदलल्या असल्याचे जाणवले आणि तिथेच पुन्हा उत्तर मिळाले, ही व्यवस्था कशी असावी ह्याचे!

माझ्या आजोबांच्या प्रदीर्घ आजारपणातून मी जे काही शिकले होते, ती बीजं घेऊन मी पुढील आठ वर्षं शोध घेत राहिले ह्या सगळ्या प्रश्नांचा. त्यालादेखील आता अनेक वर्षं उलटली. ह्या पुस्तकाच्या निमित्ताने जे जे म्हणून हाती लागले, जसे जसे हाती लागले, ते सर्व संचित आता भारतातल्या लोकांना समर्पित करावे; लोकांना ह्या सगळ्या प्रवासाचे, शोधाचे दर्शन घडवावे असे वाटून गेले. सुरू झाला तेव्हा, हा माझा प्रवास एकटीचा प्रवास होता; मात्र आता तो खऱ्या अर्थाने सगळ्यांचा झाला आहे. त्याचा विस्तार इतका आहे, व्याप इतका आहे, की आता त्यात इतर अनेकांच्या सहभागाची गरज निर्माण झाली आहे. ह्या सगळ्या प्रवासाची, शोधाची, ध्यासाची गोष्ट इथे मांडत आहे, ह्यातून प्रत्येकाला काही मिळेल अशी आशा आहे. वय झालेल्या मंडळींना काही हाती लागेल, मध्यमवयीन लोकांना काय करायचे ते मिळेल, नुकतेच तिशीत पोचलेल्यांना वृद्ध कसे व्हावे ह्याची दिशा मिळेल आणि सगळ्यात महत्त्वाचे म्हणजे जे आत्ता आयुष्यात पुढे काय करायचे ह्याचा विचार करत आहेत, अशा तरुणांना एक नवीच दिशा, नवे ध्येय मिळू शकेल. हा सगळा शोध त्या एका उत्तरापाशी येऊन तो माझ्यापुरता थांबेल असे मला वाटत होते. मात्र आता असे जाणवते की, प्रवास संपून नवा खेळ सुरू व्हायची वेळ आलेली आहे. वृद्धसंगोपन, वृद्धसंगोपन व्यवस्थापन ह्या गोष्टींचा आवाका, ह्यांची गरज ही सर्वकालीन आहे, सर्वसमावेशक आहे. काही अपवाद वगळता, आपण सगळेच ह्या वाटेने निघालेलो आहोत. वृद्धत्व आणि मृत्यू हे आणखी किमान पन्नास एक वर्षंतरी मनुष्यजातीचे प्राक्तन आहे. त्यापुढे विज्ञान, वैद्यकशास्त्र आणि तंत्रज्ञान ह्यांचा मेळ निराळे वास्तव उभारू शकेल. आत्ताच्या घडीलातरी वाढलेले वय, त्याच्या समस्या आणि त्यांचे निराकरण ह्यांवर लक्ष केंद्रित करणे अतिशय गरजेचे आहे. भारतात सध्या वृद्धांच्या समस्या प्राधान्यक्रमात निश्चितच अग्रस्थानी नाहीत, मात्र तशा त्या प्राधान्यक्रमावर घेतल्या गेल्या पाहिजेत. वृद्धत्वाचे पडसाद राष्ट्रीय समस्यांवर पडणार आहेत, पडत आहेत हे लक्षात घेऊन त्यावरचे उपाय लवकरात लवकर शोधायला हवे आहेत. हे सगळे अतिशय महाकाय आणि गुंतागुंतीचे आहे. केवळ वृद्धांना सहानुभूती, त्यांची शुश्रूषा ह्या विषयांवर थोडीबहुत चर्चा करून ह्या समस्येचे निराकरण किंवा निवारण निश्चित होणार नाही आहे; तर

सखोल अभ्यास, चिंतन आणि मनन करूनच त्यानुसार आचरण केले, तर कदाचित येत्या काही वर्षांत भारतात एक वृद्धसंगोपन व्यवस्था निर्माण होऊ शकेल. अशा कोणत्या गोष्टींची आपल्याला एक समाज म्हणून गरज आहे, किंवा अशा व्यवस्थेच्या अभावातून आपल्याला अनेक समस्यांना नाहक तोंड द्यावे लागत आहे, इतपत जरी जाणीव सगळ्यांना झाली, तरी हे पुस्तक एका अर्थाने सत्कारणी लागले असेच म्हणावे लागेल.

ह्या शोधाची सगळी विस्तृत चर्चा, ह्या संदर्भात जगभरात चालू असलेले वृद्धांसाठीचे कार्य, ह्या सगळ्याचा आढावा सदर पुस्तकात घेतला आहे. ह्या निमित्ताने वृद्धसंगोपनाची निकड, त्याच्या अभावाची दाहकता आणि सामाजिक संक्रमण यांची नांदी होणार आहे. भारत प्रगत राष्ट्र कधी होणार ह्याचे नुसते भाबडे स्वप्न उराशी बाळगून आपण प्रत्येक जण बसलो तर कदाचित काहीच होणार नाही. मात्र जर डोळसपणे नवीन व्यवस्थांची निर्मिती, त्यांची राखण आणि वर्धन केले तरच ह्या सगळ्यातून राष्ट्राचा विकास खऱ्या अर्थाने होणार आहे. केवळ तात्कालिक प्रश्न, चालू दिवसांतले मुद्दे ह्यांवर चर्चा आणि ऊहापोह करून फारसे काही हाती लागणार नाही; तर द्रष्टेपणाने जर वीस-पंचवीस वर्षं पुढे पाहिले, तिथल्या काळाची गरज ओळखून आज त्या दिशेने पावले उचलली, तर निश्चित त्याचा फायदा येणाऱ्या पिढ्यांना होणार आहे.

हा प्रवास जरी माझा एकटीचा म्हणून सुरू झाला असला तरी त्याचे सर्वव्यापित्व सगळ्यांना निश्चित जाणवेल. ह्यातून प्रत्येकाला आपापल्या क्षेत्राला वृद्धसंगोपनाच्या मोठ्या यंत्रणेला जोडून कसे घेता येईल हेही समजेल आणि केवळ सरकारकडे आस लावून बसण्यापेक्षा स्वत:हून ह्या नव्या सामाजिक रचनेची पायाभरणी निश्चित करता येईल. वृद्ध होणे हे काही कोणा एका गटाशी संबंधित नसून ते आपल्या सगळ्यांचेच भविष्य आहे, वास्तव आहे. जी विकसनशील राष्ट्रे भारताकडून मदत घेतात, त्यांनादेखील अनुकरणीय अशी व्यवस्था जर आपण भारतात निर्माण करू शकलो, तर त्याचे अनेकांगी फायदे होतील. वृद्धांचे प्रश्न हे अनेक प्रगत राष्ट्रांचे वर्तमान आहे, त्यामुळे निर्माण होणाऱ्या अनेक समस्या ही राष्ट्रे सोडवू पाहत आहेत; मात्र सगळीच योग्य उत्तरे कोणालाच सापडत नाही आहेत. अशात जर भारताने ह्यात काही नवनिर्मिती केली, तर निश्चित त्यातून सगळ्या जगाला धडे मिळू शकतील, ह्या निमित्ताने नवीन आर्थिक दालने उघडता येऊ शकतील. ह्या सगळ्या व्यवस्थांचे हेतू हे केवळ सामाजिक हित, समाजसेवा एवढेच नसून, संपूर्ण राष्ट्राची नव्याने जडणघडण इथपर्यंत त्यांचे गांभीर्य आहे. ह्याचबरोबर, येणाऱ्या

काळातले वृद्धसंगोपन, त्याच्या तांत्रिक बाजू, ठोकताळे हेदेखील वेगाने बदलत आहेत. ह्याचा आढावा घेणे इथे गरजेचे आहे, कारण असेही होऊ शकेल की, कोणतीही व्यवस्था निर्माण होण्याअगोदरच वृद्धसंगोपनासाठी पूरक ठरणारे तंत्रज्ञान भारतात आधी दाखल होईल. भविष्यातील वृद्धसंगोपनाला पूरक अशा तंत्रज्ञानाची तोंडओळख करून घेणे हे तितकेच महत्त्वाचे आहे. फक्त तंत्रज्ञानाचा वापर हा जगभरातील नव्हे, तर भारतातलेदेखील वृद्धसंगोपनाचे प्रश्न सोडवू शकणार नाही, हे तितकेच खरे आहे. ह्या सगळ्याची सखोल मीमांसादेखील इथे करण्यात आलेली आहे.

हा सगळा अट्टाहास का, कशासाठी, नेमका कोणास्तव, असा प्रश्न वाचकांना पडू शकतो. ह्याचे उत्तर दुपेडी आहे. एक, हा माझा प्रयास आहे, तो येणाऱ्या प्रत्येक पिढीला आजी-आजोबा मिळावेत, प्रत्येक आजी-आजोबांना हक्काने गोष्टी सांगायला नातवंडे मिळावीत यासाठी; प्रत्येक पिढीचा जगण्याचा पोत अधिक जरतारी, अधिक भरगच्च आणि उबदार व्हावा ह्यासाठी! दुसरे असे की, वृद्धसंगोपन हे केवळ कौटुंबिक आव्हान न राहता सामाजिक प्रश्नाचे रूप धारण करत असताना केवळ भावनेच्या आहारी न जाता ह्यावर सविस्तर चर्चा व्हावी आणि ह्यातून नवे मार्ग आपल्या सगळ्यांनाच सापडावेत. ... हे दुपेडी उत्तर वाचकांना मान्य होईल, अशी अपेक्षा आहे.

- प्राजक्ता पाडगांवकर

••

# ऋणनिर्देश

मी कधी मराठीत पुस्तक लिहीन असे अजिबात वाटले नव्हते. ह्या पुस्तकाच्या प्रवासाची सुरुवात केवळ अनेक लोकांच्या प्रेमळ आग्रहामुळे झाली हे निश्चित!

मला वृद्धांच्या संगोपनाविषयी वर्तमानपत्रात लेख लिहायचा होता. त्यासाठी माझ्या कॉलेजमधल्या मित्राने, विनीतने माझी ओळख श्री. अरविंद गोखले ह्यांच्याशी करून दिली! तिथपासून गोखले सरांनी अगदी मनापासून माझ्या विषयाला, मतांना आणि लिखाणाला सदैव पाठिंबा दिला. त्यांनी डॉ. हर्डीकर ह्यांच्याशी गाठ घालून दिली आणि वृद्धांविषयी एखादे सविस्तर पुस्तक असावे, त्याचे लेखन माझ्या हातून व्हावे; असे ठरले. माजगावकर सर ह्यांनी पुस्तक छापायची तयारी दर्शवली आणि ह्या पुस्तकाचा खऱ्या अर्थाने प्रवास सुरू झाला! त्याच वेळी माझा दुसरा एक प्रवास सुरू झाला होता. मी दुसऱ्यांदा आई होणार होते! त्यामुळे कडेवर दोन वर्षांचे एक बाळ, पोटात दुसरे आणि डोक्यात तिसरे, अशी कसरत सुरू झाली! मी अमेरिकेहून भारतात खास बाळंतपणासाठी आले असताना मला ही संधी मिळाल्याने आनंद झाला आणि दडपणदेखील आले होते! तिन्ही जबाबदाऱ्यांना योग्य असा वेळ आणि प्रेम देता येईल का, अशी शंका होती!

माझ्या आजीने आणि आईने माझ्या लेकीचा भार प्रेमाने उचलला. त्यामुळे सुरुवातीचे वाचन, अभ्यास करायला पुष्कळ वेळ मिळाला. वेळोवेळी टिपणे काढणे, विचारांना एका साच्यात घालणे; ह्यासाठी माझ्या बाबांशी आणि सासऱ्यांशी होणाऱ्या चर्चा उपयोगी ठरल्या. कालांतराने बाळंतपण, त्या वेळची सगळी आघाडी माझ्या नवऱ्याने अमेरिकेहून येऊन प्रत्यक्ष सांभाळली! अमेरिकेत

पुन्हा जाऊन नव्या घरात पाच वर्षांखालील दोन मुले सांभाळत जेवढे लेखन झाले, ज्या वेगाने झाले, त्याबद्दल माजगावकर सर कधीच काही बोलले नाहीत. अमेरिकेत दोनदा शहरे आणि घरे बदलून शेवटी एके ठिकाणी स्थिरावायला अजून एक वर्ष गेले. त्यानंतर करुणा गोखले माझे लिखाण संपादित करू लागल्या. त्यांनी माझे विखुरलेले लेखन अतिशय संयमाने आणि सखोलपणे सांधून, सुधारून दिले. त्यावर पुनर्लेखन, संपादनाचे इतर संस्कार ह्या सगळ्यातदेखील वर्ष सरले. संपूर्ण प्रक्रियेत माझे सासरे आणि आईवडील आळीपाळीने येऊन माझ्या घरी अमेरिकेत राहत होते; मला अनेक तास, आठवडे लेखनासाठी मोकळीक मिळावी ह्या उद्देशाने झटत होते. माझा नवरा प्रणव आणि अझ्मिका, अरीन्या या माझ्या लेकी ह्यांची मला भक्कम साथ होती आणि राहील! लेकींना घेऊन दिवस दिवस बाहेर घालवणे, मी लिहायला बाहेर गेले असल्यास घरचे सगळे सांभाळणे; अशा सर्वच आघाड्यांवर प्रणवने मला सतत साथ केलीच! त्याचबरोबर वृद्धांविषयी नवीन जे जे संशोधन होत आहे त्याचे तांत्रिक बारकावे मला तपशीलवार समजावून सांगितले. पुस्तकाची मांडणी, रचना, वैचारिक पैलू ह्यांवर सतत माझ्याबरोबर चर्चा केली! मला जेव्हा जेव्हा स्वतःच्या ह्या पूर्ण न होणाऱ्या पुस्तकाबाबत शंका येत असे, तेव्हा मला धीर दिला आणि मध्येच हे सगळे न थांबवण्याबाबत तो वेळोवेळी प्रोत्साहित करत राहिला! एका अर्थी हे पुस्तक जेवढे माझे आहे, तेवढेच ते प्रणवच्या सातत्यपूर्ण प्रोत्साहनाचे प्रतीक आहे. ह्या पुस्तकाला पुष्कळ वेळ लागला. त्याची वेळोवेळी निराळी कारणे होतीच, मात्र एक खंत प्रकर्षाने वाटते. पुस्तकाचे काम सुरू केले तेव्हा माझी आजी (आईची आई), आजोबा (आईचे काका), माझे लाडके काका (गोपाळकाका लेले) हे सगळेच होते. सगळ्यांना पुस्तकाचे कौतुक आणि कुतूहल होते, मात्र एवढ्या काळात एक एक करत सगळे निवर्तले. त्याचे दुःख कायमच माझ्यापाशी शिल्लक राहील.

पुस्तक लिहिण्यावरून चिडवत, मला हसतखेळत ठेवण्याचे काम जगभरात पसरलेल्या माझ्या आणि प्रणवच्या मित्रमैत्रिणींनी आणि भावंडांनी आवर्जून केले! त्याचबरोबर घरचे सगळे, इथे अमेरिकेतले शेजारी, मित्रपरिवार - सगळ्यांनी माझ्याकडे ह्या पुस्तकाची वेळोवेळी चौकशी करून मला पुष्कळ आधार दिला. मुलांची आजारपणे, इतर सांसारिक गोंधळ या सगळ्यातून लिहायची वेळ, वाचनाची सवड आणि इतर सर्व जबाबदाऱ्या ह्यांची सांगड घालताना अनेकदा

माझी त्रेधा उडाली हे उघड आहे. तरी अखेरीस इथवर पोचले ह्यात आनंद आहे.

लोकप्रभेचे श्री. विनायक परब आणि संपूर्ण लोकप्रभा परिवाराचेदेखील मनापासून सहकार्य लाभले. मला लोकप्रभेतून वृद्धांविषयी लिहिते करून पुष्कळ आत्मविश्वास दिल्याबद्दल त्यांचे आभार! अनेकांचा ह्या पुस्तकाला प्रत्यक्ष आणि अप्रत्यक्ष हातभार लागला आहे, त्या साऱ्यांचेच मनापासून आभार! ह्या पुस्तकात ज्यांच्या आठवणी, नोंदी आहेत; त्यांची एक छोटी नामावली इथे देत आहे. तरी ह्याव्यतिरिक्त पुष्कळ लोकांनी गेल्या दहा वर्षांत, वृद्धसंगोपन ह्या विषयाशी निगडित माहिती दिली, माझ्या ज्ञानाच्या कक्षा रुंदावल्या आणि माझे ह्या विषयाचे कुतूहल सतत जागृत ठेवले!

- गोपाल लेले काका: रुपीन पास सर केल्याची गोष्ट समाविष्ट करू दिल्याबद्दल
- नागेश किणी काका, माहीम : त्यांची गोष्ट समाविष्ट करू दिल्याबद्दल
- नानानानी पार्क, शिवाजी पार्क, दादर : उल्लेख केल्याबद्दल
- सौ. व श्री. डेंग्वेकर (आईबाबा), आजोबांच्या दीर्घ आजारपणाबद्दल पुन्हा सविस्तर स्मृती जागवून त्या ह्या पुस्तकासाठी वापरण्याची परवानगी दिल्याबद्दल
- सौ.योगिता काळोखे, डॉ. सौ. सुवर्णसंध्या धुमाळ, कवी हनुमंत चांदगुडे आणि किरण केंद्रे ह्यांनी ग्रामीण वृद्धांच्या स्थितीबाबत वेळोवेळी माहिती आणि तपशील पुरवून लिहायला प्रोत्साहित केल्याबद्दल सगळ्यांचे मन:पूर्वक आभार!

●●

# अनुक्रम

# १.
# स्वावलंबनाचा उदयास्त

रात्रीचे साधारण बारा वाजत आले होते, मध्येच आजोबांना खोकल्याची जोरदार उबळ आली. त्यांचे खोकणे खूप वेळ सुरू राहणार हे मला माहीत होते. मी पाण्याचे भांडे तयार ठेवलेलेच होते, मात्र ते त्यांच्या तोंडापाशी धरले तरी ते इतके हलत होते की, चटकन तोंडात पाणी घालणे शक्य नव्हते. थोड्या वेळानी ते थोडेसेच पाणी पिऊ शकले. त्यानंतर त्यांच्या चेहऱ्यावरून ओघळलेले चुकार थेंब मी टिपले. त्यांना तेवढ्या खोकल्यानेदेखील खूपच दम लागला होता, गांगरून गेले होते, थकले होते. गेली सलग दोन वर्षं ते अंथरुणास खिळून होते. मला एकदम भडभडून आलं... इतका उमदा माणूस, अंगात इतक्या कला, इतकी ताकद आणि आता हे काय होऊन बसलं आहे त्याचं! मी गहिवरून त्यांना तान्ह्या बाळासारखे थोपटू लागले, हळूहळू... माझ्याही नकळत मी त्यांची नात न राहून त्यांची आई झाले होते... हळूहळू त्यांचे कपाळाचे स्नायू सैलावत गेले. एक गहिवर जणू आरपार गेला. नाती अशी कोणत्यातरी टप्प्यावर विरघळून जातील, बदलून जातील, कोणालाच ठाऊक नव्हतं; मला नाही आणि त्यांनादेखील नाहीच.

लहानपणी मी अगदी भरल्या घरात वाढलेली. सहा माणसे, आत्ते-मामे भावंडे, एक कुत्रा, बहरलेली बाग आणि अतिशय मायाळू शेजार! शांत, छोटासा, तरी अतिशय सुबत्ता असलेला हा निमशहरी परिसर, सगळेच अगदी चित्रवत.

आजी-आजोबा म्हणजे जगच जणू! आजोबा उच्चपदस्थ म्हणून निवृत्त झालेले, आजी त्या काळात पूर्णवेळ नोकरीतून निवृत्त झालेली आणि मी

एकुलती एक नात! सगळं जग माझ्या भोवती फिरत असावं, असंच वाटत राही!

आजोबांची उंची छान सहा फूट, रुंद खांदे आणि डोक्याला छानसे टक्कल! आजी गोरी आणि काहीशी बसक्या बांध्याची. दोघांत दहाएक वर्षांचे अंतर होते. आजीला मधुमेह आणि इतर काही जोडआजार, तर आजोबा पूर्णपणे तंदुरुस्त! रोज व्यायाम करणारे आणि पायी दूरवर एकटेच फिरून येणारे. एकच काय तो दोष, डोळ्यांना अतिशय जाड भिंगांचा चश्मा.

"चल मला फिरायला घेऊन चल" हे त्यांचे ठरलेले वाक्य असायचे मला! "मी कशी नेणार? मला रस्ता माहीत नाही," असे माझे ठरलेले प्रतिउत्तर असे. त्यावर त्यांचे उत्तरदेखील कायम तेच असे, "रस्ता मी सांगतो; त्या रस्त्यावरची म्हैस, खड्डे मात्र तू बघ आणि मला जपून बाजूनी घेऊन जा!"

संगीत, चित्रकला, व्यंगचित्र, तबला, पेटीवादन आणि बुद्धिबळ ह्या सगळ्यांत आजोबा प्रवीण होते. शास्त्रीय संगीत, नाट्यगीतं त्यांना अतिशय आवडायची. एकंदर हौशी काम होते!

एक गोष्ट मात्र होती, त्यांना पैसे खर्च झालेले फारसे रुचायचे नाही. म्हणजे वायफळ खर्च नको अशी त्यांची भूमिका असे, तर आजीला उंची गोष्टी, हौसमौज असे खूप आवडे! त्यावरून दोघांतले जे वाद होत, ते अतिशय गंमतशीर आणि विनोदी होते असेच म्हणायला हवे! नेहमी पायी यावे, नाहीतर बस करावी, उगीच रिक्षेवर पैसे खर्च करू नयेत हे आजोबांचे धोरण; तर आजी म्हणजे सहज रिक्षा करीत असे! एक दिवस मात्र सगळेच बदलून गेले. एक रिक्षा दारापाशी थांबली. आम्ही सगळेच झोपाळा खेळत होतो, आजी आणि नातवंडे. रिक्षा थांबली आणि त्यातून थेट रिक्षाचालक बाहेर आला, म्हणू लागला, "एक आजोबा आहेत रिक्षात, जरा बघा, मदत करा."

खूप जोराने झोका घेतला की आमच्या झोक्याची कडी निखळत असे कधी कधी. त्यादिवशी, आम्हांला सगळ्यांना माहीत असलेल्या आयुष्याचीच जणू कडी निखळली! रिक्षात आजोबा होते, डोक्याला भली मोठी जखम, पाय पूर्ण जखमी... सगळेच गांगरून गेलो. त्यातून प्रसंग जोखून आजीने रिक्षा पुन्हा शहराकडे वळवली, सगळ्यात नामांकित अस्थिरोगतज्ज्ञांकडे आजोबांना नेण्यात आले, निदान झाले - पायाच्या खुब्याचा चुरा झाला आहे.

शहरातल्या सगळ्यात गजबजलेल्या भागात, एका मोटारसायकलस्वाराने आजोबांना ते रस्ता ओलांडताना धडक दिली होती, न थांबता तो भरधाव तसाच निघून गेला होता आणि आजोबा रस्त्याच्या दुभाजक दगडावर डोके आपटता आपटता वाचले होते. मात्र त्याच वेळी एसटी आगारातून आलेली एक बस भरधाव वेगाने त्यांच्या डोक्याजवळून गेली होती. त्या भीतीत त्यांचा पाय अधिक वेडावाकडा झाला आणि त्यांचा पूर्ण खुबा निकामी झाला. हे सगळं त्या रिक्षावाल्याने पाहिले, त्यांना तसेच रिक्षात बसवले आणि आमच्या घरी, शहरापासून जवळजवळ तीसएक किलोमीटर दूरवर घेऊन आला होता आणि पुन्हा त्याच रिक्षेत बसून पुन्हा तीसएक किलोमीटर दूरवर असलेल्या नामांकित अस्थिरोगतज्ज्ञाकडे सगळे गेले होते. पुढे त्याच आठवड्यात शस्त्रक्रिया करायचे निश्चित झाले. संपूर्ण खुबा बदलायची शस्त्रक्रिया साधारण १९९० च्या काळात अतिशय दुर्मीळ होती, महागडी होती आणि सगळ्यात विचित्र म्हणजे त्यानंतर रुग्ण चालू शकेल ह्याची खात्री अजिबात नव्हती. साधारण दहाएक तासांची ही शस्त्रक्रिया संपली आणि पंधरा किंवा जास्तच दिवस आजोबा इस्पितळात होते! त्यांच्या खुब्यात, मांडीच्या हाडात असे मिळून २१ स्क्रू घातलेले होते आणि अर्थात त्यांना कुबड्या घेऊन चालायला लागणार होते.

आजोबा पडले! त्या दिवशी जणू काही तासांत आमचे सगळे घरच पडले. ते केवळ वडीलधारे होते म्हणून नाही, तर इथून पुढे इतक्या सगळ्या गोष्टी ह्या एका गोष्टीशी अनेक वर्षं जोडल्या जाणार होत्या म्हणून! आज इतक्या वर्षांनी हे सगळे त्रयस्थपणे बघताना मला सतत जाणवत राहते की, ह्यातल्या कितीतरी गोष्टी बदलू शकल्या असत्या. हे असे घडलेच नसते; जर अशी काही यंत्रणा, व्यवस्था अस्तित्वात असती, तर तिने ह्यातील अनेक प्रसंग घडूच दिले नसते! त्या वेळी मात्र एकच लक्षात राहिले. इतक्या दुःखात असूनदेखील आजोबांचा मिश्कील, खेळकर स्वभाव कमी झाला नव्हता! त्या पंधरा दिवसांत त्यांनी इतर रुग्णांशी गट्टी केली, हॉस्पिटलमध्ये कोजागिरी साजरी केली, गाण्यांच्या भेंड्या ऐकून चक्क हॉस्पिटलचे मुख्य तिथे आले, तर तुमच्यावर 'न' अक्षर आले आहे, म्हणा गाणं, असं फर्मान सोडलं!!

कुबड्या घेऊन आजोबा घरी आले, मात्र त्यांच्या उंचीपेक्षा कुबड्या बऱ्याच लहान होत्या, त्यांच्या उंचीला त्या कितीही वाढवून घेतल्या तरी त्या नीट कधी झाल्याच नाहीत. परिणामी, ताठ चालणारे आजोबा, पोक काढून, लंगडत

चालू लागले. तरी त्यांचा उत्साह कमी नव्हता की इच्छाशक्ती कमी नव्हती! ते हळूहळू सर्व कामे स्वत:ची स्वत: करू लागले, जमतील तितकी, पहिल्यासारखी!

त्या काळी घराघरात भारतीय संडास असत. त्याचा त्यांना खूप त्रास होई. मात्र कमोडची उंची जितकी असे, तितके त्यांचे गुडघे कधीच दुमडू शकत नव्हते, त्यामुळे त्यांना ह्याबाबत नेमकी कशी मदत करावी ते समजेना. शेवटी त्यांच्या उंचीला साजेशी एक लोखंडी खुर्ची कमोडच्या आकारात चक्क कापून घेतली.

हे सगळे इतके स्वच्छ आठवत राहते, कारण इतकी वर्षं झाली तरी ह्या समस्या तशाच राहिल्या आहेत. आजोबा-आजी कोणाचे का असोत, त्यांना होणारे मूळ दु:ख आणि ही सगळी निष्कारण भोगावी लागणारी वाढीव दु:खं खरोखर सहज कमी करण्यासारखी असताना आपल्या देशात ह्यावर किती कमी विचार झाला आहे, ही मन विदीर्ण करणारी जाणीव परत परत होत राहते.

अनेक बारकावे आहेत, दु:खद प्रसंगांच्या मालिका आहेत जणू, मात्र त्याही वेळी वाटत राहिले, की हे काही योग्य नाही. ह्यात आजोबांची किंवा आमची फारशी चूक नाही, मात्र त्याचे परिणाम आम्ही सगळ्यांनी पुढची वीस वर्षं सहन केले.

एक जादूची कांडी फिरावी आणि सगळे पूर्ववत व्हावे असे इतक्यांदा वाटून गेले त्या संपूर्ण काळात, की त्याची काही मोजदाद नाही. मात्र जसजशी मोठी होत गेले, तसतसं समजू लागलं की हे सगळं कमी होऊ शकते, हे सगळे बदलू शकते. एक उत्तम व्यवस्था हवी, एक यंत्रणा हवी, ज्यातून अनेक गोष्टी बदलता येतील. काय आणि कशी असेल ही व्यवस्था? कशी असेल ही यंत्रणा? कोण चालवेल ही? काय गरज आहे ह्याची? की आमचे आजोबा पडले म्हणून मला अचानक अशा व्यवस्थेची गरज भासू लागली आहे? विचार विस्तारू लागले. 'जर आजोबांचे आजोबा पडले असते, तर काय होती त्या काळात व्यवस्था? जर माझे बाबा पुढे कधी पडले तरी असेल की नसेलच काही व्यवस्था? आणि माझ्या म्हातारपणी? कोणाची असेल ही व्यवस्था? सरकारची? का समाजाची? का सामाजिक संस्थांची? फक्त धनिकांची, का समाजातल्या जास्तीतजास्त स्तरांपर्यंत पोचणारी?'

कसे आणि कुठून आलो आपण इथवर? आपल्याच वृद्धांची आपण पूर्णपणे काळजी घेऊ शकत नाही? पुढे आजोबा गेल्यावर अनेक वर्षं मी हा

विचार करतच राहिले. काही प्रश्न अधिक जटिल होत गेले, तर काहींचा मागोवा घेताना खूप काही हाती लागले आहे. हा एक प्रवास आहे माझ्याच स्मृतींपासून, मलाच पडलेल्या प्रश्नांची उत्तरं शोधण्याचा. हा माझ्या आजोबांच्या अखेरच्या काही वर्षांचा प्रवास आहे जो मी नुसता जवळून पाहिलाच नाही, तर त्यातल्या प्रत्येक टप्प्यावरील प्रसंगाने मला अंतर्बाह्य बदलून टाकलं.

''शिवाजी महाराजांना नाही का गुडघी रोग झाला, तसा माझा हा खुबी रोग'' आजोबा गमतीत म्हणत. विचार आला, खरोखर गेल्या चारशे-पाचशे वर्षांत वृद्धांच्या संगोपनात काय काय घडले, काय बदल झाले आणि नेमके आपण वृद्धांच्या आजच्या काळातल्या शोचनीय अवस्थेपाशी आलो कुठून आणि कसे?

भारतात वृद्धांविषयी आदर आहे, वृद्धांना मान देण्याचे पारंपरिक संकेत आहेत. मात्र वृद्धांचे आयुष्य त्यांच्या शेवटच्या काही वर्षांत सुकर करावे ह्याकरता कोणत्याच सोयीसुविधा अथवा काळजी घेण्याच्या यंत्रणा कोणत्याच काळात अस्तित्वात नव्हत्या, ह्याचे सखेद आश्चर्य वाटत राहते. मनुष्याचे जीवनमान अनेक गोष्टींवर अवलंबून असते. त्याच्या सभोवतालची राजकीय, आर्थिक आणि सामाजिक परिस्थिती, त्याचबरोबर त्याची स्वत:ची शारीरिक क्षमता. ह्यात गेल्या पाचशे वर्षांत मोठा फरक पडत गेल्याचे निदर्शनास येते. समस्त मानवजातीचे सरासरी आयुर्मान वाढण्याचे श्रेय असलेल्या काही गोष्टींचा आढावा आपण इथे थोडक्यात घेणार आहोत.

मनुष्याचे आयुर्मान बघितले तर चारशे-पाचशे वर्षांपूर्वीपर्यंत सरासरी आयुष्य ४० वर्षे होते. आज मात्र मनुष्य सत्तरी सहज ओलांडतो! म्हणजे गेल्या चारशे-पाचशे वर्षांत मनुष्याचे सरासरी आयुष्य जवळजवळ दुपटीने वाढले आहे. याचे श्रेय अनेक गोष्टींना आहे. दुष्काळ, उपासमार, कुपोषणामुळे उद्भवणारे मृत्यू, ही मृत्यूची कारणे मोठ्या प्रमाणात घटली आहेत. जगातले अनेक देश शेतीउद्योगात प्रगती करत आहेत, ज्यामुळे अन्नधान्य पुरवठा मुबलक प्रमाणात होत आहे. पूर्वीसारखे दुष्काळात लोक हजारोंच्या संख्येने मृत्युमुखी पडत नाहीत. आज मनुष्य कितीही गरीब असला तरी पूर्ण उपाशी सहसा राहत नाही. किमान एखादा अन्नपदार्थ समाजातील इतर घटक त्याला तत्काळ पुरवू शकतात. जरी प्रत्येकाला पुरेसे अन्न मिळत नसले, तरी आज तो प्रश्न केवळ गैरव्यवस्थापनामुळे अस्तित्वात आहे. सुयोग्य व्यवस्था निर्माण झाल्या, तर सर्वांना पुरेल इतके अन्न जगात निश्चितपणे उत्पन्न होते आहे.

वैज्ञानिक शोध, प्रगती, ह्यांमुळे वैद्यकशास्त्र, जैविक शास्त्र, कृषी तंत्रज्ञान

अशा अनेक क्षेत्रांत झालेला विकास हा अनेक स्तरांपर्यंत पोचला आहे. त्यामुळे पूर्वी होणारे साथीचे रोग, संसर्गजन्य रोग आणि अनेक किरकोळ वा गंभीर आजार यांवर आज उपचार होऊ शकतात. दळणवळणाची वाढती साधनं, वाढती साक्षरता ह्या साऱ्यांमुळेच मृत्यूचे प्रमाण कमी होत चालले आहे. क्षयरोग, दमा अशा रोगांनी दगावणाऱ्या जनसंख्येत आज लक्षणीय घट झाल्याचे आढळते. कर्करोगासारख्या दुर्धर रोगावरदेखील उपचार शक्य झाले आहेत. मनुष्याच्या वयोवर्धनात विज्ञानाचा मोठा वाटा आहे.

विज्ञानाबरोबरच अजून एक महत्त्वाचा घटक आहे, तो म्हणजे राजकीय स्थैर्य. अनेक वर्षं मनुष्यजातीला यादवी युद्धं, धार्मिक युद्धं, आंतरराष्ट्रीय युद्धं भेडसावत होती. अराजकता, पारतंत्र्य, हिंसक क्रांती, लढाया ह्या साऱ्यांत लक्षणीय मनुष्यहानी होत होती. घराघरातील, कुटुंबातील, देशादेशांतील पिढ्याच्या पिढ्या मृत्युपंथाला लागत होत्या - दुसरे महायुद्ध संपून सत्तर-ऐंशी वर्षं लोटत आहेत, मात्र हे युद्ध बऱ्याच अंशी निर्णायक ठरले. अनेक वर्षांची राजकीय अस्थिरता टप्प्याटप्प्याने आटोक्यात आली. नवीन राष्ट्रे उदयास आली आणि जगात मोठ्या प्रमाणात शांतता प्रस्थापित झाली. ह्या साऱ्याच्या परिणामस्वरूप माणसे वृद्धत्व अनुभवू लागली. आजदेखील अनेक देशांत अराजकता, यादवी युद्धं चालू आहेत. दहशतवाद आणि इतर काही गैरप्रकार निश्चित सक्रिय आहेत. मात्र आकडेवारी जर तपासली तर हे स्पष्ट होते की, दहशतवादामुळे मरणाऱ्यांची संख्या तुलनेने बरीच कमी आहे; त्याहून अधिक लोक आत्महत्येमुळे, किंवा मधुमेह आणि स्थूलता ह्यांमुळे मरण पावत आहेत. ह्याचाच अर्थ हा की, आत्ताच्या घडीला, माणसाचा सर्वात मोठा शत्रू हा स्वत: ती व्यक्ती आहे. कोणत्याही राजकीय किंवा सामाजिक घडामोडीपेक्षा अतिरेकी व्यक्तिस्वातंत्र्य किंवा निर्णयस्वातंत्र्य हे अधिक घातक ठरते आहे. माणसे स्वत:च्या सवयीमुळे, निष्काळजीपणामुळे स्वत:वर संकट ओढवून घेताना दिसत आहेत.

ह्या साऱ्या कारणांमुळे वयोवर्धन हे सध्याच्या आणि येत्या काळातले एक सत्य, आणि नीट न हाताळल्यास एक समस्या ठरू शकते.

## समाजाची आदर्श स्थिती

मनुष्याच्या वाढलेल्या आयुर्मानाचे समाजात, जगभरात पडसाद उमटत आहेत. गेली चाळीस-पन्नास वर्षं लोकसंख्येत लक्षणीय वाढ नोंदवली गेली आहे. त्यात प्रगत राष्ट्रांत वृद्धांच्या संख्येत झालेली वाढ बरीच मोठी आहे. समाजाचे वयोमानाप्रमाणे वर्गीकरण करून स्तर रचले तर आदर्श स्थिती ही

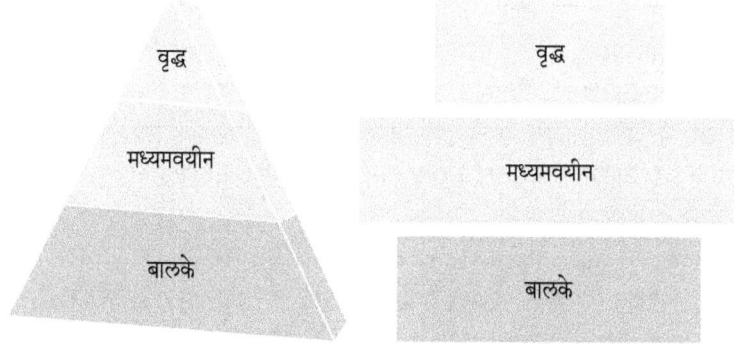

**लोकसंख्येची आदर्श स्थिती**

**लोकसंख्येची सद्य स्थिती**

त्रिकोणासारखी असते, ज्यात बालकांची संख्या सर्वाधिक असून त्यातून एक मोठा पाया तयार होतो. त्यावर तरुणवर्ग, मध्यमवयीन नववृद्ध आणि सर्वोच्च कोनात वृद्ध अशी रचना असते. गेली अनेक वर्षं, जगातील अधिकांश देशांमध्ये अशी रचना आढळत होती. मात्र विसाव्या शतकाच्या शेवटच्या दशकांत ह्या आकारात बदल होऊ लागला. वैद्यकीय प्रगती, स्वच्छता, साक्षरता, राजकीय स्थैर्य, वाढती सुबत्ता, अशा अनेक कारणांमुळे समाजरचनेत निर्णायक बदल झाले. त्रिकोणाचा पाया आखूड होऊ लागला, तर वृद्धांचे शिखर विस्तारू लागले, हळूहळू समाजाची रचना आयताकृती दिसू लागली! जितकी बालके, तितकीच वृद्ध मंडळी दिसू लागली. ह्या बदलत्या संरचनेचे परिणाम गेल्या तीस-चाळीस वर्षांत अधिक ठळकपणे समोर येऊ लागले आहेत.

## गेल्या ५० वर्षांतील समाजाची रचना

दोन्ही महायुद्धं संपली आणि सलग साठ-सत्तर वर्षं प्रगत आणि विकसनशील राष्ट्रांमध्ये लोकसंख्या प्रथम स्थिरावली आणि कालांतरानी ती घटू लागली. काही राष्ट्रांनी धोरणात्मक पावले उचलीत लोकसंख्येवर रोख लावला. एकीकडे ह्यामुळे नवीन जन्मणाऱ्या बालकांची संख्या आटोक्यात आली; तर वैद्यकीय प्रगतीच्या परिणामस्वरूप अनेक दुर्धर रोगांवर उपचार सुलभ झाले, त्यामुळे वृद्धांचे सरासरी आयुर्मान वाढू लागले. मात्र वृद्धव्यवस्थापन, संगोपन ह्यांबाबत म्हणावी तशी वेगाने पावले उचलली गेली नाहीत. पूर्वेकडील राष्ट्रे, विशेषत: लोकसंख्या - बहुल राष्ट्रे - भारत, चीन, इत्यादी, इथे अजूनदेखील ह्या समस्येविषयी सामाजिक भान पूर्णपणे प्रकट न झाल्याने इथला वृद्धवर्ग अधिक

समस्यांना तोंड देत आहे. जागतिकीकरणाच्या सुरुवातीला कुटुंबव्यवस्था ही अनेक पारंपरिक समाजांची मूलभूत घटक होती. यथावकाश त्या व्यवस्थेची जागा व्यक्ती अथवा वैयक्तिक स्वातंत्र्याने घेतली, ह्यातून कुटुंबव्यवस्था मोडत गेली आणि व्यक्तिगत प्रगती हा समाजाचा मूलभूत घटक झाला. ह्यातून वृद्ध हे एकटे आणि स्वतंत्र जीवन जगू लागले आणि तरुण हे निराळे स्वतंत्र जीवन जगू लागले.

वेगवान औद्योगिकीकरण, बहुसंख्य तरुण लोकसंख्या, जागतिकीकरण - त्या अनुषंगाने विस्तारणाऱ्या नोकरी-धंद्याच्या संधी, ह्या साऱ्यामुळे ह्या विकसनशील राष्ट्रांमध्ये एक स्वाभाविक सामाजिक परिवर्तन घडत गेले. वर्षानुवर्षांच्या रूढ सामाजिक घड्या विस्कटत गेल्या. कुटुंब हा जर समाजाचा सर्वात छोटा, तरी महत्त्वपूर्ण घटक मानला; तर त्या मूळ घटकात गेल्या तीस-चाळीस वर्षांत अभूतपूर्व बदल घडलेले आढळतात. स्त्री-शिक्षणामुळे स्त्रिया आर्थिक आणि सामाजिक दृष्ट्या बऱ्याच देशांत स्वतंत्र झाल्या. कौटुंबिक आकारावर नियंत्रण प्राप्त झाल्याने एक किंवा दोन अपत्यांनंतर त्या स्वत:च्या आयुष्यावर लक्ष केंद्रित करू लागल्या. पुरुषांनीदेखील कुटुंबाचा, पर्यायाने समाजाचा आर्थिक स्तर उंचावण्याकडे लक्ष केंद्रित केल्याचे आढळते. अपत्यांसाठी उच्चतम शिक्षण, अधिक आर्थिक संधी उपलब्ध करून देण्याकडे भर वाढला. नवनवीन संधींच्या शोधात, कधी नसेल इतक्या प्रमाणात कुटुंबे विभक्त होऊन स्थलांतर करू लागली. गावातून तालुक्याच्या ठिकाणी, तिथून निमशहरी व शहरी भागांत स्थलांतर करणारी कुटुंबे गेल्या तीस-चाळीस वर्षांत लक्षणीय प्रमाणात वाढली आहेत. आजी-आजोबा घराघरांत असण्याचे प्रमाण कालांतराने घटत गेल्याचे दिसते. आर्थिक सुबत्ता असलेल्या आणि अतिशय गरीब अशा कुटुंबांतील लोक जास्त प्रमाणात दूर जाऊ लागले. मात्र मध्यम आणि कनिष्ठ मध्यमवर्गात-देखील आता हेच चित्र दिसू लागले आहे. प्रगत देशांत ही सामाजिक स्थित्यंतरं होऊन दोन तीन पिढ्या उलटल्यामुळे समाजाच्या ह्या बदलत्या समीकरणाशी जुळवून घ्यायला त्यांना पुरेसा अवधी मिळाला. मात्र भारत, चीनसारख्या देशांना तितकासा वेळ मिळणार नाही हे स्पष्ट होत आहे. एखाद-दोन दशकांत वृद्धांची संख्या आणि समस्या या दोन्ही वेगाने वृद्धिंगत होणार आहेत.

केवळ राजकीय पातळीवर नाही, तर वैयक्तिक पातळीवरदेखील वृद्धत्व, वाढते वय ह्याचा स्वीकार लोक फार उशिराने करू लागतात. अनेक राजकीय नेते पार चाळिशी उलटली तरी युवा कार्यकर्ते वगैरे असतात. ह्यातील गमतीचा भाग जरी सोडला तरी ह्यातूनदेखील समाजाची विचारसरणी प्रतिबिंबित होते.

... आमच्या आजोबांच्या पंचाहत्तरीचा कार्यक्रम करायचा असे आम्ही निश्चित केल्यावर आजोबांची प्रतिक्रिया मोठी रंजक होती! त्यांचा वाढदिवस साजरा होणार ह्याची त्यांना मज्जा वाटत असावी, मात्र 'पंचाहत्तर म्हणजे काही फार वय नाही माझे' असे ते सतत सगळ्यांना सांगत राहिले! त्या दिवशी खुर्चीत बसून त्यांनी अगदी साग्रसंगीत विधी आणि पूजा केली, जांभळ्या रंगाचा कद नेसून अगदी यथासांग सगळे पार पाडले! फोटो आणि अहेर असे सगळे हौसेने करून घेतले! नवा झब्बा घालून सगळ्यांशी भरपूर गप्पादेखील मारल्या! प्रत्येकाला ते पुन्हा पुन्हा सांगत राहिले, अजून मला भरपूर जगायचे आहे, १०५ नॉट आउट! "मला १०५ वर्षं आयुष्य लाभो असा आशीर्वाद द्या गुरुजी", असे ते वारंवार म्हणत होते! सगळ्यांना त्यांच्या ह्या बोलण्याची गंमत वाटली! मुळात त्यांचा स्वभाव मिश्कील असल्याने प्रत्येकाने ते हसण्यावारी नेले खरे, मात्र त्यांना खरोखर १०५ वर्षं जगायचे होते! त्यासाठी त्यांची तेवढी तयारीदेखील होती असेच म्हणावे लागेल! खुब्याच्या दोन मोठ्या शस्त्रक्रिया होऊनदेखील ते पुन्हा नेटाने उभे राहिले होते! कुबड्या सोडून ते चालण्याची काठी घेऊन चालू लागले होते आणि अर्थात पुन्हा व्यायाम आणि नवीन छंददेखील त्यांनी जोपासले होतेच! सगळ्या भावंडांत ते थोरले होते, आणि उत्साहपण सगळ्यात जास्त होता! स्वत:च्या दिसण्याबाबत, राहणीमानाबाबत ते सदैव जागरूक होते! त्यांची दिनचर्या ही कायमची ठरलेली होती: सकाळी साडेचार-पाचला उठून व्यायाम, मग अंघोळ, घरच्यांसाठी चहा, मग अगदीच सक्ती केल्यामुळे देवपूजा आणि मग पेपरवाचन, नाष्टा असे काही. माझी आई कामावर गेली की ते घरातली साधारण आवराआवर करायचे आणि मशीनला कपडे धुवायला लावायचे. दुपारी आई घरी आली की कपडे वाळत घालून जेवण आणि थोडी विश्रांती. मग उठून गीता, तुकारामांची गाथा अशा पुस्तकांचे वाचन आणि त्यावर टिपण काढून ठेवणे. संध्याकाळी पुन्हा तयार होऊन एखादी फेरी, नाहीतर बागेला पाणी घालणे. रात्रीचे जेवण आणि झोप. सगळ्या गोष्टी त्यांना अगदी वेळच्या वेळी आणि जागच्या जागी लागत. तसे झाले नाही तर त्यांना भयंकर राग येत असे, मात्र त्यांच्या ह्या व्यवस्थितपणाचा आम्हा नातवंडांना त्या काळी भयंकर वैताग होत असे! त्यांचे इतर कोणाच्या रोषाकडे फारसे लक्ष नसे. त्यांचे अनेक उद्योग ठरलेले होते. काही मित्र आणि नातेवाइकांकडे गप्पा मारायला ते महिन्यातून काही दिवस जात, तसेच इतर काही बँकेची कामे, काही संस्थांना देणग्या, असल्या गोष्टींचे त्यांचे नेम ठरून गेलेले होते. आठवड्यातले काही वार ते काही

अध्ययनसमूहांसोबत वेळ घालवत, तर कधी सगळी मंडळी आमच्या घरी येत. काही मित्र केवळ राजकारणावर चर्चा करायला भेटत असत. आठवड्यातला एक वार त्यांना बासरी शिकवायला एक जण घरी येत असे. ते दररोज नेमाने रियाज करत बसत. आजी नाही, म्हणून त्यांनी जगणे अजिबात सोडले नव्हते. ते समरसून जगत होते, त्यांची आंतरिक ऊर्जा त्यांना पुढे नेत होती! अशा अतिशय उत्साही व्यक्तीच्या ७५ व्या वर्षी कोणीच सांगू शकले नसते की, आणखी आठ वर्षांनी ही व्यक्ती हयात नसेल! म्हातारपण असे एक दिवस सांगून येत नाही, ते टप्प्याटप्प्याने साठत जाते. सांधे, गुडघे, स्नायू एका दिवसात कमजोर होत नाहीत; तर त्यांची शक्ती हळूहळू कमी होऊ लागते. मात्र सगळ्यात मोठे स्थित्यंतर म्हणजे मृत्यू. त्याला कारणीभूत ठरणारी घटना अतिशय छोटी असू शकते! एखादे पडणे, किंवा नव्याने उद्भवलेले आजारपण. मात्र तोवर कोणीच हे स्वत:पाशीदेखील मान्य करत नाही की, 'आपण आता म्हातारे झालो आहोत', 'आपल्याला आता मदतीची गरज पडणार आहे.' जी गोष्ट लोकांची, तीच देशाची! देशातील राजकीय शक्तींच्यादेखील सहसा लक्षात येत नाहीच की आपली अधिकतर जनता ही वृद्ध होते आहे म्हणजे नेमके काय होते आहे? त्याचे परिणाम आपल्या एकंदर समाजावर, आपल्या कायदे आणि नियमांवर आणि एकूण उत्पादनक्षमतेवर काय होणार आहेत? ह्यासाठी आधीपासून कोणत्या उपाययोजना आखायला हव्यात? खरे तर वार्धक्याचा विचार वैयक्तिक आणि राष्ट्रीय पातळीवर होणे अत्यंत महत्त्वाचे आहे, कारण ह्यावर पुढच्या अनेक गोष्टी अवलंबून असणार आहेत.

प्रत्येक व्यक्तीला आपले आयुष्य म्हणजे एक गोष्ट वाटत असते, जिची संहिता आपण आपल्याच निर्णयांनी आकारत असतो. ह्या गोष्टीचा शेवट कसा होतो हे जरी पूर्णपणे आपल्या हातात नसले, तरी तो कसा असायला हवा ह्याचा विचार वैयक्तिक आणि राष्ट्रीय अशा दोन्ही पातळ्यांवर झाला की त्यातून एक नवीन सामाजिक रचना उदयास येऊ शकेल. वाढत चाललेले आयुर्मान ही आज समस्या होऊन बसली आहे; कारण ह्या गोष्टीचा विचार आपण पूर्णपणे, अभ्यासपूर्ण दृष्टीने करत नाही आहोत. तो विचार आपण लवकरात लवकर करू लागलो की चित्र निश्चित बदलू लागेल.

●●

# २.
# शेवटाची सुरुवात

आजोबांच्या पंचाहत्तरीनंतरची तीन वर्षं अगदीच सुरळीत गेली. त्यांचे बासरीवादन, निरनिराळ्या धार्मिक ग्रंथांच्या परीक्षा, त्यांतले त्यांचे उत्तम गुण, असे एकंदर सगळे सुरळीत चालू होते आणि अर्थात सुरळीत चालू असले की कोणी त्याकडे फारसे लक्ष देत नाही. त्यांची चिडचिड, छोट्या गोष्टींवरून राग राग करणे हेही चालूच होते. त्याची आम्हांला सगळ्यांना सवयदेखील झाली होती. मात्र त्यांना 'पुढे काय?' हा प्रश्न वारंवार पडत होता. म्हणजे आता सगळ्या परीक्षा देऊन झाल्या, एक एक करत सगळे धर्मग्रंथ त्यांनी स्वत:पुरते अभ्यासले. मुळात स्वभाव वस्तुनिष्ठ असल्याने सगळ्या गोष्टी भाबडेपणाने किंवा श्रद्धेने घेण्याऐवजी त्या किंचित चेष्टेत घेणे हेच त्यांना पसंत होते. प्रत्येक छोट्या समस्येला त्यांनी स्वत:पुरते उत्तर शोधले होते. म्हणजे खाली बसून पेटी किंवा तबला वाजवता येत नाही, तर बासरी ही धरायला हलकी आणि गादीवर बसून सहज वाजवता येते म्हणून त्यांनी बासरी शिकायला सुरुवात केली होती. कुबड्या सोडून एक साधारण उंचीची काठी घेऊन ते हिंडायला लागले होते. असे करत करत त्यांनी स्वत:च्या दिनचर्येत छोटे छोटे बदल करून कमी होत चाललेल्या शक्तीला उत्तम चालना दिली होती. ते स्वत:पुरतेदेखील हे बघू शकत नव्हते की ह्यापुढे कोणती निराळी परिस्थिती उद्भवणार आहे. स्वत:ला उत्तमरीत्या गुंतवून ठेवले की एकटेपण जवळ येत नाही, एवढे त्यांनी बरोबर ताडले होते. मात्र ह्या दिनचर्येत पुढे किती दिवस ते स्वत:ला गुंतवून ठेवणार होते? चक्क १०५ वर्षं वयापर्यंत? त्यांनादेखील ह्या अट्टाहासाचे आता नेमके काय करावे कळत नव्हते... कारण अगदी साधे होते. त्यांचे वडील ७० वयाच्या आसपास निवर्तले होते, आई

साधारण वयाच्या ८० वर्षांपर्यंत हयात होती, मात्र ह्या एवढ्या वेळाचे नियोजन कसे करावे, त्यावर नियंत्रण कसे मिळवावे, हा प्रश्न त्यांना सतत पडत असणार. वयोवर्धन ही व्यक्तिगत समस्या आहे आणि ती सामाजिक समस्यादेखील आहे. एवढ्या वाढवून मिळालेल्या वेळाचे करायचे काय, हा मोठाच प्रश्न सगळ्यांसमोर उभा ठाकतो, कारण आपल्याकडे वयोवर्धनाविषयीचे मागील संदर्भ अतिशय कमी आहेत.

### निवृत्तीची गोष्ट

ग्रेट ब्रिटनमध्ये औद्योगिकीकरणाची क्रांती अठराव्या शतकापासून सुरू झाली. तिथे सुरू झालेली ही बदलांची मालिका जगभर पसरली. तिचा प्रचार आणि प्रसार अर्थात इंग्रजांनी केला. ह्या क्रांतीमुळे अनेक राजकीय, सामाजिक आणि व्यक्तिगत बदल घडून आले; अनेक नवीन जीवनपद्धतींचा, संकल्पनांचा उदय झाला. सगळ्यात मोठा बदल होता वयोवर्धन या घटिताशी निगडित. शेतीप्रधान समाजरचनेत वृद्धत्व हा काही वयाशी निगडित टप्पा नसून तो शारीरिक क्षमतेशी निगडित बदल होता. मात्र औद्योगिकीकरणाच्या रेट्यात नोकऱ्या आणि नोकरदारवर्ग नव्याने निर्माण झाले. तरुण कामगारांना सातत्याने काम मिळावे ह्याकरता, उत्पादनक्षमता टिकून राहण्याकरता म्हणून निवृत्ती ही संकल्पना रुजवली गेली आणि मग त्या काळच्या लोकांच्या सरासरी आयुर्मानास अनुसरून निवृत्तीचे वय हे ६० किंवा ६५ वर्षे असे ठरवण्यात आले. ह्या निवृत्तीची संकल्पना कशी आणि कुठून उगम पावली हे जाणून घेणे अतिशय रंजक आहे. एकोणिसाव्या शतकाच्या सुरुवातीपर्यंत विविध विकसनशील देशांत शेतीप्रधानता टिकून होती, त्यामुळे लोक अगदी झेपेल तोवर रोज कामावर, अर्थात शेतावर राबायला जात. ह्याने त्यांची मुले, नातवंडे ह्यांना पुढाकार मिळेपर्यंत बरीच वर्षं निघून जात. अशात फ्रान्समध्ये अगदी १८८० पर्यंत, अनेकदा अनेक लोक आईवडिलांच्या अधिकारातून मुक्त होऊन सर्वाधिकार प्राप्त करण्याच्या प्रयत्नात आपल्या जन्मदात्यांना मारून टाकत! ही पैतृकहत्याकांडे त्या काळात एक प्रकारची टोकाची प्रतिक्रिया होती, कारण समाजात वृद्ध मेल्याशिवाय पुढल्या पिढीला कोणतेच अधिकार मिळत नव्हते. अमेरिकेत त्या वेळेस इंग्रज सैनिक स्थानिक अमेरिकन लोकांशी लढाया करत होते. अशा युद्धात निकामी झालेल्या सैनिकांना पुढील काळात त्यांच्या कुटुंबीयांनी पोसायचे कसे, असा प्रश्न उभा राहिला. त्यावर तोडगा म्हणून अशा सैनिकांना सेवेतून निवृत्त करून उदरनिर्वाहासाठी एक ठरावीक रक्कम द्यावी असे ठरले.

त्यातून निवृत्ती आणि निवृत्तिभत्ता या कल्पना पुढे आल्या. मॅसाचुसेटस इथे सतराव्या शतकात अशी निवृत्तिभत्ता देण्याची प्रथा सर्वप्रथम सुरू झाल्याच्या नोंदी सापडतात.

बिस्मार्क ह्या मुत्सद्दी जर्मन राज्यकर्त्याने कार्ल मार्क्स ह्याच्या विचारांचा वाढता प्रभाव रोखण्यासाठी १८८३ साली ६५ वर्षांवरील वृद्धांना निवृत्तिवेतन देण्याचे कबूल केले होते. मात्र त्या काळात बहुतेक लोक त्याआधीच मृत्यूला सामोरे जात होते. एक झाले, की आंतरराष्ट्रीय स्तरावर निवृत्ती वयोमर्यादा निश्चित करतेवेळी ६५ ही मर्यादा ठरवली गेली. पुढे १९०५ मध्ये एका वैद्यकीय निरीक्षकाने, डॉ. विलियम ओस्लर ह्यांनी, काही शारीरिक क्षमतेच्या चाचण्या केल्या आणि असा दावा केला की वय वर्षे २५ ते ४० हा माणसाचा सर्वाधिक उत्पादककाळ असून ४० ते ६० वयाच्या कामगारांचे काम दुय्यम दर्जाचे होते, तरी ते ग्राह्य म्हणता येईल. मात्र वय वर्षे ६० च्या वरच्या कामगारांना सक्तीची विश्रांती- अर्थात निवृत्ती देण्यात यावी. ह्या अभ्यासात अनेक त्रुटी असल्याचे काही काळाने लक्षात आले, तरी त्या काळात निवृत्तीचे वय निश्चित करणाऱ्यांना दुजोरा मिळाल्यासारखे झाले.

अमेरिकन एक्स्प्रेस रेलरोड ह्या कंपनीने अमेरिकेत सर्वात प्रथम निवृत्तिवेतन देण्यास सुरुवात केली. त्यापाठोपाठ बँका आणि शेवटी उत्पादनक्षेत्रातल्या कामांसाठी निवृत्तिवेतन देण्यास सुरुवात झाली.

ह्या सगळ्याची माहिती आज आपल्यासाठी महत्त्वाची आहे, कारण भारतासारखी अनेक प्रगतिशील राष्ट्रे साधारण ह्याच टप्प्यावर येऊन ठेपली आहेत. शेतीप्रधान अर्थव्यवस्थेत बदल होत आहेत आणि निवृत्ती घेणाऱ्या मंडळींची संख्या इथून पुढे वाढीस लागणार आहे. मात्र त्यांनी नेमके काय करावे, पुढील आयुष्य कसे जगावे, प्रत्येकाला निवृत्तिवेतन मिळणार आहे की नाही, ह्याबाबत अशी कोणतीच यंत्रणा सध्या आपल्याकडे नाही, जी देशातील निवृत्तिवयाच्या सर्व स्त्री-पुरुषांस लागू होऊ शकेल. त्याचबरोबर ज्या काळाबाबत आपण चर्चा केली तो काळ जवळजवळ १५०-२०० वर्षांपूर्वीचा आहे. तेव्हापासून आता आयुर्मानही वाढले आहे. ६५ व्या वर्षी निवृत्त होणारी व्यक्ती पुढे किमान २० ते ३० वर्षे हयात असते. जर इतका मोठा जीवनकाळ नियोजनाशिवाय व्यतीत करावा लागला, तर निश्चितच वैयक्तिक आणि सामाजिक पातळीवर मोठेच पेच निर्माण होऊ शकतात. माझ्या आजोबांनीदेखील ६५ व्या वर्षी निवृत्ती घेतल्यावर पार ७८ पर्यंत स्वत:ला व्यग्र ठेवले, उत्तम आर्थिक आणि शारीरिक आरोग्य राखले. मात्र जसजसे

वय वाढत गेले, तसतसे येणाऱ्या प्रत्येक वर्षाकडून नेमकी काय अपेक्षा करावी ह्याचा अंदाज बांधणे त्यांना अधिकाधिक अवघड जाऊ लागले. अशा बिकट अवस्थेत अडकलेले ते एकमेव वृद्ध नसून आज अनेक वृद्ध ह्याच विवंचनेत असतात. पुन्हा नोकरी करावी, स्वत:ला व्यग्र ठेवावं, असे अधिकतम वृद्धांना वाटत राहते, मात्र तशा अनुरूप संधी मुबलक प्रमाणात उपलब्ध करून देणारी एखादी संस्था अथवा सरकारी यंत्रणा भारतात सध्या अस्तित्वात नाही.

अमेरिकेत मात्र वाढते वय आणि मर्यादित शिल्लक रक्कम ह्यांचा मेळ बसवण्याकरता अनेक वृद्ध निवृत्तीनंतर पुन्हा एकदाच नाही, तर अनेकदा नोकऱ्या करतात. माझा ह्याबाबतचा वैयक्तिक अनुभव अतिशय रोचक आहे. एका पार्टीत मला रूथ भेटली. निखळ हास्याची पखरण करत ती सगळ्यांनाच स्वत:भोवती आकर्षित करून घेत होती, अनोळखी लोकांना मैत्री करण्यास प्रवृत्त करत होती... सगळेच तिच्या मोहक व्यक्तिमत्त्वावर फिदा! रात्री साधारण दहाच्च्या सुमारास, ‘‘चला ग पोरींनो, मी निघते आता, वेळेवर झोप हे माझ्या सौंदर्याचं रहस्य आहे बरं का!’’ असं म्हणत, डोळा मारून चालू लागताच, तीन चार मंडळी तिच्या दिमतीस धावून गेली! कोणी तिला कोट घालायला मदत करू लागली, कोणी तिची पर्स घेऊन मागे उभी, एकीने तिची गाडी दारापाशी आणली आणि रूथ गाडी चालवत मजेत निघून गेली! ती गेली आणि पार्टीतली जान गेल्यासारखं वाटलं! रूथ ही कोणी सिनेतारका नसून ९६ वर्षांची एक तरुणी! आमच्या रहिवासी संकुलात काम करणारी कारकून! आणि आम्हा साऱ्यांची लाडकी मैत्रीण तिची बॉस आहे ६२ वर्षांची आणि त्या दोघींची बॉस आहे ५६ वर्षांची! आहे की नाही सारीच गंमत?

अमेरिकेतल्या वास्तव्यात गवसलेलं वृद्धजीवन माझ्यासाठी खरोखर मजेदार आणि तितकंच प्रेरणादायी होतं! अमेरिकेत सध्या निवृत्त होणाऱ्या पिढीकडे पाहिलं की खरोखर आश्चर्य वाटतं. ह्या पिढीने वयोवर्धन खरोखर केवळ स्वीकारलंच नसून ते समरसून साजरं करण्याची कला अवगत केली आहे असेच म्हणावे लागेल! ९६ व्या वर्षी एकटं राहून, नोकरी करणारी, गाडी चालवणारी एक आजी ह्या नव्या वृद्ध पिढीची खरोखर आदर्श उदाहरण आहे असेच म्हणावे लागेल. वयोवर्धन हे आजच्या काळातले निर्विवाद सत्य आहे. त्याला अनेक कारणे आहेत. मात्र ह्या सत्याचा स्वीकार किती प्रमाणात आपल्या देशात होत आहे हा अभ्यासाचा विषय आहे.

आपल्याकडे असे होऊ शकेल का, हा प्रश्न महत्त्वाचा आहेच; पण त्याहून महत्त्वाचे म्हणजे अमेरिकेत अशा कोणत्या भक्कम व्यवस्था आहेत, ज्यांच्या बळावर रूथसारखी अनेक वृद्ध मंडळी स्वतंत्र आयुष्य जगू शकत आहेत? त्याचबरोबर हेही जाणून घ्यायला हवे की त्याच यंत्रणेत अशी काय चूक आहे जिच्यापायी वयाच्या ९६ व्या वर्षीदेखील रूथसारख्या स्त्रीला नोकरी करावी लागते? ह्या दोन्ही प्रश्नांची उत्तरे शोधण्याची गरज आहे; कारण त्यांवरून आपल्याला हळूहळू समजू लागेल की, आपण आपल्या देशात नेमकी कशी आणि कोणती यंत्रणा निर्माण करायला हवी आणि तिची कार्यव्याप्ती किती असायला हवी.

अमेरिकेतील आणि जगातील इतर ठिकाणच्या वृद्धसंगोपन यंत्रणा ह्यांचे अवलोकन केल्याने ह्या दोन प्रश्नांची उत्तरे आपल्याला निश्चित मिळू शकतील. त्यासाठी सुरुवातीला ह्या यंत्रणा निर्माण होण्यामागचा इतिहास जाणून घेतला तरी अनेक संदर्भ स्पष्ट होतील.

### अमेरिकन वृद्धसंगोपनाची पार्श्वभूमी

अमेरिकन वृद्धसंगोपनाच्या सुरुवातीची पाळंमुळं सापडतात सन १८००-१९०० च्या काळात. सन १९३२ च्या ग्रेट डिप्रेशन (आर्थिक महामंदी) नंतर अमेरिकेत वृद्ध, गरीब ह्यांच्या समस्या खूप मोठ्या प्रमाणात होत्या. काहीशा निष्काळजी वृत्तीने बांधलेली पुअर होम्स (गरीब वसाहती) त्या काळी अस्तित्वात होती. त्यांचे काम इतकेच की, नागरी परिसरात अस्वच्छ आणि असाहाय्य गरीब कोणाच्या दृष्टीस पडू नयेत, त्याचबरोबर प्रचंड थंडीत आणि इतर नैसर्गिक आपत्तींत मनुष्यहानी होऊ नये; म्हणून ह्या वृद्ध आणि गरीब जनतेला ह्या वस्त्यांमध्ये डांबून ठेवणे. अनेक गिरजाघरे व धर्मादाय संस्था त्या काळी असे आश्रम किंवा गरीब वसाहती चालवत. तिथली रोगराई, प्रचंड घाण आणि नरकमय परिस्थितीबाबत समाज अनभिज्ञ होता. १९२० आणि १९३० च्या दरम्यान जवळजवळ ७ दशलक्ष गरीब, असाहाय्य वृद्ध आणि मनोरुग्ण अशा नरकमय परिस्थितीत राहत असल्याचे त्या काळच्या राज्यकर्त्यांच्या लक्षात आले. अशाच एका गरीबगृहाला भीषण आग लागली, त्याच्या तपासादरम्यान बऱ्याच धक्कादायक गोष्टी समोर आल्या. त्यानंतर सरकारने साऱ्याच गरीबगृहांच्या पाहणीचे फर्मान काढले, तिथल्या साऱ्या परिस्थितीचा सखोल अभ्यास करून त्यावर अनेक उपाययोजना आखण्यात आल्या. त्यांच्यावर नियंत्रण ठेवण्याच्या दृष्टीने अमेरिकेत कायदे करतेवेळी

वृद्ध, मनोरुग्ण गरीब व अपंग ह्यांच्या समस्या निदर्शनास आल्या. १९२० पासून सुरू झालेली ही कायदेशृंखला आजपर्यंत चालूच आहे. १९३५ साली अमेरिकेत 'सोशल सेक्युरिटी ॲक्ट ऑफ १९३५' हा कायदा बनवण्यात आला. ह्याअंतर्गत ज्या वृद्धांना विमा - ओल्ड एज इन्शुरन्स (OAI) घेता येत असे, त्यांना त्याद्वारे आर्थिक साहाय्य पुरवण्यात येणार होते, आणि इतर वृद्धांसाठी राज्य सरकारकरवी थेट आर्थिक साहाय्य (ओल्ड एज असिस्टन्स (OAA)) पोचवण्याची सोय केली होती. ह्याबाबत राज्य सरकारचा असा दंडक होता की, कोणत्याही धर्मादाय अथवा सेवाभावी संस्थेला ह्याअंतर्गत मदत देता कामा नये. आधीच्या नरकमय यंत्रणेला आळा बसवण्याच्या दृष्टीने हे केले गेले होते. ह्यामुळे थोडे उशिरा का होईना, वृद्धसंगोपनातले आर्थिक गमक तिथल्या उद्योजकांना गवसले. खाजगी वृद्धसंगोपन संस्था उभ्या राहिल्या, ज्यांत हे वृद्ध सरकारकडून मिळणारे पैसे देऊन स्वत:ची काळजी घेऊ शकत होते. मात्र दुसऱ्या महायुद्धानंतर वैद्यकीय क्षेत्रात प्रगती झाली, त्याला अनुसरून अनेक रुग्णालये वृद्धांना अतिदक्षता सेवा, आजारानंतर देखभालीची अधिक चांगली सोय पुरवू लागली. हळूहळू सगळीच वृद्धसंगोपन व्यवस्था ही अशा प्रकारची दुहेरी सेवा पुरवू लागली. एका अर्थी त्यांना तसे करणे भाग पडले, कारण त्यांच्याकडील वृद्धांना नवीन येणारी रुग्णालये आकर्षित करू लागली होती. त्याचबरोबर १९५० आणि १९५६ च्या सोशल सेक्युरिटी ॲक्टच्या बदलांनुसार सर्व वृद्धसंगोपन व्यवस्थांना परिचारिक आणि रुग्णसेवक नोकरीवर ठेवणे अपरिहार्य करण्यात आले. वृद्धसंगोपनाचे काम कंत्राट पद्धतीने देण्यास सुरुवात केल्याने आणि वृद्ध रुग्ण जितक्या संख्येत आहेत त्यानुसार रुग्णभत्ता देण्यास सुरुवात झाल्याने ह्या संपूर्ण रचनेला व्यावसायिक रूप येऊ लागले. छोट्या उद्योजकांना उत्तेजन देणाऱ्या स्मॉल बिझनेस ॲडमिनिस्ट्रेशन (SBA) आणि फेडरल हाउसिंग ॲक्ट (FHA) ह्या दोन सरकारी कायद्यांमुळेसुद्धा ह्या सगळ्या व्यवस्थेत अभूतपूर्व असा बदल झाला. सरकारी पैसा हा उद्योजकांना गुंतवणुकीसाठी खुला झाला. त्याद्वारे उद्योजक नर्सिंग होम्सची निर्मिती वेगाने करू शकत होते. जमिनीत पैसे गुंतवणारे उद्योजक, बांधकाम व्यावसायिक आणि ह्यांतून प्रचंड नफा काढू पाहणारे संधीसाधू ह्यांनी मधल्या काळात कायद्यातील पळवाटा शोधत नफा कमवायचा प्रयत्न केला. अनेक खाटांचे नर्सिंग होम बांधूनदेखील १९६० पर्यंत वृद्धांना म्हणावी त्या प्रमाणात सुयोग्य सेवा उपलब्ध होत नव्हती. १९५० मध्ये तत्कालीन राष्ट्राध्यक्ष ट्रुमन ह्यांनी पहिल्या राष्ट्रीय वृद्धत्व परिषदेचं उद्घाटन करून ह्या परिषदेची मुहूर्तमेढ रोवली.

पुढे नोकरीचा अधिकार, सुलभ गृहकर्ज सवलती, विधवांना विशेष सरकारी भत्ता, अशा अनेक सोयींबाबतचे कायदे बनवण्यात आले. १९६५ मध्ये, व्हिएटनाम युद्धादरम्यान, राष्ट्राध्यक्ष लिंडन बी. जॉन्सन ह्यांच्या मनात 'ग्रेट सोसायटी' ह्या आंतरिक सामाजिक सुधारणेचे विचार घोळत होते. 'ग्रेट सोसायटी' हा धोरणात्मक सुधारणांचा एक महत्त्वाकांक्षी कार्यक्रम राष्ट्राध्यक्ष लिंडन बी. जॉन्सन यांच्या नेतृत्वाखाली सुरू करण्यात आला होता. ह्या कार्यक्रमाची काही मुख्य उद्दिष्टे गरिबी मिटवणे, गुन्हेगारी कमी करणे, आर्थिक आणि सामाजिक विषमता कमी करणे आणि पर्यावरण सुधारणे अशी होती. मे १९६४ मध्ये मिशिगन विद्यापीठातील भाषणात अध्यक्ष लिंडन बी. जॉन्सन यांनी 'ग्रेट सोसायटी' संदर्भात त्यांचे विचार व्यक्त केले होते. त्या वर्षीच्या पार्लमेंटच्या निवडणुका डोळ्यांसमोर ठेवून, जॉन्सननी आपल्या ह्या 'ग्रेट सोसायटी'चा विचार मांडून, आधुनिक इतिहासातली सर्वांत मोठी समाजसुधार योजना सुरू केली. त्याच अनुषंगाने त्यांनी एक अतिशय महत्त्वाची सोय वृद्ध आणि गरीब जनतेला उपलब्ध करून दिली. मेडिकेअर व मेडिकएड (Medicare & Medicaid) ह्या विमा सवलत योजना सुरू करण्यात आल्या. मेडिकेअर हा वृद्धांसाठीचा आरोग्यविमा, तर मेडिकएड हा गरीब आणि आर्थिक दृष्ट्या दुर्बल समाज घटकांसाठीचा आरोग्यविमा आहे. दोन्ही अजूनही वृद्ध-संगोपन व्यवस्थेचे महत्त्वाचे घटक मानले जातात. मात्र ह्यासाठी भविष्यात पैसा कसा आणि कुठून पुरवायचा, ह्याबाबत त्या काळची अमेरिकन काँग्रेस चिंतेत होती. खरे तर मेडिकेअर तयार करतेवेळीच त्यात मोठा तोटा होणार हे ठाऊक होते. कारण ते 'वृद्धांना आजन्म संगोपन सेवा पुरवणे' ह्या संकल्पनेवर आधारलेले होते. तरीही त्या वेळच्या रुग्णालयांच्या वाढत्या खर्चापेक्षा हा पर्याय स्वस्त वाटल्याने सरकारने त्यास मान्यता दिली. आधी केवळ रुग्णालयाचा खर्च उचलण्याचा मेडिकेअरचा निर्णय होता, पण तो रद्द करून 'वृद्धांची आजन्म निगराणी' हे कलम त्यात घालण्यात आले. ह्यामुळे व्यावसायिकांना आयते कुरण मिळाले. त्याहून मोठा तोटा मेडिकएड म्हणजेच सोशल सेक्युरिटी ॲक्ट टायटल १९ ह्यामुळे झाला. ह्यातदेखील कंत्राट पद्धतीने पैसे वाटले जाणार होते व त्यास कोणतीही स्पष्ट मर्यादा आखून दिलेली नव्हती. त्यामुळे प्रत्येक खाटेमागे मिळणाऱ्या सरकारी भत्त्यावर डोळा ठेवून धंदेवाईक लोकांनी अनेक खाटांची नर्सिंग होम्स थाटली. अनेक व्यावसायिकांनी अशा नर्सिंग होम्सचे राष्ट्रीय पातळीवर जाळे निर्माण केले. ह्या 'वाढत्या' व्यवसायाला अजून जास्त मदत झाली ती ढिसाळ नियंत्रक धोरणांची. ह्या सगळ्यातून

सरकारी खर्च वाढीस लागला, मात्र त्या प्रमाणात वृद्धांना आवश्यक अशा सेवा मिळत नव्हत्याच. १९५० मध्ये नर्सिंग होम्सवर होणारा एकूण खर्च १९० दशलक्ष डॉलर एवढा होता, त्यातला केवळ १० टक्के खर्च सरकार देत होते. १९६० मध्ये हा खर्च ५२६ दशलक्ष डॉलर इतका वाढला आणि त्यातली २२ टक्के रक्कम सरकारला भरावी लागत होती. मेडिकेअर आणि मेडिकएड नंतर १९७८ मध्ये नर्सिंग होम्सवर झालेला खर्च १५.८ अब्ज डॉलर्स एवढा वाढला. त्यातील ५३ टक्के एवढी रक्कम सरकारला भरावी लागली. १९८४ मध्ये हा खर्च ३२ अब्ज डॉलर्स इतका झाला आणि त्यातील ४९ टक्के रक्कम सरकारला भरावी लागली.

'ओल्डर अमेरिकन्स ॲक्ट' हा कायदा १४ जुलै १९६५ रोजी अमलात आला. त्याअंतर्गत वृद्धांचे आरोग्य, शिक्षण आणि संगोपन असे स्वतंत्र खाते निर्माण करण्यात आले. अमेरिकेतील सर्व राज्यांमध्ये ह्या खात्याची कार्यालये उघडण्यात आली. १९७३ रोजी 'कमिशन ऑन एजिंग' ह्या सरकारी समितीखाली 'एरिया एजन्सीज ऑन एजिंग' स्थापन करण्यात आल्या. ह्या एजन्सीजचे जाळे देशव्यापी असून ह्या सरकारी संस्थांमुळेच अमेरिकेतले वृद्ध निर्धास्तपणे जगू लागले. ह्या सगळ्या संस्थांमार्फत नर्सिंग होम्सवर नियंत्रण ठेवणारी यंत्रणा एकदाची निर्माण झाली. सरकारने कडक नियम, नियंत्रक कायदे, त्यांचे काटेकोर पालन ह्यांवर भर देत आणि आर्थिक व्यवहारांवर नियंत्रण आणणारे नियम करून ह्या संपूर्ण व्यवसायावर अखेरीस नियंत्रण मिळवले. सर्टिफिकेट ऑफ नीड (C-o-N) ह्या नियंत्रक धोरणामुळेदेखील ह्या नर्सिंग होम्सच्या व्यवसायाला चाप बसला. वृद्धांना खरोखर गरज असल्याशिवाय अशा सोयींचा ऊठसूट वापर करणे अवघड झाले. त्याचबरोबर वृद्धांना विशिष्ट दर्जाच्या सर्व सेवा पुरवल्या जात आहेत की नाहीत ह्यावर नजर ठेवण्यात आली. वृद्धसंगोपन व्यवसाय, सरकारी धोरणे आणि वृद्धसंगोपन व्यवसायाबाबत असलेले तेव्हाच्या सरकारचे मर्यादित ज्ञान ह्यांतून १९७० च्या काळात अनेक अफरातफरी, आर्थिक घोटाळे झाले. शेअर मार्केट, त्यातील पराकोटीचा नफा आणि शेवटी तेवढेच पराकोटीचे नुकसान, वृद्धांवर होणारे पद्धतशीर अत्याचार, ह्या सगळ्याने वृद्धदेखभाल व्यवसायात मोठ्याच उलथापालथी झाल्या. अजूनही त्यातील सर्व अडचणी दूर झालेल्या नाहीत. अमेरिकेस संख्येने सतत वाढणाऱ्या वृद्धांवर खर्च होणाऱ्या रकमेचा मोठाच बोजा उचलावा लागणार आहे. असे असूनही वृद्धदेखभाल व्यवस्थेचा विस्तार होत राहिला. १९७५ नंतर अमेरिकेचे मूळ रहिवासी रेड इंडिअन्स व इतर

वनवासी वृद्धांनापण ह्या सर्व सुविधांनुरूप मदत मिळाली. पुढील काळात 'एरिया एजन्सीज ऑन एजिंग'ची भूमिका अधिक स्पष्ट होत गेली, तिला अधिक जबाबदाऱ्या दिल्या गेल्या; जसे की, वृद्धांसाठी आदर्श गृहरचना, कायदे सल्ला, पोषक आहार हमी, वृद्धाश्रम आणि नर्सिंग होम्सच्या व्यवस्थापनाचे मूल्यमापन. सन १९८७ मध्ये वृद्धाश्रम, नर्सिंग होम्स ह्यांच्या व्यवस्थापनात सुसूत्रता यावी ह्यासाठी नर्सिंग होम रिफॉर्म्स ॲक्ट (ओम्निबस बजेट रिकन्सिलिएशन ॲक्ट अन्वये) लागू करण्यात आला. १९९२ मध्ये वृद्धांचे काळजी घेणारे घटक, त्यांच्या समस्या, पिढ्यांतर्गत सुसंवाद, त्याचे लाभ; वृद्धांचे आर्थिक, शारीरिक, मानसिक शोषण, त्याचबरोबर वृद्धांच्या हितांसंबंधीच्या कायद्याचे देशभर काटेकोर पालन, ह्या मुद्द्यांवर सखोल चर्चा झाली व त्यातून पुढे काही कायदे करण्यात आले. १९९७-२०११ ही सगळी वर्षे संपूर्ण व्यवस्थेचा आढावा, त्यात काही दर्जात्मक बदल आणि त्यासोबत वृद्धांसमोर नव्याने निर्माण होणाऱ्या समस्यांचे निराकरण ह्यासाठी अत्यंत महत्त्वाची ठरली. त्यांतला सगळ्यात ठळक मुद्दा म्हणजे, 'समाजव्यवस्थेचा एक महत्त्वपूर्ण घटक म्हणून गणले जाणे हा सर्व वयोगटांचा सारखाच अधिकार आहे', अशा अर्थाचे घोषवाक्य २००० साली ह्या संपूर्ण चळवळीला मिळाले. वृद्धांच्या श्रेणीत समाजातील मानसिक व शारीरिक दृष्ट्या अपंग वृद्ध, स्वभावाने तऱ्हेवाईक वृद्ध, समलिंगी वृद्ध, परराष्ट्रीय वृद्ध, वृद्धांचे काळजीवाहक ह्या सगळ्यांना समाविष्ट करण्यात आले. त्याचबरोबर वृद्धांच्या काळजीवाहकांचे आरोग्य, वृद्धांचे शिक्षण, पोषण, वृद्धांप्रति समाजाचा दृष्टिकोन ह्या साऱ्यावर संशोधन, सखोल अभ्यास केला जात आहे. ह्या संशोधनातून सापडलेले उपाय समाविष्ट केल्यामुळे संपूर्ण अमेरिकेतले वृद्ध हे ह्या वृद्धसंगोपन व्यवस्थेचा खऱ्या अर्थाने पाया ठरले आहेत. केंद्र सरकारसोबत तज्ज्ञ, ह्या विषयातील संशोधक, समाजसेवक, धर्मादाय संस्था, आरोग्य संस्था, सामाजिक घटक, राज्यस्तरीय व पालिकास्तरीय विभाग ह्या सगळ्यांनी चळवळीत सातत्यपूर्ण व सकारात्मक योगदान करून हा वृद्धसंगोपनाचा संपूर्ण डोलारा उभा केला आहे. त्यात आजही अनेक त्रुटी आहेत, मात्र व्यवस्था सुदृढ असल्याने त्रुटींचा परिणाम संपूर्ण व्यवस्थेवर होत नाही, त्यांचे परिणाम नियंत्रित करता येतात. सगळ्यात महत्त्वाचे म्हणजे सादर केलेला प्रवास हा कायदे व केंद्र सरकारच्या बाजूचा आहे, त्यालाच समांतर आणि तितकाच प्रभावशाली प्रवाह सेवाभावी संस्था, उदार देणगीदार,परोपकारी मानवताप्रेमी व्यक्ती (Philanthropist), वृद्धत्वावर संशोधन करणारे अभ्यासक (Gerontologist), कायदेतज्ज्ञ ह्यांचा आहे.

रूथच्या गोष्टीतल्या प्रश्नांची उत्तरे आपल्याला वरील माहितीत मिळतात. रूथसारखी अनेक वृद्ध मंडळी नव्या नर्सिंग होम्सचा कायदा कशा प्रकारे काम करतो हे जाणून आहेत. ह्यात सरकारला एकट्याने खर्च पेलत नसल्याने, जोवर वृद्ध व्यक्तीकडे शारीरिक क्षमता आहे तोवर त्याला 'सर्टिफिकेट ऑफ नीड' मिळू शकत नाही. ज्या व्यक्तीला रुग्णालयात दाखल होण्याइतपत काही गंभीर आजार अथवा दुखापत होते, त्यालाच हे प्रमाणपत्र मिळू शकते. त्यानंतरदेखील, रुग्णालयात दाखल होताना स्वतःच्या संपूर्ण स्थावर आणि इतर सर्व मालमत्तांची नोंद करून घेऊन काही पैसे नर्सिंग होमला एकरकमी द्यावे लागतात. तिचा पूर्ण वापर झाल्यावर व्यक्तीकडे आर्थिक आधार नसल्यास दुसऱ्या कमी खर्चाच्या नर्सिंग होममध्ये जावे लागते अथवा मेडिकएडसाठी अर्ज करून त्यांच्या अखत्यारीत येणाऱ्या नर्सिंग होममध्ये दाखल व्हावे लागते. थोडक्यात, जेव्हा एखाद्या व्यक्तीजवळची सगळी रक्कम संपते, आणि वय अतिशय वाढलेले असते, शुश्रूषेची गरज अत्यधिक असते, त्याच वेळी त्या व्यक्तीला उपलब्ध होणारा सेवेचा दर्जा खालावतो आणि ती व्यक्ती असहायपणे सरकारी भत्त्यावर अवलंबून राहते. ह्याला पर्याय म्हणजे स्वतःचे आरोग्य अखेरपर्यंत चांगले राखायचे आणि हे स्वातंत्र्य जपायसाठी शेवटपर्यंत एकतर नोकरी करायची किंवा कमावत्या काळात गडगंज संपत्ती जमा करून ठेवायची. आपण किती काळ जगणार आहोत आणि कोणत्या परिस्थितीत जगणार आहोत ह्याचा अजिबात अंदाज बांधू न शकलेले अनेक अमेरिकन वृद्ध सगळीकडे आढळतात. त्या अर्थी एवढा पैसा असलेली महाकाय संस्थादेखील वृद्धांच्या काही मूलभूत गरजा ओळखण्यात आणि त्या पूर्ण करण्यात कमी पडली आहे. जगातील सर्वाधिक दरडोई वैद्यकीय खर्च उचलणारे राष्ट्र जर प्रत्येक गरजवंत नागरिकापर्यंत सोयीसुविधा सुयोग्य प्रकारे पुरवू शकत नसेल तर अशा यंत्रणेचा अवलंब भारत किंवा इतर विकसनशील राष्ट्रे अजिबात करू शकणार नाहीत हे निश्चित. ह्यातून निराळी आणि तरी परिणामकारक अशी वृद्धसंगोपन यंत्रणा विकसित करायची गरज समोर येते.

अमेरिका वगळता इतर राष्ट्रे वृद्धसंगोपनाचे शिवधनुष्य कशा प्रकारे पेलत आहेत हेही जाणून घेणे अतिशय गरजेचे आहे. ह्याकरता युरोपीय संघराष्ट्रे आणि जपान ही झपाट्याने 'वृद्ध होणारी' राष्ट्रे अभ्यासली पाहिजेत.

## वृद्ध युरोपची कहाणी

१९९३ मध्ये युरोपियन युनियन हा संघ निर्माण झाला. त्यांनी युरोपमध्ये

अनेक आदर्शवत् कायदे, नियम आणि जे जे म्हणून वृद्धसंगोपन आणि व्यवस्थापनाबद्दल केले, त्यात आता बऱ्याच नव्या समस्या उद्भवल्या आहेत. त्यांतला सर्वात मोठा अडसर आहे वृद्धांची काळजी आणि त्यांचा निवृत्तिभत्ता. युरोपियन युनियन हे माणसांची आणि व्यापाराची सुकर आवकजावक आणि आयातनिर्यात ह्यासाठी निर्माण तर झाले, मात्र वृद्धव्यवस्थापन हा क्लिष्ट विषय त्यांनी त्या त्या देशांतर्गत व्यवस्थेकडे सुपुर्द केला. आता काही देशांत वृद्धव्यवस्थापन तज्ज्ञ आहेत, काही ठिकाणी वैद्यकीय सुविधा अधिक उत्तम आहेत आणि युरोपमधील रहिवाशांना त्या संघातल्या कोणत्याही राष्ट्रात राहण्याची परवानगी आहे. मात्र वृद्धांना हे सारे नेमके कशा प्रकारे लागू होते, त्याबाबत अजूनदेखील नीटसे ठरवल्याचे आढळत नाही. जर कोणी युरोपीय वृद्ध स्वत:चा मायदेश सोडून इतर युरोपीय देशात पर्यटनासाठी किंवा कायमचं स्थलांतरित होण्यासाठी गेला असेल, तर त्याचा निवृत्तिभत्ता ही नेमकी कोणाची जबाबदारी? नवीन देशाची की पालक देशाची, ह्याबाबत स्पष्ट नियम अजिबात नाहीत. सर्व वैद्यकीय प्रक्रिया, रुग्णाची काळजी, त्याचे स्वास्थ्य, ह्याबाबतदेखील हॉस्पिटल, डॉक्टर, विद्यार्थी ह्यांचे शिक्षण आणि क्षमता ह्यांत अनेक तफावती आढळतात. काही देशांनी स्वत:चे देशांतर्गत वैद्यकीय जाळे अतिशय सशक्त आणि उत्तम प्रकारे तयार केले आहे, तर इतर काही देश ह्याबाबत काहीसे उदासीन दिसत आहेत. अशा परिस्थितीत, मूळ युरोपियन युनियन संकल्पनेप्रमाणे त्यातील सर्व नागरिकांना इतर युरोपीय देशांत विनाअडसर राहता आले पाहिजे आणि तरी त्यांच्याच एका स्वास्थ्यविषयक नियमाप्रमाणे प्रत्येक देशाने आपल्या वृद्ध नागरिकांना निवृत्तिभत्ता द्यावा, हे अधोरेखित करण्यात आले आहे.

काहीशी तशीच गत आहे वैद्यकीय प्रक्रियेबाबत. युरोपमध्ये रोगाचे निदान, त्याची उपचार पद्धती यांत समानता हवी की नको, याबाबत आग्रह ठेवणे तसे अवघड आहे. जर्मनी आणि डेन्मार्क हे देश उच्च आरोग्यसेवा पुरवण्याबाबत आग्रही आहेत, तर इतरत्र उदासीनता तरी आहे किंवा बदल फार मंद गतीने होत आहेत. आतापर्यंत चांगले हेच आहे की, औषधांवरचे नियंत्रण हे बऱ्यापैकी समान झालेले दिसते, मात्र त्याचे कारण व्यापाराची सोय हे आहे. थोडक्यात, युरोपमधील वृद्धांसाठी असलेल्या व्यवस्थेचे पूर्वीचे आयाम गळून पडले आहेत आणि नव्या राजकीय, सामाजिक बदलामुळे एक सर्वसमावेशक यंत्रणा अजून तयार व्हायची आहे. प्रत्येक देश ह्या समस्येशी एकटाच लढत आहे. जवळपास प्रत्येक देशाचे जन्मदर, मृत्युदर स्थिरावत आहेत; तर काही ठिकाणी ते घसरत

आहेत. वृद्धांचे संगोपन कोणत्या सरकारने करावे ह्याबाबत प्रशासकीय पातळीवर बरेच गोंधळ आढळून येत आहेत.

युरोपमधील वृद्धवर्ग त्यांच्या सरकारकडून, समाजाकडून उच्च आणि अति अद्ययावत वैद्यकीय सेवेची अपेक्षा बाळगून आहेत. त्यांना तशी ती मिळावी ह्याबाबत ते आग्रही आहेत आणि सर्वत्र सारखीच मिळावी ह्याबाबतदेखील ही मंडळी अतिशय आग्रही आहेत. तिथला वृद्धवर्ग अधिक जागरूक आहे आणि स्वत:च्या हक्कांसाठी न्याय्य मार्गाने लढा देण्याबाबत सतर्क आहे. आंतरजाल आणि संपर्कमाध्यमांच्या इतर साधनांचा अतिशय योग्य वापर करून, स्वत:चे स्वातंत्र्य अबाधित राखत अनेक वृद्ध केवळ एका सुकर जीवनाचा, आरोग्यपूर्ण राहणीमानाचा आणि अतिशय अद्ययावत वैद्यकीय सेवेचा एक रुग्ण म्हणून स्वीकार न करता, एक ग्राहक म्हणून विशेष सेवेची मागणी करत आहे. युरोपमधील वैद्यकीय व्यवस्था ही दोन प्रकारांत मोडू शकते: एक म्हणजे सरकारतर्फे पुरवण्यात येणारी सवलतीतील रुग्णसेवा, वैद्यकीय सेवा, जी सर्व नागरिकांसाठी उपलब्ध आहे. दुसरा पर्याय म्हणजे विमा कंपन्यांमार्फत सर्व नागरिकांचा विमा उतरवणे आणि त्यात निधी जमा करणे बंधनकारक करून, त्यातून त्यांचे वैद्यकीय खर्च करणे. ह्या दोन्ही पद्धतींत त्रुटी आहेतच, मात्र एक पद्धत समाजाभिमुख आहे आणि दुसरी व्यापाराभिमुख आहे. तरी त्या त्या देशांतील वृद्धव्यवस्थापनाचा आर्थिक बोजा नेमका कोणी वाहायचा, ह्याबाबतदेखील युरोपीय समाजात कमी-अधिक प्रमाणात नाराजी आहे. त्यावरचे एकच एक उत्तर सर्व युरोपीय देशांना लागू ठरणारे नाही. त्यामुळे अनेक नवीन आणि जटिल समस्या उद्भवू लागल्या आहेत.

अर्थात युरोपीय वृद्धव्यवस्थापनाचा अभ्यास करताना सतत जाणवत राहते की, ह्या समस्या आपल्यालादेखील जाणीवपूर्वक आणि काळजीपूर्वक अभ्यासाव्या लागणार आहेतच, कारण ह्या साऱ्यांच्या अभ्यासातून भारतासाठी आणि पर्यायाने अनेक विकसनशील देशांसाठी एक सुदृढ वृद्धव्यवस्थापन व्यवस्था आपण निर्माण करू शकणार आहोत.

### ‘वृद्ध’ जपान

आशियाई राष्ट्रांत सर्वाधिक वेगाने वृद्ध होणारे राष्ट्र म्हणजे जपान. जपानचे सरकार ह्याची पूर्ण माहिती बाळगून आहे आणि त्यानुसार तत्परतेने त्याच्यावर उपाय आणि विविध प्रयोगशील धोरणेदेखील अमलात आणत आहे. २०१६ साली जपानमध्ये तेथील लोकसंख्येच्या २५ टक्के लोक वृद्ध होते. येत्या

काही वर्षांत हे प्रमाण ४० टक्के एवढे वाढणार आहे. जपानमध्ये राष्ट्रीय आणि संस्था पातळीवर मोठे बदल करणे अपरिहार्य झाले आहे. वृद्धांना शहरापासून लांब पुनर्वसित करणे हा एक प्रयत्न आहे. ज्येष्ठ नागरिकांची काळजी त्यांच्याहून लहान मात्र तरी स्वत:च वयस्क असलेले इतर नागरिक कशा प्रकारे घेऊ शकतील, नोकरीची वयोमर्यादा कुठवर वाढवत न्यायची यावर विचार; तसेच, जपानबाहेरून आलेल्या परकीय नागरिकांना जपानचे नागरिकत्व अथवा नोकरीसाठी कायमचे राहायची संधी देण्याबाबत जपानचे जे आधीचे धोरण आहे त्यावर फेरविचार; हे सगळे मोठे आणि दूरगामी परिणाम साधणारे बदल आहेत. ह्याचबरोबर वृद्धांची काळजी घेण्यासाठी सन २००० पासून जपानमध्ये लाँगटर्म केअर इन्शुरन्स (LTCI) सुरू करण्यात आला आहे. ह्या विम्यामुळे अनेक वृद्ध जपानी लोकांना अनेक फायदे मिळत आहेत. सर्वात महत्त्वाचे म्हणजे हा विमा केवळ वैद्यकीय सेवांसाठी नसून इतर उपयुक्त सेवा, सोयीसुविधा, ज्यांतून वृद्धांना दैनंदिन जीवनात मदत होईल अशा गोष्टींसाठी आहे. अनेक वृद्ध जपानी लोक घराची साफसफाई, केशकर्तन, व्यायाम आणि संतुलित आहार ह्यापैकी कोणत्याही कारणास्तव आर्थिक अडचण सोसत असतील, तर त्या कामांकरता ते हा विमा वापरू शकतात. त्याचबरोबर रोजची मदतनीस नर्स अथवा इतर मदत लागणार असेल तर त्याकरतादेखील हा विमा वापरता येतो.

ही सगळी व्यवस्था लोकाभिमुख आहे. ह्यात सर्व जपानी लोक वयाच्या चाळिसाव्या वर्षापासून विविध चाचण्यांना सामोरे जातात. त्यांचे मानसिक, शारीरिक, सामाजिक आणि आर्थिक आरोग्य कसून तपासले जाते आणि त्यानुसार त्यांना हप्ता आकारला जातो. त्यात त्यांच्या कंपन्या आणि सरकार हेदेखील भर घालतात. व्यक्ती ६० वर्षांची होईपर्यंत ह्या तपासण्या नित्यनेमाने होत राहतात. त्यातून पुढे त्या व्यक्तीस किती आर्थिक आणि प्रत्यक्ष मदत लागणार आहे ह्याचे अवलोकन केले जाते. त्यानुसार हप्त्याची रक्कम निश्चित केली जाते.

ही सगळी व्यवस्था स्थानिक पातळीवरून नियंत्रित केली जाते. प्रत्येक नगरपालिका अशा प्रकारच्या सगळ्या गोष्टींच्या नोंदी ठेवून त्यानुसार त्यावर कसा आणि कुठे पैसा खर्च करायचा, ह्याचे धोरण आखते. केंद्र सरकार आणि राज्य सरकार ह्यांची भूमिका ही मार्गदर्शकाची असून, स्थानिक पातळीवर जर एखादी वस्ती किंवा वसाहत वेगाने वृद्ध होत असेल तर त्यानुरूप तजवीज करणे, आणि योग्य लोकांपर्यंत ह्या सेवा पोचत आहेत की नाहीत ह्याचा

पाठपुरावा करणे, ही स्थानिक यंत्रणेची जबाबदारी आहे. स्थानिक यंत्रणा पुढील काळात व्यावसायिक संस्था आणि खाजगी कंपन्यांकडून सहयोग घेऊन एक भक्कम यंत्रणा निर्माण करतात. ह्यातदेखील अनेक उणिवा आहेत, तरी जगातील सर्वात उदार वृद्धसंगोपन व्यवस्था म्हणून ह्या लाँगटर्म केअर इन्शुरन्सला वाखाणण्यात येते. ह्या व्यवस्थेचा मोठाच आर्थिक बोजा सरकारवर पडत आहे. जपानमध्ये वृद्धांना भत्ता देण्याबाबतची समस्या जितकी सरकारसाठी आहे, तितकीच ती खाजगी कंपन्यासाठीही आहे. जपानमधील समाज हा मुख्यत्वे समूहाने राहणारा समाज असल्याने जपानी लोक कुटुंबाशी, घराण्याशी जोडून राहत. कालांतराने ही इमानदारी खाजगी कंपन्यांकडे परावर्तित झाली. त्या त्या कंपनीच्या मोठाल्या नागरी वसाहती आहेत. संपूर्ण हयात एका कंपनीत काढून त्या वसाहतीतच वृद्धापकाळ व्यतीत करायचा, असे इथली मंडळी करतात. खाजगी कंपनीतून निवृत्त झालेल्यांची संख्या प्रचंड वाढत असून, कंपन्यांना ह्या माजी कर्मचाऱ्यांना निवृत्तिवेतन द्यावे लागते. साधारण शहरी भागातील वृद्धांची ही परिस्थिती आहे. ग्रामीण जपानी वृद्धांचे आयुष्य वेगळे आहे. एकटेपण स्पष्ट आहे. स्त्रियांचे आयुर्मान सरासरी ९० हून अधिक आहे. मात्र इथल्या स्त्रियांची जीवनशैली अतिशय साधी, प्रचंड ऊठबस करण्याची कामे करण्याची, अशी असल्याने त्या शारीरिक दृष्ट्या अतिशय निरोगी राहतात. पारंपरिक जपानी जेवण, नित्यनेमाने हालचाल आणि जुने मित्रपरिवार, शेजार, ह्यांमुळे स्त्रियांचे आयुष्य अतिशय दीर्घ आणि निरोगी असते. जपानमध्ये सरकारसमोर वृद्धांना मुख्य राजधानी टोकियोपासून स्थलांतरित करून परिघातल्या खेड्यांत पाठवण्याबाबत विचारविनिमय चालू असून इतक्या मोठ्या आव्हानाला सामोरे जाण्यासाठीच्या उपाययोजना चालू आहेत. अनेक विषयांतील तज्ज्ञ, अभ्यासक, गृहरचनाकार, शहरविकास तज्ज्ञ ह्यांच्या सोबत चर्चासत्रे आयोजित करून मगच ह्यावर काही परिणामकारक कार्यवाही करण्याचा जपान सरकारचा मानस आहे. एकीकडे वेगाने वृद्ध होणारे मनुष्यबळ, घटत चाललेला जन्मदर आणि तरुणांसाठी पूर्णवेळ मिळणाऱ्या नोकऱ्यांचा तुटवडा ह्या समस्या असताना, दुसरीकडे वृद्धांचे वाढते एकटेपण, त्यातून उद्भवणाऱ्या अनेक समस्या, जसे की वृद्धांमधील वाढती गुन्हेगारी वृत्ती, गरिबी आणि स्वत:ला इजा करून घेण्याची प्रवृत्ती. जपानच्या सरकारने कितीही धोरणे आखली तरी ज्या वेगाने देश वृद्ध होत चालला आहे त्या वेगाशी सुसंगत आणि सुयोग्य बदल यशस्वीरीत्या राबवणे हे एक मोठेच आव्हान सरकारसमोर आहे.

अनेक देशांच्या व्यवस्थांचा आढावा घेतल्यावर हे स्पष्ट होते की, ही

समस्या अतिशय गंभीर स्वरूपाची आहे आणि ह्याचे निवारण हे केवळ अवाढव्य सरकारी यंत्रणा उभारण्याने नसून शक्य होणार ते स्थानिक पातळीवर, लोकसहभागातून व्यवस्था निर्माण करण्याने शक्य होणार आहे. वृद्धत्व हे एक वैश्विक वास्तव आहे. जगात वृद्धत्व आणि मृत्यू जरी सर्वत्र असले तरी त्यांना सामोरे जाण्याचे मार्ग, दृष्टिकोन हे संपूर्णतः भिन्न आहेत. निरनिराळ्या देशांत त्याबाबतचे सामाजिक, सरकारी दृष्टिकोन संपूर्णतः भिन्न असे आहेत. भारतदेखील येत्या दोन दशकांत वृद्धबहुल देश होणार आहे. एक विकसनशील देश म्हणून, ज्येष्ठांचा आदर राखणारा समाज म्हणून भारताची ख्याती असली तरी येणारी 'वार्धक्याची त्सुनामी' समाजाची परीक्षा घेणार आहे. आपल्याला काहीतरी करावे तर लागणार आहे, पण ते नेमके काय असायला हवे? कोणत्या प्रकारे आपण आपल्या वृद्धांसाठी एक समर्थ सक्षम व्यवस्था उभारू शकतो?

सध्याच्या जागतिकीकरणाच्या दुसऱ्या टप्प्यात जगभरात बरीच उलथापालथ चालू आहे. समाजातील वंचित घटक स्वतःच्या न्याय्य हक्कांसाठी लढा पुकारत आहेत. ह्या पार्श्वभूमीवर वृद्ध हेदेखील एक दुर्लक्षित घटक म्हणून अधोरेखित व्हायला हवेत. त्यांच्यात संघटन, न्याय्य हक्कांची मागणी व्हायला हवी. मात्र त्याआधीच्या अनेक पायऱ्या गाठणे शिल्लक आहे. त्यांतील महत्त्वाची पायरी म्हणजे वृद्धांना सरकारकडून, समाजाकडून नेमके काय अभिप्रेत आहे आणि कोणत्या प्रकारचे व्यवस्थापन हवे आहे, ह्याबद्दल आधी थोडी साक्षरता हवी. ह्या अनुषंगानेदेखील इतर देशांतील वृद्धव्यवस्थापन जाणून घेणे गरजेचे ठरते. त्याचबरोबर 'पाश्चात्त्य म्हणून श्रेष्ठ' असा संकुचित दृष्टिकोन न ठेवता तेथील सामाजिक रचना, आर्थिक व्यवस्था, राजकीय व्यवस्था, ह्या साऱ्यांचा सारासार विचार करून मग ह्यातून भारतासाठी योग्य अशी व्यवस्था उभी करायला हवी आहे. मुळात भारतात वृद्धसंगोपन व्यवस्थेची गरज निर्माण झाली आहे ह्याचा सर्वप्रथम स्वीकार करणे अतिशय गरजेचे आहे - व्यक्तिगत, सामाजिक आणि सरकारी पातळीवर. जोवर समस्येचा स्वीकार करून तिचे अस्तित्व मान्य केले जात नाही, तोवर त्या समस्येवर तोडगा शोधण्याची प्रक्रिया सुरू होणे शक्य नाही.

●●

# ३.
# अखेर स्वीकार

.... आजोबांच्या दिनचर्येत खळ पडला तो काही अचानकपणे पडला नाही, तर पाय दुखत आहेत ह्या कारणास्तव सुरुवातीला एखाद दिवस, करत करत अनेक आठवडे त्यांचे फिरणे बंद झाले. यथावकाश उर्वरित दिनचर्यादेखील ढासळू लागली, तेव्हा त्यांनी डॉक्टरांकडे जाऊन अस्थिरोग तज्ज्ञांचा सल्ला घ्यायची तयारी दाखवली. चाचण्यांमधून असे दिसून आले की, आजोबांची खुब्याभोवतालची हाडेदेखील आता ठिसूळ झाली होती. आधीच्या शस्त्रक्रियेत घातलेले स्क्रू आता काढून टाकून संपूर्ण खुब्याची फेररचना करून बघण्यात येणार होती. परिणामस्वरूप त्यांच्या एका पायाची लांबी काही इंचांनी कमी होणार होती. यापुढे त्यांना एका विशिष्ट पद्धतीचा बूट घालून चालावे लागणार होते. त्याच दरम्यान आमच्या घरी आमची पहिली मांजर राहायला आली. तिला चक्क सहा पिल्लं झाली आणि सात घरे वगैरे न फिरता संपूर्ण मार्जारकुटुंबानं आम्हांला दत्तक घेतलं! आमच्याकडे त्याआधी खूप वर्षं एक कुत्रा होता. त्याचा आजोबांना प्रचंड लळा होता. इतका, की त्याच्या जाण्याने ते आजारी पडले होते. मात्र ह्या मांजरी आल्यावर ते काही काळ तटस्थ होते, मग एक एक करत पिलांनी त्यांच्या मनात आणि त्यांच्या मांडीवर हक्कानी जागा मिळवली!

कालांतरानी शस्त्रक्रिया पार पडून आजोबा पुन्हा घरी आले. आता सोबतीला मांजरी होत्याच. पुढे आपल्याला अनेक अर्थांनी, अनेक कारणांसाठी इतरांवर अवलंबून राहावे लागणार आहे ह्याची प्रथमच त्यांना जाणीव झाली आणि त्याचा त्यांना धक्का बसला. ही जी वृद्ध होण्याच्या एका टप्प्यावर होणारी जाणीव असते, तिला काही विशिष्ट वय किंवा तारीख नसते. स्वत:च्या शारीरिक

परिस्थितीची प्रखर जाणीव ज्या वेळी होते, त्या वेळी हे उमजते की, आपले स्वावलंबन आता कमी झाले आहे, परावलंबनाची सुरुवात झाली आहे. इथून पुढच्या प्रत्येक टप्प्यागणीक केवळ ती वृद्ध व्यक्तीच बदलत जाते असे नाही, तर त्या व्यक्तीच्या सभोवतालच्या सगळ्या प्रियजनांचे तिच्याशी असलेले नातेदेखील आमूलाग्र बदलून जाते. विज्ञानाच्या प्रगतीमुळे मनुष्यजीवनाला मिळालेली जी जोड आहे ती आयुष्याच्या मध्यात नसून शेवटाला आहे. त्यामुळे त्या वाढलेल्या आयुष्याची कल्पना पूर्णपणे केली नसेल तर ही वाढीव आयुर्मर्यादा एक वरदान नाही, तर शाप ठरू शकते.

## वयोवर्धनाचा शाप

साधारण वयाच्या सत्तरीनंतर आणि विशेषत: पंचाहत्तरीनंतर वृद्धत्वाचा दुसरा टप्पा सुरू होतो. ह्या टप्प्यापासून वृद्धांचे निराळे वर्गीकरण का करतात, तर मेंदूत होणाऱ्या अनेक बदलांमुळे! जसे मूल सहा वर्षांचे होईपर्यंत मेंदूची वाढ अतिशय वेगाने होत असते, निरनिराळ्या चेतापेशींचे विलीनीकरण होत असते, त्याच्या साधारण उलटी प्रक्रिया वृद्धत्वात सुरू होते. अनेक निकामी, न वापरल्या गेलेल्या चेतापेशी कमी होऊ लागतात, आणि मेंदूतील इतर सक्रिय भागांचादेखील कार्यवेग कमी होऊ लागतो. ह्यातून संवेदनशीलता वाढीस लागते, तसेच मुळातली चित्तवृत्ती थोडी अधिक आनंदी किंवा मुलांसारखी निर्लेप होऊ लागते. तिशी-चाळिशीपासून जो ताण मेंदूने सहन केलेला असतो, तो बराच कमी होतो. दुसऱ्या बाजूला विस्मृती, अतिहळवेपण, भीती हे वाढीस लागतात. अनेक बदल शारीरिक पातळीवर घडत असतात, हे इथे स्पष्ट व्हायला हवे. एकीकडे मेंदू बदलत असतो, तर दुसरीकडे शरीर थकत असते. वृद्धत्वात नवे आणि अनपेक्षित टोकाचे बदल कसे आणि किती होऊ शकतात ह्याचे, मन विदीर्ण करणारे एक उदाहरण जपानमध्ये बघायला मिळाले.

जपान हा जसा वृद्धबहुल देश आहे, तसाच तो प्रगत राष्ट्रांमध्ये सर्वाधिक गरीब वृद्धांचादेखील देश आहे. जपानमधील जवळजवळ १६ टक्के जनता ही दारिद्र्यरेषेखाली जगत आहे. एकूण २०.३ दशलक्ष लोक, त्यांतील २० टक्के लोक हे वृद्ध आहेत आणि वृद्धांच्या गरिबीबाबत अमेरिकेखालोखाल जपानचा क्रम लागतो. जपानी वृद्ध हे एकाकी पडल्याने, अनपेक्षित अशा दीर्घ आयुर्मानामुळे उद्‌भवलेल्या दारिद्र्याने त्रस्त होत आहेत. ही अवस्था सहन न झाल्याने अनेक जपानी वृद्ध हे चोऱ्या करू लागले आहेत. साध्या वाणसामानाच्या वस्तूंपासून गृहोपयोगी वस्तू मिळवण्यासाठी हे वृद्ध गुन्हेगारी

मार्गाकडे वळत आहेत. हा सामाजिक बदल काळजीत टाकणारा आहे, तसेच अनेक बाबतींत विचार करायला लावणारादेखील आहे.

वाढत्या वयासोबत, आपण नेमके किती जगणार आणि त्या सगळ्या वर्षांकरता किती पैसे लागणार ह्याचा अंदाज बांधणे अधिकाधिक कठीण होत गेल्याने अनेक देशांतील वृद्ध हे तणावात आयुष्य कंठत असतात. आर्थिक तजवीज किती आणि कशा प्रकारे केली की उरलेले आयुष्य सुकर होईल ह्याचा कोणताच आडाखा नसल्याने वृद्धांना स्वत:जवळील शिल्लक किती काळ पुरणार आहे, त्यासाठी सध्याच्या राहणीमानात कोणकोणते बदल करायला हवेत; ह्याचा कोणताही अंदाज लावता येत नाही. जर साठाव्या वर्षी नोकरीतून निवृत्ती घेतली आणि जर साठवलेली रक्कम पुढील किमान ३० वर्षं पुरावी असे गृहीत धरले, तर अनेकदा अचानक उद्भवलेल्या अडचणीमुळे पैसे बरेच आधी संपायला लागतात. आयुष्याच्या शेवटी पुढ्यात आलेली ही गरिबी अनेक वृद्धांना अनपेक्षित असते, त्याचबरोबर त्यासाठी पुन्हा काही आर्थिक जोड कमवावी इतकी जर शारीरिक क्षमता नसेल तर वृद्ध अटळपणे दारिद्र्यात ओढले जातात.

बदलत्या काळात तंत्रज्ञानाचे वर्चस्व असल्याने अनेक गोष्टी वेगाने कालबाह्य होत आहेत. अनेक व्यवसाय, वस्तूदेखील कालबाह्य ठरत आहेत. अशात जर निवृत्ती किंवा वृद्धावस्थेमुळे समाजातला वावर मर्यादित झालेला असला, तर फार एकटे आणि संदर्भहीन वाटू शकते. वृद्धांना अनेकदा चालू असलेल्या काळाशी आणि सभोवतालच्या बदलांच्या वेगाशी जुळवून घेता येत नाही. ह्यातून अनेकदा एकटेपण येते, आत्मविश्वास ढासळू लागतो आणि स्वत:बाबत मनात साशंकता निर्माण होते. कधी मनात नैराश्य, कटुता आणि राग अशा नकारात्मक भावनादेखील उत्पन्न होतात.

वृद्धावस्थेत जर सामाजिक बंध नीटसे विकसित झालेले नसतील तर वृद्धांना पराकोटीचे एकटेपण वाट्याला येते. हे एकटेपण समाजाच्या वेगाशी जुळवून घेता न आल्याने येते, समाजातून स्वत:ला बाजूला केल्याने येते आणि कधी कोणत्याही आजारपणानंतर घरी अडकून पडल्यानेदेखील येते. आयुष्य जेवढे दीर्घ, तेवढे समवयस्क निवर्तल्यानेदेखील खूप एकटे आणि एकाकी वाटू लागते. सोबतीला कोणी नाही, मनातले गुज कोणाशी बोलून व्यक्त होता येत नाही, अशा वेळी अनेक मानसिक, भावनिक गरजा भागवणे अधिकाधिक अवघड वाटू लागते. अनेकदा घरच्यांशी संवाद कमी झाल्याने,

आयुष्याच्या शेवटच्या टप्प्याबाबत सखोल, वस्तुनिष्ठ चर्चा न झाल्यानेदेखील वृद्धांना अनेक हाल सोसावे लागतात.

एका रुग्णालयातील अतिदक्षता विभागाचे प्रमुख डॉक्टर व्याख्याते म्हणून एका कार्यक्रमात सांगत होते की, अतिदक्षता विभागात जवळजवळ ६० टक्के रुग्ण हे वृद्ध, अतिवृद्ध असतात. प्रत्येकाच्या शरीरात असंख्य नळ्या, अनेक यंत्रं जोडलेली असतात. कौटुंबिक ऐपतीप्रमाणे ही कृत्रिम यंत्रणा अनेक दिवस चालू राहते, कधीतरी प्राण ह्या साऱ्या जंजाळातून निसटतो... कधी आर्थिक गणिते ही त्या व्यक्तीचे जीवनमान ठरवतात. एक सत्य निर्विवादपणे पुढे येते-अतिदक्षता विभागातून ठणठणीत अथवा पूर्ववत बाहेर पडणारा वृद्ध रुग्ण विरळाच! तरीदेखील कर्तव्यपूर्तीदाखल, प्रेमापोटी माणसे आपापल्या वृद्ध कुटुंबीयांना जगवण्याचा कसोशीने प्रयत्न करतात. वैद्यकशास्त्र अशा वृद्धांना यंत्रांशी जोडून त्यांच्या संपणाऱ्या आयुष्यास कृत्रिम ठिगळ जोडतच राहते. तो वृद्ध पूर्ववत होत नाही. सहज येणारा मृत्यू लांबवल्याने हालहाल होऊन घरापासून, घरच्यांपासून दूर, यंत्रांच्या साक्षीने एकट्याला मरण येते. वृद्धापकाळाचा पुढचा स्वाभाविक टप्पा मृत्यू हा असतो. विज्ञानाच्या प्रगतीमुळे मृत्यू पुढे ढकलण्यात, तात्पुरता रोखून ठेवण्यात वैद्यकशास्त्राला यश मिळाले आहे. असे हे कृत्रिमपणे वाढवलेले वय हे खरोखर वरदान आहे की शाप, असाच प्रश्न पडतो! वृद्ध रुग्णाची स्वत:ची मृत्यूची संकल्पना काय आहे, त्याची जीवन जगण्याची ऊर्मी किती प्रबळ आहे, त्याच्या वाढलेल्या जीवनाचे प्रयोजन त्याने काय ठरवले आहे; ह्या साऱ्याचा विचार करण्याचे आणि ते विचार आचरणात आणण्याचे वृद्धाचे स्वातंत्र्य आणि इच्छा त्यास क्वचितच असते. आर्थिक, शारीरिक स्वास्थ्य आणि स्वातंत्र्य अखेरपर्यंत राखण्यासाठी, वृद्धांनी निवृत्तीसमयीच पुढील जीवनाचे नियोजन करण्यास सुरुवात करावी.

## वयोवर्धनाचे वरदान

काही मंडळी पन्नाशी येईपर्यंत 'मी आता म्हातारा झालो' असे म्हणू लागतात, तर काही लोक पार शंभरी आली तरी उत्तम आणि तरतरीत असतात, असे का? तर नावीन्याचा ध्यास असला; नवीन काही करून बघावे, शिकावे असे सतत वाटत राहिले; की शरीर आणि मन दोन्ही ताजेतवाने राहते! उदाहरण आहे अंतराळवीर जॉन ग्लेन ह्यांचे! १९९८ साली ते अमेरिकेच्या सिनेटचे सभासद होते. त्याआधी ते दुसऱ्या महायुद्धात वैमानिक म्हणून सहभागी

झालेले होते. त्यानंतर त्यांनी नवीन विमानांचे परीक्षक वैमानिक (Testing pilot) म्हणून काम केले. ते एकदा नासामार्फत अंतराळात जाऊन पृथ्वीला तीन प्रदक्षिणा मारून आले होते! १९९८ मध्ये तब्बल ७७ वर्षांचे असताना ते नासामार्फत पुन्हा अंतराळात जायला तयार झाले! हा केवळ दिखाऊपणा आहे असे एका पत्रकाराने त्यांना बोलून दाखवले, त्यावर त्यांनी दिलेले उत्तर अतिशय महत्त्वाचे आहे. ते म्हणाले, 'तुला असे का वाटते की स्वप्नं बघणं, ती पुरी करायला झटणं ही केवळ तरुणांची मक्तेदारी आहे? ह्या वयात पुन्हा अंतराळात जाणं हे माझं स्वप्न आहे. ते पूर्ण होत आहे आणि त्याबद्दल मी अतिशय आनंदी आणि उत्साही आहे!' अंतराळात वृद्धांच्या शरीरात कोणकोणते बदल होतात ह्याच्या अभ्यासासाठी हे ७७ वर्षांचे आजोबा तब्बल ९ दिवस स्वखुशीने गेले होते! जर ७७ वर्षांचे एक आजोबा इतक्या वर्षांपूर्वी अंतराळात जायचे स्वप्न केवळ बघत नाहीत तर ते पूर्णदेखील करतात, तर आपल्या सगळ्यांना स्वप्नं बघायला, ती पुरी करायसाठी झटायला काय हरकत आहे? राहून गेलेल्या गोष्टींचा शोक करण्यापेक्षा त्या गोष्टी आपल्याला आहे त्या वयात आणि परिस्थितीत कशा साध्य करता येतील ह्याचा विचार जर आपण करण्यात मग्न झालो; तर चिंता, काळजी आणि नकारात्मक विचार करायला निश्चितच वेळ उरणार नाही!

वाढलेले आयुष्य हे नेमके कशासाठी आहे ह्याचा विचार केला तर त्यात एक वरदान निश्चित गवसेल. लांबलेला वृद्धापकाळ हा स्वप्नं बघायला आणि ती पुरी करायला मिळालेला अतिरिक्त वेळ आहे! कोणाचे राहून गेलेले शिक्षण, कोणाचे अर्ध्यावर सुटलेले छंद, काही नवीन आत्मसात कराव्याश्या वाटणाऱ्या कला किंवा नवीन तंत्रज्ञान! एक ना अनेक गोष्टी आहेत, त्या करून बघण्याचा, मनमुराद जगण्याचा आणि आनंदी राहण्याचा अधिकार प्रत्येकाला आहे; त्याला कोणतीही वयोमर्यादा नाही! आयुष्य सुंदर करावे लागणारच आहे. प्रत्येक टप्प्यावर ते तसे केले, तरच जगण्याची मजा येत राहील! काळजी, चिंता हे आयुष्य घटवणारे आहेत, तर स्वप्नं बघायला वयोमर्यादा नाही!

'वय झाले' हादेखील मुळात एक वैचारिक भ्रम आहे! जी व्यक्ती वृद्धत्वाच्या समाजमान्य व्याख्येला मान्य करते, शरण जाते, तीच वृद्ध होत जाते. अशी व्यक्ती स्वत:वरचा विश्वास गमावते आणि विचाराने, अस्तित्वाने संदर्भहीन होत जाते; मात्र जर संपूर्ण संकल्पनेला छेद देऊन ह्या दीर्घ आयुर्मानाचा स्वत:पुरता नवीन आयाम तयार करता आला, तर करण्यासारखे पुष्कळ निश्चित सापडेल!

अनेकदा तरुणांना एक दिशा मिळण्याबाबत पालक आणि समाज आग्रही दिसतात, त्यानंतर त्या एकाच वाटेने आयुष्य पुढे जावे असे काहीसे लोकांना वाटत असते. वास्तविक पाहता आयुष्य हे एकसुरी नसून, त्यात चढउतार आणि बदल सतत होत राहतात. सर्व बदलांना डोळसपणे सामोरे जाणे; त्यांचा निमूट स्वीकार न करता त्यांच्याशी योग्य प्रकारे सामना करून जो अनुभव प्राप्त होतो, त्यातून जे संचित हाती लागते ते अनुभवणे हे अतिशय महत्त्वाचे आहे. बदलांना कसे सामोरे जावे ह्याचा दांडगा अनुभव घेतलेल्या व्यक्तींना वृद्धापकाळ हा निश्चितच वरदान ठरू शकतो. वृद्धांनीदेखील सतत नवीन काही ध्यास बाळगायला हवेत, नवीन ध्येय मनात धरून त्यानुरूप कार्य करायला हवे. बदलते शरीर आणि मन ह्यांच्या जोडीने नवे काय करणे शक्य आहे ह्यावर सातत्याने विचार करणे आत्यंतिक गरजेचे ठरते. 'पर्पज ऑफ लाइफ' ह्याचा अर्थ केवळ एकच ध्येय आणि त्याचा एकच मार्ग असे नसून अनेकदा नवनवीन हेतू शोधून त्यांचा पाठपुरावा करणे अतिशय महत्त्वाचे असते. 'पर्पज ऑफ लाइफ- जीवनाचा हेतू' ही गोष्ट जगण्याला जी सकसता, ऊर्मी प्रदान करते, त्याने तन आणि मन अतिशय प्रफुल्लित होऊ शकते. आमचे एक स्नेही आयुष्यभर अभियंता, व्यावसायिक म्हणून कार्यरत राहिले, पुढे त्यांनी नातवंडांना सोबत म्हणून गड-किल्ल्यांची भ्रमंती सुरू केली. त्या निसर्गात, गड सर करण्याच्या धुंदीत त्यांना कुठेसा एक आंतरिक सूर गवसला! ६० व्या वर्षी सुरू झालेली मुशाफिरी पार ८६ व्या वर्षीदेखील अव्याहत चालू राहिली. काही वर्षांपूर्वी त्यांनी रुपीन खिंड पार केली! दरवर्षी त्यांना हिमालय खुणावत राहिला! प्रवासवर्णने, त्यांचे अभिवाचन, सादरीकरण अशा अनेक अंगांनी ते निसर्गाशी जोडले गेले ते कायमचेच! ते सदैव लोकांना निसर्गात रमण्यासाठी प्रोत्साहित करत असत. त्यांची लहानपणापासूनची सूर्यनमस्कार, जोरबैठकांची सवय त्यांच्या चांगलीच कामी आली! निसर्गाचा ध्यास त्यांच्या जीवनाचा ध्यास झाला! अशीच एक कथा आमच्या एका प्राध्यापिकेची. मॅडम उत्तम शिक्षिका तर होत्याच, मात्र निवृत्तीनंतर त्यांनी त्यांचे श्वानप्रेम संपूर्ण स्वरूपात व्यक्त केले. शहरातील अनेक भटकी कुत्री त्यांनी आपलेशी केली, त्यांना उत्तमरीत्या ट्रेन केले आणि अनेक कुत्र्यांना घरं मिळवून दिली. त्यांच्या बॅगमधल्या बिस्किटांचे पुडे, प्रेमळ स्पर्श - सारेच विलक्षण! कुठेतरी आपल्या स्वत:च्या स्वार्थी परिघापलीकडे काही करून बघितले, तर जगणे अधिक समृद्ध होते! कितीही पैसाअडका जमवला तरी दुसऱ्याला मदत करून जे समाधान मिळते, ते विकत घेता येत नाही!

एप्रिल २०१५ मध्ये अमेरिकेत ह्याच संदर्भात एक नवीन पुस्तक प्रकाशित झाले. 'द ब्ल्यू झोन्स सोल्यूशन' हे डॅन ब्यूटनर ह्यांचे पुस्तक खरोखर खास आहे. वृद्धत्व, वयोवर्धन ज्या लोकांनी वरदान म्हणून, जणू मरणाला मजेत वाकुल्या दाखवत सुंदरपणे व्यतीत केलं, अशा मंडळींविषयी हे पुस्तक आहे! २००४ साली नॅशनल जिओग्राफिक ह्या संस्थेने जगात सर्वात दीर्घायुषी माणसांच्या वस्त्या, वसाहती कोणत्या आहेत ह्याची शोधमोहीम हाती घेतली. जीयानी पेस आणि मिचेल पोलीन ह्या अभ्यासकांनी सर्देनियाचा न्युरो (Nuoro) प्रांत शोधून काढला. या प्रांताचे वैशिष्ट्य म्हणजे तेथे आयुष्याची शंभरी गाठणाऱ्या व्यक्ती सर्वाधिक संख्येने आढळतात. संशोधकांनी नकाशावर निरनिराळ्या प्रांतांतल्या गावांवर त्यांतील शंभरी गाठणाऱ्या व्यक्तिगणीक रंगांचे ठिपके दिले. निरनिराळ्या प्रांतासाठी त्यांनी निरनिराळे रंग वापरले. त्यांनी न्युरो ह्या एका प्रांतासाठी निळा रंग वापरला. सर्वाधिक वृद्ध इथे असल्याने निळे ठिपके न राहता निळ्या रंगाचा एक गोल तयार झाला. त्यांच्या नजरेस न्युरो प्रांतावरील हा निळ्या रंगाचा गोल वारंवार येऊ लागला, जेणेकरून हा प्रदेश 'ब्ल्यू झोन' असा संबोधला जाऊ लागला. त्यांच्या ह्या अभ्यासाची प्रत्यक्ष माहिति घेऊन तिचा उपयोग खऱ्या अर्थाने केला तो संशोधक-लेखक डॅन ब्यूटनर ह्यांनी! मूळ संशोधक हे फक्त एक ब्लू झोन शोधून गप्प बसले होते; लेखक डॅन ह्यांनी जगात असे किती ब्लू झोन आहेत, त्यांत समान धागे कोणते याचा शोध घेऊन आधीच्या संशोधनाला नवा आयाम प्रदान केला. त्यांनी जगभरातल्या अशा दीर्घायुषी वस्त्या, प्रांत शोधून काढले. तिथले हवामान, आहार, विहार, सामाजिक रचना - साऱ्याचा सखोल अभ्यास केला. त्यांना आतापर्यंत असे पाच प्रदेश सापडले आहेत - ओकिंवा (जपान), सर्देनिया (इटली), निकोया (कोस्टा रिका), इकरीया (ग्रीस) आणि सेवेन्थ डे अवेंटिस्ट् (एक इसाई धर्मगट), लोमा लिंडा, कॅलिफोर्निया, (अमेरिका). ह्या सर्व प्रांतांची समान खासियत अशी की इथले रहिवासी सहज नव्वदी- शंभरी गाठतात, सर्व वृद्ध निरोगी वृद्धापकाळ अनुभवतात. हृदयरोग, कॅन्सर, डिमेन्शिया असे वृद्धापकाळातले आजार येथील मंडळींना जवळपास नाहीतच. शेवटपर्यंत ही मंडळी कार्यरत राहून जीवनाचा दीर्घ प्रवास सहज पूर्ण करतात. तर ह्या दीर्घायुषी मंडळींचे रहस्य काय आहे ह्याचा अभ्यास 'द ब्ल्यू झोन्स सोल्यूशन' ह्या पुस्तकात केलेला आहे. त्यातले सहा ठळक मुद्दे मी इथे नमूद करत आहे.

- कुटुंब: सर्व व्याप, सर्व आकांक्षांमध्ये कुटुंबाला सर्वाधिक प्राधान्य देणे

- कमी धूम्रपान: कमी धूम्रपान करणे किंवा धूम्रपान अजिबात न करणे
- निम्न शाकाहारी आहार: बहुतेक प्रांतांतली मंडळी मांसाहार अत्यल्प प्रमाणात करताना आढळतात. शाकाहार, पालेभाज्या खाण्यावर सर्वाधिक भर
- सातत्यपूर्ण शारीरिक हालचाल: रोजच्या जीवनाचा अविभाज्य घटक
- सामाजिक बांधिलकी: समाजाशी, समाजाच्या विविध वयोगटांशी सातत्यपूर्ण आदानप्रदान
- कडधान्ये: नियमितपणे कडधान्यांचे सेवन

ह्या सहा मुद्द्यांकडे पाहिले तर असं वाटतं, दीर्घायुषी असणं इतकं सोप्पं आहे होय!

एक गोष्ट वारंवार समोर येते, ती म्हणजे 'सातत्य'. आणि इथेच निरोगी व्यक्ती आणि सामान्य आरोग्याच्या व्यक्ती यांमध्ये फरक जाणवतो. ओकिंवा (जपान) मधल्या ज्या स्त्रिया सहज ११० वर्षांपर्यंत जगतात, त्यांच्या जीवनशैलीतच ऊठबस आहे - जमिनीवर बसून चहापान, भोजन आणि सर्व रोजचे व्यवहार. त्याउलट शहरी तरुण आणि वृद्ध सर्वच हालचाली टेबल, खुर्ची, सोफा, कमोड अशा जमिनीपासून उंच स्थानावर बसून करतात. स्वत:च्या शरीराचे अनेक अवयव अनेक वर्षं असे निकामी, शिथिल करून ठेवल्यावर म्हातारपणी गुडघे दुखणारच, कंबर धरणारच, असे आडाखे मंडळी मांडतात. स्वत:च्या शरीराचा अधिक उपयोग, त्याविषयी अधिक माहिती करून घेणे हे खरंतर सर्वच वयोगटांना हितावह आहे. मात्र वृद्धांसाठी हे अधिक महत्त्वाचे आहे. वृद्धत्वाच्या नावाने बोटे मोडण्यापेक्षा स्वत:च्या कोणत्या सवयी बदलल्या तर काय फायदे होऊ शकतात ह्याकडे अधिक लक्ष देणे गरजेचे आहे. जसे शरीराचे, तसेच मनाचे, मनातल्या विचारांचे!

वृद्ध आणि त्यांच्या समस्या ह्यांची व्याप्ती ही खूप मोठी आहे. त्यांचा सांभाळ करण्याची जबाबदारी ही परंपरेने कुटुंबीयांवर होती, मात्र बदलत्या काळात ही व्यवस्था फारशी उपयुक्त नाही. मागील फारसे संदर्भ नसल्यामुळे वाढते वय जगभरातल्या वृद्धांना अचंब्यात टाकत आहे, तसेच इतर वयोगटांना आणि सरकारलादेखील ह्याबाबत मोठाच गोंधळ वाटत आहे. समाजरचना ही ज्या काही गृहीतकांवर आधारलेली असते, ती गृहीतके जर वेगाने बदलू लागली तर त्यावर आधारलेली रचनादेखील डळमळीत होऊ लागते. वृद्धांसंदर्भात भारतातील माहिती ही अतिशय प्राथमिक पातळीवर आहे. भारतात वृद्धवैद्यकशास्त्र

अर्थात जरारोगविद्या - जेरियाट्रिक्स आणि वृद्धकल्याणशास्त्र किंवा जराविद्या - जिरेंटॉलॉजी आणि पॅलिएटिव्ह केअर किंवा दु:खशामक शुश्रूषा ह्या तिन्ही अभ्यासक्षेत्रांबाबत उदासीनता आढळते. भारतात फार कमी संस्था ह्या विषयांचे अभ्यासक्रम चालवतात; तसेच ह्या अभ्यासक्रमांची निवड कमी विद्यार्थी करतात. समाजाला ह्या विषयांचे अभ्यासक, जाणकार आणि विद्यार्थी ह्या सगळ्यांची गरज वाढत जाणार आहे. भारतात यथाकाळ जर कोणतीही वृद्धसंगोपन व्यवस्था उभारायची असेल, तर ह्या तिन्ही विषयांची संपूर्ण माहिती असणारी अनेक तज्ज्ञ मंडळी ह्या कामासाठी गरजेची ठरतील. इथे ह्या तिन्ही विषयांची थोडक्यात ओळख करून घेणे पुढील सर्वच मीमांसेसाठी आत्यंतिक महत्त्वाचे ठरणार आहे.

**वृद्धांचे विज्ञान - जराविज्ञान**

वृद्धांचे वेगळे असे काही शास्त्र आहे. त्याचा अभ्यास, त्यावर संशोधन हा भारतात तसा नवा विचार आहे. मात्र पाश्चात्त्य देशांत 'वृद्धावस्था विज्ञान' हे शास्त्र विसाव्या शतकाच्या पहिल्या दशकात संशोधनाच्या अनुषंगाने उदयास आले. समाजशास्त्रज्ञ एली मेत्नीकॉफ ह्यांनी ग्रीक भाषेतील geron (वृद्ध पुरुष), आणि logia (अभ्यास) ह्या शब्दांतून Gerontology हा शब्द तयार केला, ते साल होते १९०३. त्यानंतर बरीच वर्षं ह्या विषयावर म्हणावे तितके काम झाल्याचे दिसत नाही. प्राचीन अरबी साहित्यात काही विशेष नोंदी सापडतात - वृद्धांविषयी, त्यांच्या आहार-विहाराविषयी. त्याव्यतिरिक्त जगभरात कुठेही जराविज्ञानाच्या अभ्यासाबाबत नोंदी आढळत नाहीत. १९५० नंतर ह्या विज्ञानाला मूर्त स्वरूप मिळाले, ते मैकल चेव्रूल आणि जेम्स बिर्रेन ह्यांच्या प्रयत्नांनी.

'जिरेंटॉलॉजी' अर्थात जराविज्ञान ह्याची शास्त्रीय व्याख्या पुढीलप्रमाणे करण्यात येते : 'ज्येष्ठ नागरिकांच्यात वयोवर्धनाबरोबर होणाऱ्या शारीरिक आणि मानसिक बदलांचा मानसशास्त्रीय, भौतिक, सामाजिक, शरीरवैज्ञानिक, प्रकृतीबाबतचा पूर्वेतिहास आणि तपासणी चिकित्सा ह्या दृष्टिकोनातून करावयाचा अभ्यास.'

वरील व्याख्येची व्याप्ती इतकी मोठी आहे, की ह्या शास्त्राची साधारण कल्पनाच आपण करू शकतो. मानवी शरीरात अनेकांगी बदल हे अविरत होत असतात, मात्र उमेदीच्या काळात होणाऱ्या सूक्ष्म आणि जड बदलांचे

परिणाम, त्यांचा वेग ह्यांकडे फारसे लक्ष दिले जात नाही. खुद्द वैद्यकीय पेशातली मंडळीदेखील वय झाले, असे होणारच हे गृहीत धरतात, त्याप्रमाणे आपल्याकडे येणाऱ्या रुग्णांना समजावतात. अभ्यासकांकरता, तसेच सामान्यांकरता, वय होण्याच्या प्रक्रियेची व्याप्ती पूर्ण स्वरूपात अभ्यासली जावी, ह्याकरता 'जिरेंटॉलॉजी' अर्थात जराविज्ञान हा अतिशय महत्त्वाचा विषय ठरतो. कारण ह्यातले बरेच क्लेश हे वृद्धत्वाचे नसून वाईट सवयींमुळे आहेत, हेही लवकर उमजून त्यावर उपाय करता येतात.

वृद्धवैद्यकशास्त्र/जरारोगविद्या अर्थात जेरियाट्रिक्स हादेखील जराविज्ञानाचा एक पैलू आहे. त्याची व्याख्या पुढीलप्रमाणे होते: 'ज्येष्ठ नागरिकांमध्ये वयोवर्धनाबरोबर उपस्थित होणाऱ्या व्याधी, त्यांचा प्रतिबंध, उपचार, निगा, वैद्यकीय पुनर्वसन इत्यादींचा अभ्यास आणि वापर.' अशा वेगळ्या वैद्यक-शास्त्राची गरज का भासू लागते वृद्धांना? शारीरिक बदल वेगाने घडत जातात, त्यामुळे जी औषधोपचार पद्धती तरुणवयात लागू होते, जो आहार-विहार तरुणपणी योग्य ठरतो, ते वृद्धावस्थेत घातक ठरू शकतात. आपल्या शरीराच्या बदललेल्या समीकरणाचा स्वीकार अत्यंत महत्त्वाचा आहे आणि त्या अनुषंगाने आपल्याला मार्गदर्शन करणारे तज्ज्ञदेखील तितकेच आवश्यक आहेत.

'पॅलिएटिव्ह केअर' अर्थात दुःखशामक शुश्रूषा हादेखील जराविज्ञानात येणारा एक पैलू आहे. त्याची व्याख्या अशी होऊ शकते : ''पॅलिएटिव्ह केअर' ही दुर्धर रोगांनी ग्रस्त असलेल्या रुग्णांसाठी एक विशिष्ट सेवापद्धती आहे. त्या असाध्य रोगांचे परिणाम आणि त्यांचा ताण ह्यांवर उपचार करून व्याधीची तीव्रता कमी करणे, हा ह्या उपचारपद्धतीचा उद्देश असतो. मुख्यत्वे रुग्ण आणि त्याचे कुटुंबीय ह्यांचे जीवन सुसह्य करणे हा त्यामागचा हेतू आहे.' रुग्णाच्या प्रमुख डॉक्टरसोबत राहून, विशिष्ट शिक्षणप्राप्त तज्ज्ञ डॉक्टर, नर्स, सामाजिक कार्यकर्ते आणि इतर तज्ज्ञ ह्यांचा एक चमू रुग्णाचे जीवनमान सुधारण्याकरता एक संरक्षक फळी तयार करून रुग्णाची काळजी घेतो. ही विशेष प्रकारची काळजी खरंतर कोणत्याही वयात आणि असाध्य रोगाच्या कोणत्याही टप्प्यात, मुख्य वैद्यकीय उपचारासोबत घेता येते.

ह्याचे अद्ययावत शिक्षण, विशिष्ट अभ्यासक्रम सध्यातरी भारतात उपलब्ध नाही. वैद्यकीय शिक्षण घेणारे तरुण डॉक्टर आणि नर्सिंगचे शिक्षण घेणारे विद्यार्थी ह्यांना जे उच्च शिक्षणाचे पर्याय उपलब्ध आहेत, त्यांत जेरियाट्रिक्स आणि पॅलिएटिव्ह केअर ही स्पेशलायझेशन्स अंतर्भूत नाहीत. त्या दृष्टीनेदेखील प्रयत्न व्हायला हवेत.

जिरेंटॉलॉजी, जेरियाट्रिक्स आणि पॅलिएटिव्ह केअर ह्या तिन्हींचा त्रिवेणी संगम वृद्धसंगोपनाच्या सर्व अंगांना योग्य न्याय देतो असे म्हणता येईल. सगळ्यात चिंतेची बाब तर अशी आहे की, ह्या विषयाचे तज्ज्ञ, अभ्यासक आपल्याकडे अत्यल्प प्रमाणातच आहेत. जे आहेत, त्यांचे कार्य अतिशय विस्कळीत स्वरूपात आहे आणि त्या त्या भौगोलिक क्षेत्रापुरते मर्यादित आहे. त्याचबरोबर ह्या विषयात अधिक माहिती, अधिक रुची घेऊन नवीन पिढीने उतरावे ह्याकरता आपल्या देशात अजूनपर्यंततरी अजिबात कोणतीही विशिष्ट शिक्षण शाखा नाही. काही प्रमाणात जिरेंटॉलॉजी ह्या विषयाचा अभ्यास इथे होतो, मात्र वैद्यकीय शास्त्रात जेरियाट्रिक्स आणि पॅलिएटिव्ह केअर ह्या उपशाखा अजूनदेखील मोठ्या प्रमाणावर उपलब्ध नाहीत.

ह्यावाचून आपले अडते आहे का? तर उत्तर अर्थात होकारार्थी आहे. आजदेखील कोणत्याही हॉस्पिटलमध्ये अतिदक्षता विभागात सर्वात जास्त रुग्ण हे वृद्ध असतात. उपचार करणारे डॉक्टर आणि नर्स हे जराविज्ञानाबाबत जर जागरूक नसतील तर त्यांच्या उपचारांची जी प्रणाली आहे, जी पद्धती आहे, त्यामुळेदेखील त्याचे गंभीर परिणाम दिसतील. कोणत्याही रुग्णास उपचार कुठवर योग्य आहेत आणि कुठपर्यंत त्यांना केवळ एक समंजस देखभाल लागते, ह्यांतील समन्वय साधायच्या दृष्टीने डॉक्टर आणि नर्स ह्यांना जराविज्ञानाची कल्पना असेल तर त्यांचे रुग्णाबाबतचे निर्णय अधिक अभ्यासपूर्ण आणि प्रभावी ठरू शकतील. ह्या साऱ्यांमुळे जरावस्था आणि मृत्युघटिका अधिक सुकर आणि सुसह्य होईल हे नि:संशय!

जराविज्ञान, जरावैद्यक आणि दु:खशामक शुश्रूषा ह्या तिन्ही शाखांचा अभ्यास, त्यासाठी लागणारी संपूर्ण व्यवस्था ही अनेक नवीन आर्थिक दालनेदेखील खुली करण्यास कारणीभूत ठरणार आहेत. तज्ज्ञ मंडळींची एक उत्तम अशी फळी तयार होईल, जी अतिशय कुशल पद्धतीने वृद्धावस्था, त्यातील समस्या हाताळू शकेल आणि सगळ्यात महत्त्वाचे म्हणजे वृद्धावस्था आणि मृत्युघटिका ह्यांना योग्य असे गांभीर्य आणि निकोप दृष्टिकोन मिळेल, जेणेकरून समाज ह्या साऱ्याकडे अधिक साक्षेपी नजरेने पाहू शकेल. त्यातील गांभीर्य जाणून आणि त्या अनुषंगाने नवनवीन सामाजिक संस्थांची स्थापना होऊन, वृद्धावस्थेला समजून घ्यायचा अधिक प्रयत्न सर्वत्र केला जाईल.

**वृद्धव्यवस्थापन - एक राजकीय आव्हान**

सरकारी पातळीवर ह्या विषयाची गंभीर दखल घेणे आवश्यक आहेच.

आतापर्यंत ज्या ज्या वृद्धबहुल देशांतील वृद्धव्यवस्थापनाचा आपण आढावा घेतला, त्या देशांबाबत त्यातून एक बाब अतिशय ठळकपणे समोर येते, ती म्हणजे ह्या व्यवस्थेचा संपूर्ण पाया हा त्या तिथल्या सरकारने रचलेला आहे. आपल्याकडे आपण शहरीकरण आणि औद्योगिकीकरणाच्या प्रथमअवस्थेत बरीच वर्षं आहोत, त्यामुळे सरकारच्या प्राधान्यक्रमात वृद्धव्यवस्थापन हे कधीच अग्रक्रमावर नव्हते. इथून पुढे आपल्याला ते तसे करावेच लागणार आहे, कारण आजची तरुण कमावती पिढी पुढील दोन तीन दशकांत वृद्ध होणार आहे. वृद्धापकाळात समाजाकडून आणि सरकारकडून त्यांच्या ज्या अपेक्षा असणार आहेत, त्यांची पूर्तता करण्यासाठी आज त्यांच्याच कमावत्या वयात, त्यांच्यावर योग्य अशी करप्रणाली आखून, त्याचा योग्य विनियोग करून एक व्यवस्था तयार करायला हवी आहे. जोडीला विविध वैद्यकीय अभ्यासक्रमदेखील देशात सुरू करावे लागतील. त्यातून डॉक्टर आणि नर्सेसची जी पहिली पिढी तयार होईल, त्या पिढीला अनुभवसमृद्ध होऊन त्याचा समाजहितासाठी उपयोग करेपर्यंतचा काळ मोजला तर तो सहज २० वर्षांहून अधिक आहे. अगदी लागलीच सुरुवात केली तरी थोडा उशीरच झाला आहे अशी अवस्था आहे. वृद्धसंगोपन हे आतापर्यंत जरी कौटुंबिक जबाबदाऱ्यांत मोडणारे असले तरी येत्या काळात हे संपूर्ण समीकरण बदलत जाणार आहे हे स्पष्ट आहे.  भारत सरकारचे अगदी अलीकडले नियम आणि कायदे पडताळून पाहिले तरी  वृद्धांची जबाबदारी कुटुंबाची आहे असाच वैचारिक समज त्यामागे आहे ते स्पष्ट होते. ह्यात समाजाचा बदलता पोत, आर्थिक जडणघडण आणि कुटुंबांची बदलणारी समीकरणे अजिबात विचारात घेतली न गेल्याचे आढळते. आधी सरकारदरबारी जागरूकता निर्माण व्हायला हवी आहे. केवळ नवीन कायदे किंवा धोरण आखून हा प्रश्न सुटणार नसून, त्याकरता अधिक जोरकस प्रयत्न व्हायला हवेत, वृद्धांना एक मानवी साधनसंपत्ती म्हणून पाहता यायला हवे. त्याचबरोबर त्यांचे योग्य असे वर्गीकरण, त्यांची काळजी घेणे, ह्यामागील एक स्वतंत्र अर्थकारण, ह्या साऱ्याचा साकल्याने विचार होणे आणि त्यानुसार एका व्यवस्थेची निर्मिती होणे अतिशय गरजेचे आहे. ह्याला एक आंतरराष्ट्रीय आयामदेखील आहे. सध्या भारताकडे एक प्रगतिशील देश, एक आंतरराष्ट्रीय नेतृत्व म्हणून बघितले जाते. भारतामागून येणारे अनेक आफ्रिकी, आशियाई आणि दक्षिण अमेरिकी देश आहेत, त्या साऱ्यांसमोरदेखील हीच समस्या येत्या काही वर्षांत उत्पन्न होणार आहे. भारताने जर वृद्धव्यवस्थापनाचे एक यशस्वी मॉडेल बनवले, तर त्याची प्रतिकृती

आपल्याला ह्या देशांना उपलब्ध करून देता येईल, त्यातून नवीन आर्थिक आणि व्यावसायिक संधी निर्माण होऊ शकतील.

आंतरराष्ट्रीय पातळीवरदेखील ज्येष्ठांचा विषय संयुक्त राष्ट्रसंघापुढे युनो सर्वप्रथम आला होता. ह्या प्रश्नाचा सखोल अभ्यास करण्यासाठी काही ठोस कार्यक्रम हाती घेण्यात आले. १९५० साली बेल्जियम येथे International Association of Gerontology ही संस्था स्थापन करण्यात आली, तर १९६९ साली माल्टा येथे International Institute on Ageing ही संस्था सुरू करण्यात येऊन तिथे जराविज्ञान ह्याविषयी संशोधन प्रकल्प, शैक्षणिक अभ्यासक्रम इत्यादी राबवणे सुरू झाले. तिथून पुढे अनेक देश स्वतंत्ररीत्या ह्या विषयावर संशोधन, प्रबोधन ह्यांकरता प्रयत्न करत गेले. ह्या कार्यात सेवाभावी संस्था अग्रक्रमावर आहेत हे जाणून संयुक्त राष्ट्रसंघाने १९७७ साली एक NGO Committee स्थापन केली आणि त्याच सुमारास वृद्धांवरील कार्यक्रम राबवण्याकरिता लागणारा निधी उभारता यावा म्हणून Banyan Fund सुरू केला.

१९९१ ते १९९९ या काळात संयुक्त राष्ट्रसंघाने ज्येष्ठांच्या प्रश्नांबाबत जगातील सर्व देशांना जागृत करण्यासाठी एक मोहीमच उघडली होती. ज्येष्ठांचे प्रश्न हाताळण्यासाठी १९९१ साली 'Principles for older persons' म्हणजेच ज्येष्ठांसाठी मूलभूत तत्त्वं जाहीर केली. ह्या तत्त्वांतून वृद्धावस्थाविज्ञानाच्या विस्ताराबरोबरच ही तत्त्वं अमलात आणता यावीत म्हणून प्रत्येक राष्ट्राने आपल्या ज्येष्ठ नागरिकांसाठीच्या धोरणात काय काय तरतुदी करणे इष्ट आहे, त्यापण स्पष्ट केल्या. या तत्त्वांत ज्येष्ठांना स्वातंत्र्य, सहभाग, देखभाल आणि समाधानी मानाचे जीवन अनुभवता यावे असे स्पष्ट केले आहे. त्यास जोडून कॅनडा येथील International Federation on Ageing (IFA) ह्यांनी युनोचे सल्लागार ह्या नात्याने मूळ पत्रकाच्या मथळ्यात IFA Declaration on the rights and responsibilities of older persons असे बदल सुचवले. दुर्दैवाने ह्यातील अतिशय महत्त्वाचा responsibilities, 'जबाबदाऱ्या' हा शब्दच गौण मानला गेला आणि पुढे जवळजवळ कोणत्याही देशाच्या धोरणात ज्येष्ठांच्या जबाबदाऱ्या स्पष्ट केलेल्या आढळत नाहीत. त्यांना काही ठोस भूमिका बजावण्याचे आवाहनदेखील केल्याचे आढळत नाही. संयुक्त राष्ट्रसंघाने १९९९ हे साल Year of older persons म्हणजे 'ज्येष्ठ नागरिकांचे वर्ष' म्हणून जाहीर केले, जेणेकरून राष्ट्रांमध्ये आणि आम जनतेमध्ये वृद्धावस्थेबाबत जागरूकता निर्माण व्हावी. जराविज्ञान ह्या विषयाचा विस्तार आणि त्याबद्दल जागतिक स्तरावर घेतली जाणारी दखल, ह्या शास्त्राचा प्रत्यक्ष उपयोग, ह्या साऱ्यांतून Action

Plan on ageing 2002, Madrid, Spain हा अहवाल तयार करण्यात आला. अहवालाच्या अभ्यासान्ती हेच लक्षात येते की, आपल्या इथली विचारसरणी, जीवनशैली आणि संस्कृती विचारात घेता, ह्या अहवालाची अंमलबजावणी भारतात होणे अवघड आहे आणि जराविज्ञान, जराकल्याण ह्यांची आपल्या देशापुरती निराळी व्याख्या करावी लागेल.

वृद्धांच्या मानसिक, शारीरिक आणि भावनिक बदलांबरोबरच त्यांच्यातल्या आध्यात्मिक बदलांचादेखील मागोवा ह्या अनुषंगाने घेतला गेला पाहिजे. त्याबाबतदेखील एक वस्तुनिष्ठ दृष्टी हवी. भारतापुरते विचारात घेण्याजोगे सांस्कृतिक, आध्यात्मिक निकषांत बसणारे अनेक मुद्दे आहेत. जर त्यांचा योग्य विचार करून वृद्धावस्था आणि तिचे अध्ययन आपण करू शकलो तर त्यात देशाचे, समाजाचे हित आहेच; त्याचबरोबर वृद्धावस्थाव्यवस्थापनाचे एक निराळे प्रारूप आपण इतर देशांसमोर उभे करू शकू.

●●

# ४.
# निसरडी वाट

... आजोबा हॉस्पिटलमधून घरी आले तरी ते म्हणावे तसे पुन्हा उभारी घेत नव्हते. आधीच्या दोन वेळी जसे ते पुन्हा उभे राहण्याबाबत प्रयत्नशील होते, तसे ह्या वेळी ते अजिबात काहीच प्रयत्न करत नव्हते. आम्ही सगळेच त्यांची मनोवस्था कधीतरी पूर्ववत होईल ह्या विचाराने आमचे रोजचे जगणे जगत राहिलो. कालांतराने जेव्हा आजोबा पुन्हा उठून उभे राहू लागले, त्या वेळी त्या उंची कमी केलेल्या पायाने चालण्यासाठी त्यांना विशिष्ट बूट आवश्यक होते. तशा विशिष्ट बुटांचा शोध सुरू झाला; मात्र अगदी योग्य मापाचे, उंच टाचेचे बूट कोणत्याच दुकानात अथवा संस्थेत उपलब्ध नव्हते. अशी शस्त्रक्रिया दुर्मीळ असल्याने असे बूट फारसे कोणी बनवत नसणार असे समजून आम्ही जवळच्या चांभाराकडे मापे देऊन तसा बूट बनवून घेतला. त्यातूनदेखील त्या बुटाची उंची कायम थोडी कमी-जास्त झाल्याने आजोबांचा नुकताच परतलेला उत्साहदेखील डळमळीत होत होता. त्यांना ह्या सगळ्याचा किती त्रास होतो आहे हे आम्ही सगळेच बघत होतो. मात्र अचानक आयुष्यभर चालण्याची क्रिया गृहीत धरणारे आजोबा नीटसे चालू शकत नव्हते. कधी कधी ते अतिशय उद्विग्न होत चिडून म्हणायचे, मला एखाद्या जंगलात नेऊन सोडा, पूर्वीच्या काळी वानप्रस्थ आश्रम असायचे तसेच, मी तिकडे गेलो असतो तर बरे... त्या वेळी त्यांचा त्रागा कदाचित आम्हांला पूर्णपणे समजला नाही. वृद्धावस्थेत सगळ्यात करुण घटना हीच असते; ज्या ज्या क्रिया, सवयी आपण आयुष्यभर गृहीत धरतो, त्या कधी तुमच्याकडून हिरावल्या जातील ह्याचा थांग लागणे अवघड! ह्यात जेवढा भाग शारीरिक वेदनेचा आहे तितकाच,

त्याहून बराच मोठा भाग भावनिक आहे. आपल्या क्षमता जर अचानक कमी होऊ लागल्या तर त्या पुन्हा परत कशा मिळवाव्यात ह्याबाबत कोणतीच संस्था अथवा व्यक्ती पूर्ण माहिती देऊ शकत नाही. त्यामुळे येणारे नैराश्य, वैफल्य ह्यांच्याशी कसा सामना करावा ह्याबाबतदेखील कोणतीच मदत रुग्णाला अथवा त्याच्या स्वकीयांना कोणाकडूनच मिळत नाही. ही अवस्था एखाद्याच व्यक्तीची असती तरी समजण्यासारखे आहे, मात्र बहुतांश समाज ह्या किंवा ह्यासदृश अनुभवातून जाण्याची शक्यता असताना त्यासाठी कोणतीच व्यवस्था किंवा यंत्रणा नसावी, हे विशेष!

आजोबा ज्या वानप्रस्थाविषयी बोलत होते, तशी कोणती आश्रम व्यवस्था खरोखर कधी होती का भारतात, ह्याचा शोध मी फार नंतर, जवळजवळ त्यांच्या मृत्यूनंतर सातएक वर्षांनी घेऊ लागले. तत्कालीन भारतात प्राचीन भारतीय संस्कृती असल्याने मलादेखील कुठेतरी आशा होती, की अगदी ४००-५०० वर्षं जुनी एखादी वृद्धसंगोपन व्यवस्था नसली तरी कदाचित अनेक शतकांपूर्वी एखादी अशी सुदृढ सामाजिक व्यवस्था भारतात कधी काळी तरी अस्तित्वात असावी. माझ्या शोधाची दिशा थोडी आडवळणाने गेली. मी पूर्वी जर्मन भाषेचा अभ्यास केला असल्याने मला जर्मनीत झालेले भारतीय प्राचीन ग्रंथांचे भाषांतर ठाऊक होते. मूळ ग्रंथ शोधण्याऐवजी मी हे भाषांतरित ग्रंथ आंतरजालाच्या मार्फत सहज मिळवू शकले, अनेक नामांकित जर्मन विद्यापीठांच्या संकेतस्थळांवरून देखील मला अनेक संदर्भ सहज मिळू लागले. ह्यातून भारतातील प्राचीन समाजव्यवस्थेचा अभ्यास करणाऱ्या अभ्यासकांची माहिती प्राप्त झाली. ह्यात जर्मन आणि अमेरिकन अभ्यासक होते. मला तो शोध आत्यंतिक गरजेचा वाटत होता, कारण त्या काळातील समाज आकाराने छोटा आणि एका नोंदवलेल्या व्यवस्थेत बद्ध होता असा काहीसा भाबडा समज आपल्या जनमानसात सर्रास आढळतो! तो काळ अतिशय वेगळा आणि तरी अजूनपर्यंत त्यातील संकल्पनांचे गारूड आपल्या समाजमनावरून उतरलेले नाही!

मी ह्या साऱ्याचा शोध सुरू केला त्या वेळी तत्काळ लक्षात आले, की कोणतेच संदर्भग्रंथ आश्रमपद्धतीच्या निर्मितीची प्रक्रिया स्पष्ट करत नाहीत. मला त्यात स्वारस्य ह्याकरता होते की त्या समाजात असे कोणते प्रश्न उद्‌भवले की ज्यांमुळे ही अशी व्यवस्था बांधावी  अशी प्रेरणा त्यातून मिळाली असावी? लोकसंख्येत अचानक काही बदल झाले? राज्यकर्त्यांना अचानक वृद्धांच्या

बाबत स्नेह वाटू लागला? जर ती व्यवस्था इतकी उत्तम आणि आदर्श होती, तर त्या वैदिक इतिहासाचे दाखले देत ती संकल्पना आजच्या सरकारच्या आणि जनतेच्या गळी पुन्हा उतरवता येईल का?

## प्राचीन भारतातले वृद्धसंगोपन

अमेरिकन अभ्यासक पॅट्रिक ऑलिव्हेल ह्यांच्या 'The Asrama System' ह्या पुस्तकाचा ह्यासंदर्भात खूपच उपयोग झाला. अनेक मूलभूत संकल्पना; त्यांवर आर्थिक, सामाजिक आणि नैतिक भाष्यं ह्यात आहेत. ह्या संपूर्ण काळाचा, वैदिक कालखंडाचा एक आढावा इथे मांडून त्याचे सध्याच्या काळातले स्थान हेदेखील समजून घेण्यास त्यामुळे मदत झाली.

'आश्रम' हा शब्दच मुळी एक निओलॉजीझम अर्थात नव्या प्रक्रिया संस्थेच्या उत्पत्तीला संबोधण्यासाठी संस्कृत व्याकरणाच्या नियमानुसार तयार केलेला 'तसा नवाच' शब्द आहे! इथे 'तसा नवा' असे म्हणण्याचे कारण की, मोठा व्यापक वेदकालीन काळ ज्यात समाजजीवनाचे सखोल वर्णन आढळते त्यात 'आश्रम' ह्या शब्दाचा नाममात्रदेखील उल्लेख नाही! साधारण इसवी सन पूर्व पाचव्या शतकातील बौद्ध (भ्रद्देवता) आणि वैदिक (धर्मसूत्र) ग्रंथांमध्ये आश्रमपद्धती ह्या संकल्पनेचे पहिले विस्तृत उल्लेख आढळतात - मात्र त्यातले अभ्यासक त्याचा उल्लेख ह्या संकल्पनेला पद्धतशीर विरोध दर्शवण्याच्या हेतूने करतात. संशोधक ब्यूहलर आणि काणे ह्यांच्या मते गौतम काळ (इ.स.पू. ६००-४००) आणि बौद्धयान कालखंड (इ.स.पू. ५००-२००) हे दोन लेखक 'अभ्यासक' ह्या संकल्पनेच्या विरोधात लेखन करतात (पूर्वपक्ष-अशा अर्थी विरोधक), तर अपस्तंभ (इ.स.पू. ४५०-३५०) आणि वशिष्ठ ही संकल्पना उचलून धरतात. मात्र त्यांच्याही मनात ह्याच्याबद्दल खोलवर रुजलेल्या शंका आहेत. सुरुवातीचे बरेचसे संदर्भ विरोधी सूर लावणारे असल्याने विषयाचा अभ्यास एका विरोधी भूमिकेतून सुरू होतो. आश्रमपद्धतीचा नेमका कालखंड मोजायचा झाल्यास, सुरुवातीची उपनिषदे आणि रामायण ह्या ग्रंथांमध्ये ह्या पद्धतीचा अजिबात उल्लेख अथवा प्रसार नाही, त्यामुळे त्या काळानंतर ह्या जीवनपद्धतीची संकल्पना सुचून तिचा अवलंब केला गेला असावा असा अंदाज आहे. धर्मसूत्रांतदेखील सर्व संकल्पना ह्या मुख्य विषय नसून त्या एखादा छोटा विषय म्हणून उल्लेखिल्या आहेत.

मौर्य साम्राज्याच्या विस्ताराच्या काळात, जसजसे शहरीकरण वाढीस लागले, त्याच्या बरोबरीने आश्रमपद्धतीची लोकप्रियता वाढली असावी, असा कयास

आहे. प्रारंभिक आश्रमपद्धती नेमकी कशी होती हे सांगणे संदर्भाअभावी थोडे कठीण आणि अप्रस्तुत आहे, तरी सर्वात जुने लिखित संदर्भ घेऊन एका प्राथमिक आराखड्याचे वर्णन इथे देत आहे.

प्रारंभिक आश्रमव्यवस्थेत चार टप्पे स्पष्ट होतात- विद्यार्थी दशा, गृहस्थ दशा, मुनी वानप्रस्थी दशा आणि त्यागी संन्यासी दशा. मूळ आश्रम संकल्पनेत ह्या अवस्था अथवा जीवनाचे टप्पे नसून एका व्यक्तीसमोर खुले चार पर्याय आहेत - ती व्यक्ती कोणत्याही आश्रमाची निवड करून थेट त्यात प्रवेश करू शकते. कोणताही तरुण मुलगा ज्याने गुरुगृही राहून आपले शिक्षण पूर्ण केले आहे, तो त्याच्या कुवतीनुसार चारपैकी कोणत्याही एका आश्रमात रुजू होऊन तेथील नियम व जीवनपद्धतीचा अवलंब करत संपूर्ण जीवन एकाच आश्रमात व्यतीत करू शकतो. त्यानंतर रूढ झालेली आश्रमपद्धती, जी आजवर रूढ अर्थाने 'आश्रम पद्धती' म्हणून ओळखली जाते, तीत एकाच सुशिक्षित तरुण मुलाच्या जीवनाच्या टप्प्यांना आश्रम अशी संज्ञा वापरलेली दिसते. तीत कोणतीही आश्रमपद्धती - राहणीमान, आश्रमनियम - हे जन्मभर बंधनकारक नसून जीवनाच्या त्या त्या टप्प्यानुसार त्याचे नियम, आचरण, राहण्याचे ठिकाण, कर्तव्य ह्यांत बदल हे शारीरिक, मानसिक आणि आध्यात्मिक पातळीवर आढळतात. प्रारंभिक संकल्पनेतले अनेक मूलभूत फरक इथे सहज स्पष्ट होतात, मात्र त्यांतला एक महत्त्वाचा लक्षणीय मुद्दा असा की, ह्या निरनिराळ्या वैकल्पिक जीवनपद्धतींचा स्वीकार करण्याचे स्वातंत्र्य! प्रथमत: अध्ययनाची सर्वमान्य पातळी गाठलेला तरुण युवकच हे करू शकत असे. उपनयनापासूनच्या अध्ययन प्रवासाला कोणत्याही आश्रमात ग्राह्य धरलेले नाही, तर अध्ययन संपल्यानंतर पुढील काळात सखोल ज्ञानार्जनाची इच्छा असल्यास त्यास विद्यार्थी दशा आश्रमात प्रवेश घेता येत असे. ह्यातूनदेखील हेच स्पष्ट होते की, प्राथमिक वैदिक शिक्षण हे विद्यार्थ्यांची चारही भिन्न जीवन विकल्पांसाठी तयारी करून घेत असावे. धर्मसूत्रांमध्ये म्हटल्यानुसार आणि पुढे वशिष्ठ ह्यावर अधिक प्रकाश टाकत म्हणतात त्यानुसार, ब्रह्मचर्य हे ज्याने प्रारंभिक विद्यार्जनाच्या काळात पाळले असून त्यापुढेही तशीच ज्ञानसाधना करू इच्छितो, तोच युवक ब्रह्मचर्य आश्रमात प्रवेश घेऊ शकतो. तसेच वानप्रस्थ आणि संन्यास आश्रमाचा स्वीकार करणाऱ्या विद्यार्थ्यांच्या बाबतीत, त्यांच्याकडूनदेखील ब्रह्मचर्याची अपेक्षा केली असून, ब्रह्मचर्याच्या दोन अर्थांपैकी एक अर्थ संभोग पूर्णपणे टाळणे असा आहे आणि दुसरा अर्थ सत्शील असणे असाही आहे. फक्त गृहस्थाश्रमात संभोगास मान्यता होती. पुढे जाऊन एक महत्त्वाचे निरीक्षण

समोर येते की, ब्राह्मण, क्षत्रिय आणि वैश्य ह्यांच्या मुलांना ह्या आश्रमव्यवस्थेत प्रवेश करता येत असावा, तर स्त्रिया आणि शूद्र ह्या दोघांवर प्रजनन आणि मुलांचे संगोपन ह्यांचा भार असावा. स्त्रिया आणि शूद्रदेखील मोक्षप्राप्तीच्या वाटेने जात, मात्र त्यांची संख्या फार कमी म्हणून अनुल्लेखनीय असावी. ह्या चारही पर्यायांचे मार्ग एकतर्फी असून तरुणपणी जो मार्ग निवडला, त्यावरून मागे फिरण्याबाबत मूळ योजनेत तजवीज नाही. अतिशय महत्त्वाचे म्हणजे, वानप्रस्थ हा मूळ योजनेमध्ये वृद्धांकरता नसून तरुणांकरता होता हे इथे अधोरेखित करावे लागेल!

कोणत्याही स्मृती किंवा वेदेतर चर्चेत वानप्रस्थ हा केवळ वृद्धांसाठीचा आश्रम असल्याचे आढळत नाही. त्या वेदिक-वेदोत्तर काळात एक परंपरा स्वतंत्रपणे अस्तित्वात होती त्यानुसार वृद्धावस्थेत ग्रामजीवन, घर त्यागून कुटुंबासमवेत वनात उर्वरित आयुष्य व्यतीत करणे हा एक निवृत्तीचा सर्वमान्य पर्याय होता. ह्या परंपरेचा कालांतराने आश्रमव्यवस्थेत समावेश झाला असावा. ह्यातला अतिशय महत्त्वाचा मुद्दा हा की, वृद्धांसाठी असलेल्या सामाजिक रचनांच्या प्रभावामुळे आश्रमसंस्थेत काही फेररचना करण्यात आल्या. याचा दूरगामी परिणाम परित्याग पथावर तर झालाच, त्याचबरोबर आश्रमसंस्थांच्या मूलभूत दृष्टिकोनावर, बीजरूप आशयावरदेखील झाला. इथे पुन्हा नमूद करावेसे वाटते की, आश्रमपद्धती संकल्पना ही त्या काळातील नावीन्यपूर्ण कल्पना होती, ती एक प्रकारची प्रतिक्रिया होती. वेदकालीन समाजात आहुती देण्याची प्रथा रूढ झाल्यानंतर, त्याच्या विरोधात काही नवीन विचार रुजू लागल्याचे काही दाखले सापडतात. आहुतीशिवाय ज्ञानार्जन आणि मोक्षप्राप्ती कशा प्रकारे होऊ शकते, याबाबतचा एक मतप्रवाह ह्या काळात रूढ होत असल्याचे स्पष्ट होते. वेदोत्तर काळात 'आहुतीशिवाय, व्यक्तिगत ऐहिक सुखांचा त्याग करून त्यातून मोक्षप्राप्ती होऊ शकते का?' या विचारसरणीचा वाढता प्रभाव थोपवून धरण्यासाठी एक प्रस्तावित सामाजिक रचना म्हणूनदेखील आश्रमपद्धती निर्माण केलेली असू शकते. ह्या संदर्भात हाल्ब्फास (१९८८) ह्या जर्मन अभ्यासकाच्या मते, ह्या संपूर्ण रचनेला 'ऐतिहासिक मूल्य' असू शकते - ह्या प्रकारचा समाज किंवा सामाजिक रचना अस्तित्वात असू शकतात, किंवा संपूर्ण आश्रमपद्धती ही केवळ एक आदर्श सामाजिक रचना कशा प्रकारे असावी ह्यावर तात्त्विक चर्चेपुरतीदेखील मर्यादित असू शकते. ह्या नव्या व्यवस्थेचा अर्थशास्त्रीय पैलू पुन्हा नव्याने अभ्यासण्यात आला, त्यानुसार वृद्धांना मुख्य

प्रवाहाबाहेर ठेवण्याचे कारण अर्थशास्त्रीय अधिक असावे असादेखील अंदाज व्यक्त करण्यात आला आहे. पोसायला कमी तोंडे, इतकाच मर्यादित विचार ह्यामागे असू शकतो. त्या काळाचा अभ्यास असे दर्शवतो की, अतिशय समृद्ध असा हा काळ सहाव्या शतकाचा असून, आधीच्या दारिद्र्याच्या काळातील ही प्रथा निराळ्या पद्धतीने पुढे चालू राहिली असावी. पैतृक संपत्तीचे विभाजन हा एक मुद्दा उरतोच, ज्याकरता वनवासाची सोय केलेली असावी, कारण जोवर यजमान निवृत्त होत नाही, तोवर त्याच्या मुलांना धनसंपत्तीचा वाटा आणि यजमानपद प्राप्त होत नसे. धनिक आणि राज्यकर्ते राजे ह्यांच्या संदर्भात वनवास, वनात निवृत्ती हे अनेक वेळा अनेक खंडांतून अधोरेखित होते. अर्थात सर्व खंडांत एकवाक्यता आढळत नसल्याने हे कदाचित संपूर्ण समाजाचे चित्र नसून एक वैचारिक प्रस्ताव असावा असेही वाटून जाते. निवृत्ती व संन्यासाचे वय आणि रीत ह्या दोहोंबाबत मतभिन्नता जाणवते. ह्याबाबत सखोल ऊहापोह सौमनस्य उपनिषदात आहे.

अभ्यासान्ती हे स्पष्ट होते की, वैदिक काळातली 'संन्यास' ही संज्ञा केवळ पारमार्थिक अर्थी नसून तिचे ऐहिक, व्यावहारिक अंगदेखील आहे. अगदी निवृत्तीइतक्या सुलभ संकल्पनेसाठीदेखील संन्यास हा शब्द असू शकतो. आपल्या कौटुंबिक जबाबदाऱ्या, नातवंडांचे क्षेमकुशल, आर्थिक सोय, हे केल्यावर संपत्ती असलेले आणि नसलेले वृद्ध ह्यांनी पवित्र अग्निहोमहवनाचे यजमानपद ह्या साऱ्याचा त्याग करून स्वत: ब्रह्मचर्यपालन करावे असा संकेत आहे. मनूने ह्या संकल्पनेचे दोन प्रकार दर्शवले आहेत- संन्यास आणि वेदसंन्यास. मनूच्या मते संन्यास घेण्यागोदर मनुष्याने दशलक्ष्य धर्माचे (Tenfold law) पालन केलेले असावे, तीनही ऋणांतून त्याची मुक्ती झालेली असावी. असा वृद्ध संन्यासी मुलापाशी राहू शकत नसे, असेही नमूद केलेले आहे.

मनूने संन्यासाला एक पर्याय दर्शवला आहे, वेद संन्यास. ह्या प्रकारात व्यक्ती त्याची धनसंपदा, पद, धार्मिक कर्तव्य, यजमानपद हे सर्व ज्येष्ठ पुत्रास स्वाधीन करतो, अशा अर्थी तो संन्यासी होतो - मात्र तो आता मुलाच्या घरात, त्याच्या आधिपत्याखाली राहतो. गृहत्याग आणि भटकंती ह्या दोन्ही पर्यायांपेक्षा आजवर सर्वाधिक निवडला गेला तो हा सोयीस्कर पर्याय.

ज्या काळात ब्राह्मण्य हे कर्मकांडावर अधिक भर देणारी परंपरा म्हणून रुजू लागले, त्या काळाच्या जवळपास वानप्रस्थ, संन्यस्त होणे ह्या संकल्पना वृद्ध होण्याशी जोडल्या गेल्या असाव्यात. ह्याचा अभिप्रेत अर्थ हा कर्मकांडांतून

मुक्त होणे असाही असून, संन्यास घेणे हे त्या अर्थी शेवटचे कर्म आहे; ज्यानंतर घर, आप्त, पत्नी, मुले त्यागून मनुष्य सरतेशेवटी स्वतःचे यज्ञोपवीत- (जानवे)देखील त्यागतो. हा त्याग केवळ लाक्षणिक नसून ह्यानंतर असा मनुष्य कोणत्याही धार्मिक विधींमध्ये यजमान अथवा पुरोहितपद भूषवू शकत नाही. ह्यामागील धर्मग्रंथांची भूमिका स्पष्ट आहे - जे तुमचे आहे तेच तुम्ही त्यागू शकता. जर वेदशास्त्रांचे ज्ञान, यजमानपद भूषवण्याइतपत धनसंपत्ती नसेल, तर तो त्याग कसला आणि तसला संन्यासदेखील अर्थहीन ठरतो. ज्याने आधी ज्ञान, धनसंपत्ती अर्जित केली आहे ती तो त्यागू शकला तरच तो संन्यस्त होण्यास पात्र ठरतो.

असे चार आश्रम आणि पाचवा वेद संन्यास हा सोयीस्कर पर्याय, इतर सामाजिक वर्गीकरण ह्यांचे रीतसर वर्णन जरी मनूने केलेले असले, तरी त्याच्यादेखील अभ्यासाचा, खंडाचा हा प्रमुख भाग अथवा गाभा नसून ह्या आश्रमपद्धतीचे नंतरच्या काळात अवडंबर माजवण्यात आले असावे हेदेखील अभ्यासान्ती स्पष्ट होते. (Olivelle, १९९३)


... आजोबांना वाटत होते, तसे समाधानकारक पर्याय वेदकाळातदेखील उपलब्ध नव्हते, एवढेच ह्या सगळ्या संशोधनातून हाती लागले. आजचा समाज वेदोत्तर समाजापेक्षा अर्थात अतिशय वेगळा असून, सध्याच्या काळासाठी अनुरूप वृद्धव्यवस्थापन हे कोणत्याही अर्थी वेदकालीन व्यवस्थेतील कोणत्याच संकल्पनांचा आधार अथवा विचार उसना घेऊ शकत नाही, हे सगळ्या माहितीतून स्पष्ट होते.

भारतातल्या सद्यःस्थितीत जुने संदर्भ फारसे उपयोगाचे ठरणार नाहीत, त्यासाठी एक संपूर्ण निराळी आणि नवीन व्यवस्था निर्माण होणे गरजेचे आहे, हे ह्यातून स्पष्ट झाले.

भारतात वृद्धांची, विशेषकरून एकाकी जीवन व्यतीत करणाऱ्या वृद्धांची संख्या वाढीस लागलेली असून, त्यावर स्थानिक आणि विस्कळीत स्वरूपाचे उपायदेखील निर्माण झाल्याचे आढळते. साल १९९९ पासून आढावा घेतला तर वृद्धाश्रम आणि वृद्धवसाहती ह्यांचे जाळे बऱ्यापैकी पसरू लागले आहे हे स्पष्ट होते. ह्यात केवळ आर्थिक दृष्ट्या दुर्बल आणि परित्यक्त वृद्ध नसून समंजसपणे वेगळ्या सेवांची मागणी करणारा एक वर्गदेखील आहे. भारतातल्या वृद्धांचे वर्गीकरण शहरी आणि ग्रामीण असे करून त्यांच्या परिस्थितीचा सखोल आढावा घेणे उचित आहे.

## शहरांतील वृद्ध

शहर म्हणजे वेग, उद्योजकता आणि आर्थिक विकासाच्या नवीन संधी. मात्र नव्या पिढीसाठी जे वरदान आहे, तेच वृद्धांसाठी शाप ठरू लागले आहे. एकीकडे संपन्नता वाढीस लागली आहे, तर दुसरीकडे प्रत्येक गोष्टीचे भाव प्रचंड वेगाने वाढत आहेत. तरुणवर्ग स्वत:ची गुजराण नोकरी-व्यवसाय करून करू पाहतो, मात्र वृद्धांना तितक्याश्या संधी उपलब्ध नाहीत. मर्यादित पुंजीवर शहरात गुजराण करताना खर्च अधिक होत राहतात आणि वृद्ध मंडळी नाहक निम्न आर्थिक स्थरात ढकलले जातात. कुटुंबं छोटी झाल्यामुळे अनेक मूलभूत सोयीसुविधांवरील ताण वाढत जातो. जी मंडळी एकत्र कुटुंबात राहतात, तिथेदेखील वृद्धांची अनेक प्रकारे कुचंबणा होत असते. अनेक कुटुंबांत कोणालाच खाजगी आयुष्य जगता येत नाही, जास्त करून ज्येष्ठ मंडळी ही मुलांच्या संगोपनासाठी राखून ठेवल्यासारखी होतात. त्याचबरोबर त्यांच्या भावनिक,शारीरिक आणि मानसिक गरजा विचारात घेतल्या जात नाहीत.

## शहरीकरणाचे फायदे

शहरातले आयुष्य कितीही बकाल होत जात असले तरी त्याचे काही विशिष्ट फायदेदेखील आहेत.

शहरात आयुष्यभर कष्ट करून गुजराण केल्यानंतर तेथील निकृष्ट अन्न, हवा ह्यांच्या सेवनान्ती जे जे रोग, व्याधी वृद्धांना जडू शकतात, त्या सहसा जडतातच. मधुमेह, थायरॉइड, संधिवात, हृदयरोग, ह्या आणि अशा इतर जन्मसख्यांना शहरात कोणी आजार म्हणेनासे झाले आहेत. मागणी तसा पुरवठा ह्या तत्त्वावर शहरात वैद्यकीय सोयीसुविधादेखील वाढीस लागल्या आहेत. शहरात जे धावपळीचे, धकाधकीचे जीवनमान आहे, त्या अनुषंगाने काही रोग हे जीवनशैलीशी निगडित आहेत. रोगांच्या निदानापासून रुग्णांची संपूर्ण काळजी घेण्यापर्यंतच्या प्रक्रियेसाठी लागणारी साधनसामग्री, वैद्यकीय कौशल्य आणि यंत्रणा ही शहरांमध्ये उपलब्ध आहे. अद्ययावत तंत्रज्ञान, जोडीला कुशल आणि पारंगत वैद्यकीय व्यावसायिक हे शहरांमध्ये सहज उपलब्ध असतात. मोठे दवाखाने, इस्पितळे, योग्य आणि अनेकविध उपचारपद्धती ह्या साऱ्याच गोष्टी शहरांमध्ये मुबलक प्रमाणात आढळतात. मोठाल्या आणि क्लिष्ट शस्त्रक्रिया, त्यांच्यासाठी लागणारे तज्ज्ञ डॉक्टर, उच्च दर्जाच्या सोयीसुविधा, जोडीस लागणारे शुश्रूषातज्ज्ञ ह्या साऱ्यांचा फौजफाटा शहरी वृद्ध सहज गृहीत धरू शकतात. अनेक मोठ्या शारीरिक रोगांचे निदान आणि

उपचारदेखील अतिशय खर्चीक असतात. साऱ्यातले अर्थकारण ताडून, त्या अनुषंगाने विमा, वैद्यकीय कर्ज अशा बहुआयामी अर्थकारणाचा पाया शहरात खोल रोवलेला दिसतो. एकंदर शहरातले वृद्ध उत्तम, विश्वासू आणि प्रगत वैद्यकीय सेवा सहज गृहीत धरू शकतात. वृद्ध होतानाच ह्यापुढे उद्भवणाऱ्या खर्चाचा साधारण अंदाज घेऊन, तशी यथायोग्य तरतूददेखील शहरातले वृद्ध करताना आढळतात.

शहरातल्या एकंदर राहणीमानाचे जर सूक्ष्मपणे निरीक्षण केले तर असे लक्षात येते की, इथल्या वृद्धांचे आयुर्मान वाढलेले आहे. त्यात वैद्यकीय शास्त्राने ओढून ताणून भर घातलेली आहे हे अगदी निश्चित. अनेक वृद्ध दर वर्षी हॉस्पिटलच्या अतिदक्षता विभागात पोचतात. कारणे कोणतीही असोत, मात्र ह्या अतिदक्षता विभागात किती दिवस, किती महिने अनेक नळ्या, सुयांच्या जंजाळात घालवायचे; ह्यातील भावनिक उत्तर, वैद्यकीय उत्तर आणि व्यवहारी उत्तर ह्यांचा क्वचितच मेळ बसतो. अनेक शहरी वृद्ध हे घरांमधून एकटे राहत असतात, आजारी असतात. त्यांच्या रोजच्या कामासाठी, स्वच्छतेसाठी आणि इतर गोष्टींसाठी मोठ्या प्रमाणात नोकरवर्गाची गरज असते. शहरांमधून रुग्णसेवक, आया, दाई, परिचारक, काळजीवाहक उपलब्ध असतात. नर्स, साफसफाई कामगार, स्वयंपाकी, धुणीभांडी करणारे, अशा अनेक नोकरांच्या गराड्यात शहरी वृद्ध असतो. जवळजवळ प्रत्येक काम करायला शहरात नोकर मिळू शकतात. अनेक कुटुंबांत मुले व वृद्धांची काळजी घेण्यासाठी नोकर असतात. संपूर्ण शहरी व्यवस्थेचा अविभाज्य घटक असलेले नोकर, हरकामे, ह्यांच्यावर मदार ठेवत सगळी व्यवस्था सुरळीत धावू पाहते. मुंबईसारख्या शहरात, जिथे अनेक आर्थिक स्तरांतले, अनेक प्रांतांतले लोंढे येत असतात, तिथे नोकरवर्गाची उपलब्धता सुकर आहे; मात्र विश्वासार्हता कमी-अधिक होऊ शकते.

शहरात प्रगत तंत्रज्ञान, संलग्न साधनं ही कायमच मुबलक प्रमाणात उपलब्ध असतात. अनेक माध्यमांतून सतत माहितीचा, पर्यायांचा भडिमार चालू असतो. वेगवान आयुष्य अधिक वेगवान, अधिक तत्पर, अधिक कार्यक्षम कसे होईल ह्यांकडे लक्ष असते. त्याचप्रमाणे नवनवीन तंत्रज्ञानाने जीवनमान कसे उंचावेल, जीवनशैली सुधारेल आणि आयुष्य सुकर होईल ह्या दृष्टीने शहरातील प्रवाह चाललेला असतो. ह्यातून अर्थात नवनवे शोध, उपक्रम सतत शहरी माणसांना उपलब्ध होत असतात. ह्या साऱ्या वेगाशी जुळवून घेत वृद्ध होणारा शहरी ज्येष्ठ नागरिक वयोमानानुसार थोडा थोडा मागे पडत

जातो. तरीदेखील अनेकविध माध्यमांतून शहरी वृद्ध हा तंत्रज्ञानाशी सतत जोडलेला राहतो. ह्या साऱ्यातून एक बहुआयामी समाजभान विकसित होत राहते, बुद्धीस चालना मिळत राहते. प्रत्येक नवीन यंत्रासोबत जुळवून घेताना एक शिक्षण प्रक्रिया असते, त्या प्रक्रियेतून ही मंडळी पुन्हा पुन्हा जात राहतात. त्याने मेंदूस चालना मिळते, त्याचबरोबर एक सतर्कता येते की इतर समाज कोणत्या वेगाने सध्या धावत आहे. दूरचित्रवाणी संच, केबल, आंतरजाल ह्यांच्या माध्यमातून अवघे जग जणू प्रत्येक घरात अवतरते. त्यातून मिळणारे स्वस्त मनोरंजन, माहिती आणि दृष्टिकोन, ह्याची सवय गेली अनेक दशकं शहरी माणसाला आहे. अनेक शहरी वृद्धांची मुले परगावी, परदेशी वास्तव्यास असतात. त्यांच्याशी संपर्क राहावा म्हणून संगणक, आंतरजाल, स्मार्ट फोन अशी अनेक साधने वृद्ध उत्साहाने आत्मसात करताना दिसतात. ह्यातून केवळ त्या गोष्टीची उपयुक्तता अथवा माहिती होते असे नाही, तर त्या गोष्टीमुळे जीवनात नवचैतन्यदेखील येते.

## शहरीकरणाचे तोटे

भारतातले, मुख्यत्वे शहरातले वृद्ध एकाकी झालेले आहेत. संपूर्णपणे एकटी झालेली ही मंडळी शहरात रस्तोरस्ती, घरोघरी दिसू लागली आहेत. आपल्या अथक वेगाने धावणाऱ्या शहराच्या पार्श्वभूमीवर सगळ्यात स्पष्ट उठून दिसतात ती ही वृद्ध मंडळी. मित्रपरिवार, शेजारी ह्या सगळ्यांमध्येच एक अलिखित औपचारिकता आलेली आढळते. शहरात वाढलेली अंतरे, रहदारी, गर्दी ह्या साऱ्यांमुळे घराबाहेर पडायला कचरणारा वृद्ध हा जणू स्वत:च्या घरात बंदिस्त झाला आहे. मोठ्या शहरांमधील सर्वच वयोगटांतील माणसे एकटी, एकाकी पडलेली आढळतात. ह्याचे परिणाम मोठेच गंभीर होत आहेत. एकटेदुकटे राहणारे वृद्ध घरातल्या घरात पडले, काही इजा झाली, तर कोणाला सहज मदतीसाठी बोलावू शकत नाहीत. कधी कधी नैसर्गिकरीत्या मृत्यू झाला तर शेजारच्यांनादेखील कळायला वेळ लागतो. तंत्रज्ञानाचे जसे फायदे आहेत, तसेच तोटेही आहेत. अधिक अधिक आत्मकेंद्रीपणाच्या अधीन जाणारा समाज आणि त्यातून वेगाने संपुष्टात येणारा नात्यांमधला ओलावा ह्या साऱ्यात वृद्धांची मोठीच हानी होत आहे. निवृत्तीनंतर समाजात मिसळण्यासाठीच्या संधी घटत जातात आणि प्रत्येकाला ज्येष्ठ नागरिक संघ, इतर सामाजिक उपक्रम ह्यांच्यात रुची असेलच असे नाही. ह्या साऱ्यामुळे काही विशिष्ट सेवावर्गाशी होणारा संवाद, उदाहरणार्थ, दुकानदार, नोकर, बस, टॅक्सीचालक इ. सोडल्यास

वृद्ध दिवसच्या दिवस विनासंवाद घालवताना दिसतात. ह्यातूनच पुढे भय, न्यून निर्माण होऊ शकते. बाहेरच्या जगाशी जपलेल्या रोजच्या व्यवहारांमुळे एक चुणचुणीतपणा, सतर्कता कायम राहते. त्याच्यामुळे बुद्धीस चालना मिळत राहते आणि समाजाचे भानदेखील सतत राहते. कधी कधी एकाकीपणामुळे वृद्ध स्वत:ची कळत नकळत आबाळ करू लागतात. साधे केस व्यवस्थित कापणे, दाढी करणे, अंघोळ करून स्वच्छ कपडे घालणे, ह्या आणि अशा अनेक वैयक्तिक शुचितेच्या गोष्टीदेखील ही मंडळी टाळताना दिसतात. वेळच्या वेळी संपूर्ण आहार, आजार असल्यास पथ्यपाणी, हे सर्व ही मंडळी टाळू लागतात. एकटेपणाचे हे सर्व परिणाम केवळ वृद्धांपुरतेच मर्यादित नाहीत, मात्र ह्यातून वृद्धांना होणारी हानी अधिक आहे. एकाकीपणातून साध्या साध्या व्यवहारात निर्णयक्षमता कमी पडू लागते आणि योग्य निर्णय घेण्यासाठी लागणारा वस्तुनिष्ठ दृष्टिकोन लोप पावत जातो. त्याचबरोबर स्वत:विषयी सहानुभूतीदेखील वाढीस लागते. प्रत्येक व्यक्ती जीवनात चढ-उतार अनुभवत असतेच, मात्र एकटी पडलेली वृद्ध व्यक्ती सदोदित भूतकाळातले दिवस आठवत राहिल्यास स्वत: उपसलेले कष्ट, परिवारासाठी केलेला त्याग ह्या साऱ्याचे पुन्हा पुन्हा पारायण करून मनात न्यून निर्माण करून घेते. त्याही पुढे जाऊन एक न संपणारी विचारमालिका सुरू होते; ती म्हणजे खेदांची. अनेक गोष्टी करायच्या राहून गेलेल्या असतात, अनेक नाती अर्ध्यावर पांगतात, मैत्री दुरावते, संधी हुकतात आणि मग त्यातून त्या गोष्टी मनाप्रमाणे घडल्या असत्या तर आयुष्य कसे अधिक संपन्न झाले असते असे दिवास्वप्नरंजन चालू राहते. इथे एक बाब स्पष्टपणे समजून घ्यायला हवी की, ही काही केवळ भारतीय वृत्ती नसून वैश्विक मानसिकता आहे. त्यावर तोडगा म्हणजे स्वत:च्या सद्य:स्थितीचे वस्तुनिष्ठ परीक्षण, तिचा संपूर्ण स्वीकार आणि त्याबाबत समाधान! एकाकीपण मनुष्याला बरेच बदलून टाकते. त्याकरता सतत जागरूक राहायला हवे, नाहीतर त्याने ताण वाढीस लागतो.

आर्थिक नियोजन हे कितीही काटेकोरपणे केलेलं असलं तरी उद्भवणाऱ्या समस्या अनेक असू शकतात, त्यांतल्या बऱ्याच हाताबाहेरच्या असतात. त्यांवर मात करणे दूरच, त्यांच्याशी नुसता सामना करणे तणावकारक होऊन बसते. जागतिक मंदी, राजवटीत बदल, बदलते नियम, शेअरबाजारातील उतार-चढाव, बँकेचे खालावत चाललेले व्याजदर ही काही शेलकी उदाहरणे झाली. मिळकत संपल्याकारणाने आहे त्या तुटपुंज्या मिळकतीवर जे व्याज मिळते,

त्यावर गुजराण करणाऱ्या अनेक निवृत्त नोकरदारांसाठी हा कायम चिंतेचा विषय ठरतो. त्यातून म्हातारपणी येणारी गंभीर स्वरूपाची आजारपणं, त्यांचे खर्चीक उपचार ह्या साऱ्यामुळे तणावात अधिक भर पडते. सर्वसामान्य वृद्ध ह्यामुळे बरेच त्रस्त होत जातात. अतिरिक्त ताणाने स्वास्थ्य लवकर बिघडू शकते आणि एक दुष्टचक्र सुरू होते. ह्यात दुसरा मुद्दा आहे व्यक्तिगत नात्यांचा. जरी मुले सुशिक्षित, सुस्थितीत असली, तरी त्यांच्याशी असलेले वृद्धांचे समीकरण अतिशय कळीचे ठरते. अगदी एकत्र कुटुंबातदेखील वृद्धांना स्वत:चे असे काही खर्च असू शकतात, त्याकरता त्यांच्या सन्मानास न दुखावता काही ठरावीक रक्कम त्यांना दरमहा मिळायला हवी, इतके भान मुलांनीदेखील ठेवले पाहिजे. दुसऱ्या बाजूस केवळ एक नोकरी संपली म्हणजे आपली उपयुक्तता संपली असे मानून निराश होणे हेदेखील अयोग्य आहे. नवे क्षेत्र, नोकरी अथवा सेवाभावी संस्था, असे काही ना काही नव्याने वृद्धांना निश्चित करता येऊ शकते. आर्थिक बाबींबाबत स्पष्ट बोलणे बऱ्याचदा, बऱ्याच घरांतून टाळले जाते. व्यवहार जितके पारदर्शी असतील, तितका उभयतांमधला तणाव कमी होईल.

"नोकरी सुरू केली तेव्हा मला एकशे पंचाहत्तर रुपये पगार होता, तरी माझी दरमहा दहा रुपये शिल्लक होती. आज तुमचे लाखात पगार असून महिनाअखेरीस कशी रे बोंब तुमची?" हे ठरावीक वाक्य जवळपास प्रत्येक घरातल्या प्रत्येकालाच आजोबा हमखास ऐकवतात. त्यातली काळजी सोडल्यास इतर बऱ्याच गोष्टींचा सारासार विचार केला तर हे स्वच्छ जाणवते की, एकतर हे वाक्य तितकेसे योग्य नाही. आर्थिक स्थिती, इतर अर्थशास्त्रीय निकष ह्यांची जर सगळ्यांच्या साक्षीने पडताळणी केली, तर कदाचित त्याचा योग्य अर्थबोध दोन्ही पिढ्यांना होईल. दुसरे असे की, त्या काळातली साठवणूक ही जितके मोठे खर्च गृहीत धरलेले असत त्या हिशोबाने केलेली असे. मुलांची शिक्षणे, लग्ने, आपले आजारपण इतपत तजवीज असे. मात्र आताच्या काळातली प्रलोभने, तंत्रज्ञानातील बदल, एकूण समाजबदलाचा वेग ह्या साऱ्याचा सखोल आढावा घेऊन योग्य अंदाज बांधणे कठीण आहे. अगदी काटेकोर हिशोब मांडणाऱ्या नव्या पिढीच्या आजी-आजोबांनी इंटरनेट बिल, नेटपॅक, स्मार्टफोन, लॅपटॉप ह्या सध्याच्या मोठाल्या महागड्या खर्चाची अजिबात तजवीज केलेली नाही. मात्र आजच्या घडीला हे सर्व खर्च आवश्यक होऊन बसले आहेत. जी गत ह्या काटकसरी वृद्धांची, तीच गत त्यांच्या पुढच्या पिढीची.

जे तंत्रज्ञान शहरी जीवन सुकर करते आहे तेच तंत्रज्ञान एक नवीन आर्थिक बोजादेखील ठरत आहे.

अनेकदा ताणाचे कारण कुटुंबातले चढउतार, कलह हेदेखील असतात. स्त्रिया पारंपरिक चौकट सोडून पूर्णवेळ नोकरी करू लागल्या आहेत. त्यानुसार गेल्या दोन पिढ्यांत घराचे अर्थकारण आणि बलस्थानेदेखील बदलली आहेत. वृद्धांना घरात मिळणारी वागणूक, त्यांच्याकडे पुरवले जाणारे लक्ष आणि एकूण घरात असलेले त्यांचे महत्त्व ह्यांत गेल्या तीस वर्षांत लक्षणीय बदल झालेला आढळतो. पारंपरिक आखीव जबाबदाऱ्या आणि व्यावसायिक जबाबदाऱ्या अशा दोन्ही भूमिका सांभाळू पाहणारी सून, मुलगी ही स्वत: प्रचंड तणावपूर्ण आयुष्य जगत असते. त्यात जर कोणतेही घरकाम अथवा शुश्रूषा कमी पडली तर त्याला तोंड देताना तिची सर्वात प्रथम प्रतिक्रिया हीदेखील बऱ्याच वेळा तणावपूर्ण असू शकते. जी स्त्री एकेकाळची संपूर्ण कुटुंबाची पारंपरिक काळजीवाहक होती, ती शुश्रूषा देणाऱ्याच्या भूमिकेतून ना पूर्णपणे बाहेर पडू शकते, न ती त्यात अडकून राहू इच्छिते. तिच्या अशा त्रिशंकू परिस्थितीमुळे समाजातल्या प्रत्येक आर्थिक स्तरातल्या कुटुंबांत मोठेच बदल घडत आहेत. अनेक ठिकाणी नववृद्ध पिढी हे बदल डोळसपणे स्वीकारताना दिसत आहे. परंतु जेथे अवास्तव अपेक्षा, एकांगी हेकेखोर विचारसरणी आहे; तिथे सर्वत्र तणाव, असंतोष आहे. शहरातले जीवन जसे एका बाजूने वेगवान आहे, त्याच्याच विपरीत स्थितीत ते निकृष्ट आहे.

शहरातील वृद्ध आणि त्यांच्या अनेक समस्या समोर येतात तेव्हा त्यांचे गांभीर्य आणि दु:ख अधिक स्पष्ट होत जाते. मी मुंबईतल्या नानानानी फौंडेशनचे काम केल्यामुळे एक निराळीच समस्या खूप जवळून पाहायला मिळाली. अनेक प्रथितयश उच्चभ्रू वसाहतींमधील वृद्ध घर मालकांना बांधकाम व्यावसायिक किंवा त्यांचे कुणी गुंड येऊन वारंवार त्रास देत, धमक्या देत. त्याने ह्या वृद्धांचा ताण पराकोटीचा वाढे. कोणाला आधीपासून उच्च रक्तदाब असे किंवा हृदयविकाराचा त्रास असे, त्यात भर पडल्यासारखे होई! काय आहे हा सारा प्रकार म्हणून सविस्तर विचारणा करू लागले, तसे एक भलतेच चित्र डोळ्यांसमोर आले! ही उच्चपदस्थ निवृत्त अधिकारी मंडळी, जी अनेक वर्षं अशा उच्चभ्रू वस्त्यांमध्ये राहिली आहेत, त्यांना हे बांधकाम व्यावसायिक गाठत त्यांच्या जागेचा भाव करून ती मोक्याची जागा हस्तगत करायचा प्रयत्न करत. जर कोणी बधले नाही तर दूर कुठे एखादी सदनिका देण्याबाबत तयारी दाखवत आणि तरी अजिबात बधले नाहीत तर ह्या वृद्धांना चक्क धमक्या देत!

त्यांच्या जागेत कधी खोटे भाडेकरू नेऊन ठेवत किंवा नानाविध प्रकारांनी त्यांची अडवणूक करत. जर कोणी वारसदार असतील, तर त्यांनादेखील धमकावत; मानसिक छळ करून, कोणत्याही थराला जाऊन ह्या वृद्धांची जमीन, सदनिका ही माणसे हस्तगत करत होती. अशा प्रसंगात जरी पोलीस गाठले तरी केस, त्यासाठीच्या फेऱ्या, केस झाली तर वकिलाच्या फिया, असल्या सर्व नको त्या खर्चांनी ही ज्येष्ठ मंडळी पार खंगून जात. त्यांचे असे मानसिक खच्चीकरण करायचा हा भीषण प्रकार खरोखर संतापजनक होता! समाज ह्या ज्येष्ठांना किती भयानक संदेश ह्यातून देत आहे की आम्हांला तुमच्या हिताची गरज नाही, तुम्ही अशा ठिकाणी राहू नका, राहते घर सोडा, आणि नाही सोडलेत तर तुम्हांला तुमच्याच घरातून हुसकावण्यासाठी आम्ही वाट्टेल ते मार्ग अवलंबू! अशा वेळी वृद्धांना एक प्रकारची उदासीनता, नैराश्य येणे स्वाभाविक आहे. आयुष्यभर कष्ट करून जे मिळवले, त्या हक्काच्या घरातून कोणी केवळ स्वार्थापायी हुसकावून लावले तर ते खूपच क्लेशकारक ठरू शकते.

शहरातले भीषण वास्तव नव्याने वृद्ध झालेली मंडळी अनुभवायला लागतात. त्याबाबत तोवर जर ते अनभिज्ञ असतील, तर येणाऱ्या संकटाशी सामना करायला ते जवळजवळ असमर्थ ठरतात.

ह्या अनेक समस्यांबद्दल जागृती करणे, त्यांना वाचा फोडून त्यावर विस्ताराने चर्चा करणे आणि ह्यातून काय उपाय समोर येऊ शकतील ह्याचा ऊहापोह होणे अतिशय महत्त्वाचे आहे. शहरी वृद्धांच्या समस्या अनेकांगी आहेत. जागेचा प्रश्न, स्वच्छ सकस अन्न, मोकळ्या हवेत व्यायाम, सुदृढ मैत्री, पुनर्नोकरीच्या संधी अशा एक न अनेक गरजा आहेत, मात्र त्यांवर फार क्वचित गांभीर्याने समाज, समाजसेवक किंवा राजकीय मंडळी विचार करताना दिसतात.

### ग्रामीण वृद्ध जीवन

शहरी लोण कालांतराने खेड्यात पोचतेच. कामानिमित्त बाहेर पडणारी सुशिक्षित स्त्री हीदेखील खेड्यातल्या वृद्ध कुटुंबीयांना एकटे टाकून पुढे येऊ लागली आहे. खेड्यांतल्या समस्या अधिक व्यापक आणि गुंतागुंतीच्या आहेत, आर्थिक स्तर बरेच दुरावलेले आहेत, आणि त्या प्रत्येक आर्थिक स्तराचे जातींमध्ये, धर्मांत पुन्हा निराळे विभाजन झालेले दिसते. खेड्यात परंपरेने चालत आलेली जी कुटुंबपद्धती आहे तिच्यावर बरीच वर्षं काही विशेष आघात झालेला नव्हता, मात्र गेल्या दहा-पंधरा वर्षांत खेड्यातली कुटुंबेदेखील आमूलाग्र

बदलली आहेत. वेगळ्या चुली शेजारी शेजारी मांडणे सर्वज्ञात होते, मात्र वृद्ध पालकांना मदत लागली तर खेड्यात कुटुंबीय धावून जात असत, शेजारीदेखील मदत करत. मात्र गेल्या काही वर्षांतल्या हवामानाच्या बदलाने गावेच्या गावे, वस्त्या उजाड झालेल्या आढळतात. लोक पाण्यासाठी, अन्नासाठी दूरवर मजुरीला, नोकरीनिमित्त पांगलेले आहेत. गावात मागे उरलेली मंडळी शारीरिक दृष्ट्या दुर्बल किंवा वृद्ध आहेत. ही मंडळी शेतीतले त्यांचे कौशल्य आणि मातीशी असलेली नाळ तोडू शकत नाहीत आणि इतर कोणते नवे कामदेखील करू शकत नाहीत. मुलेबाळे शहरात रोजंदारीचे काम करू लागतात, तसे शहरातल्या जगण्याची भुरळ पडून फिरून परतणाऱ्यांची संख्या रोडावत जाते आहे. शेती सोडून इतर व्यवसायांवर गुजराण करणारे लोक गावात थांबून राहतात, किंवा नवीन गावी गेलेच तर तिथेदेखील नव्याने व्यवसाय सुरू करू शकतात. सर्वात कनिष्ठ स्तरातले निरक्षर, आर्थिक दृष्ट्या कमकुवत असे जे लोक आहेत, त्यांचा वृद्धापकाळ अतिशय हलाखीचा जातो हे निश्चित. जोवर शरीर साथ देते तोवर शेतीची कामे, मजुरी करून ही मंडळी बराच मोठा काळ कंठतात, मात्र जिथून पुढे कोणतेच काम होईनासे होते, तिथून पुढे ह्यांची अवस्था अतिशय हलाखीची होते. दूर गेलेली मुले, असले तर काही कर्ज आणि त्यावर आर्थिक नियोजनाचा अभाव, ह्या साऱ्यामुळे खेड्यातल्या ज्येष्ठांची परिस्थिती शोचनीय आहे. शहरात आरोग्य सेवा, रोगनिदान आणि वैद्यकीय सेवकांचा भरणा असतो. गावाकडे ती संख्या फार कमी किंवा अजिबात नाही, अशा पातळीवर असते. उपचारांसाठी गावाकडून शहराकडे जाण्या-येण्याचा खर्च आणि इतर अनेक खर्च खेड्यातल्या वृद्धांना भेडसावत राहतात. ग्रामीण भागात वृद्ध होण्याचे काही फायदे-तोटे आपण जाणून घ्यायला हवेत.

जसे वकिली, डॉक्टरी अशा पेशांना निवृत्ती नाही असे म्हणतात, तशीच शेतीची गत आहे; शेतकरी कधी निवृत्त होत नाहीत. गावात अर्थात बाकीचे बरेच व्यवसाय, उद्योग असतातच. मात्र एकुणात निवृत्ती ही वयाशी नसून शारीरिक क्षमतांशी जोडली गेलेली आहे. शेतकरी किंवा कोणतेही शारीरिक श्रमाचे काम करणारी व्यक्ती ही त्या संदर्भात अतिशय उत्तम आरोग्य अनुभवू शकते. त्यासाठी योग्य आहार आणि उपचार ह्यांची जोडदेखील तितकीच महत्त्वाची आहे. सर्वसाधारणपणे बघता कष्टकरीवर्ग जो खेड्यांत अधिक प्रमाणात आहे त्याचे आरोग्य अधिक उत्तम असते.

शेतात राबणारा शेतकरी साठीचा असू शकतो किंवा पार नव्वदीचा, दररोज घडणारी अंगमेहनत, शारीरिक कष्ट ह्यातून मन आणि शरीर चांगलेच

तावून सुलाखून निघते. शेतातील साधे सकस जेवण, बऱ्यापैकी निसर्गाबरहुकूम जीवनशैली आणि मर्यादित प्रलोभने ह्यांतून खेडेगावातील ज्येष्ठ एक सशक्त जीवनशैली जगत असतात. आर्थिक निष्क्रियता परवडणारी नसल्याने सतत शेतीकाम आणि त्यावर अवलंबून असलेलं सारे जीवनमान, ह्यातून एक खूप मोठा काळ ही मंडळी कष्टमय जीवन जगतात. शरीर कष्टासाठी तयार झालेले असते आणि झीजदेखील मर्यादित स्वरूपाची होते. इथे एक मात्र नमूद करायला हवे की स्त्री व पुरुष ह्यांच्यातील शारीरिक झीज ही निरनिराळी झाल्याचे निदर्शनास येते. अनेक बाळंतपणे, पुरेशी विश्रांती न मिळणे, स्वच्छता आणि माहितीचा अभाव ह्या साऱ्यातून स्त्रियांना बऱ्याच समस्यांना तोंड द्यावे लागते. शेतावरील कामे आणि घरकाम ह्यांमुळे ग्रामीण भागातील स्त्रिया ह्या वेगाने वृद्ध होतात, अधिक दमून जातात. शहरी भागातील ज्येष्ठ जर निवृत्त झाले तर त्यांना पुन्हा नोकरीची संधी मिळायला अडचणी येऊ शकतात, मात्र ग्रामीण भागात निवृत्ती ही संकल्पना नसल्याने, जोवर हातपाय हलत आहेत तोवर काम चालू अशा पद्धतीने काम चालूच राहते. गावाकडील वृद्ध ह्याबाबतीत सुदैवी म्हणायला हवेत, कारण जोवर त्यांना काम करता येते, तोवर कोणीच त्यांना वृद्ध म्हणून निराळी काही वागणूक देत नाही, समाजास ते निरुपयोगी वाटत नाहीत आणि कोणीच त्यांच्या 'साठी' ओलांडण्याची फाजील कौतुके करत नाही. इथे हे असे जोरकसपणे मांडायचे कारण 'ageism' ही संकल्पना : ageism एजीझम ह्या शब्दाचा साधारण अर्थ असा की व्यक्तीच्या वयामुळे त्याच्याबाबतीत भेदभाव करणे. ही गोष्ट आताशा जगातील सर्वच विकसनशील देशांत वाढीस लागली आहे. तुम्ही वृद्ध आहात, म्हणजे असाहाय्य आहात, दुबळे आहात, आर्थिक आणि शारीरिक दृष्ट्या पांगळे आहात, अशा प्रकारच्या थेट किंवा आडून होणाऱ्या संकेतामुळे वृद्ध हे स्वत:ला समाजाने आखलेल्या वृद्धांच्या परिभाषेत कोंबू पाहतात. स्वत:च्या वास्तविक शारीरिक क्षमता, स्वत:च्या सवयी आणि वृद्ध म्हणजे काय ह्या परिभाषेबरहुकूम न वागता प्रत्येक व्यक्तीला हवे तसे वागायचे स्वातंत्र्य आहे. समाजात, विशेषत: शहरी समाजात हे ageism बरेच बोकाळले आहे. हा दृष्टिकोन घातक आहेच, त्याचबरोबर अयोग्यदेखील आहे. मघाशी म्हटल्याप्रमाणे सुदैवाने ग्रामीण भागात अजूनतरी वृद्ध व्यक्तींबाबत इतकी टोकाची मतं झालेली नाहीत.

ग्रामीण भागांत एकत्र कुटुंब पद्धती तग धरून आहे. अजूनदेखील पुरुषसत्ताक का असेना, एकत्र कुटुंबे नांदतात. ह्यातून मग वृद्धांना ज्येष्ठ असल्याचा, कुटुंबप्रमुख असण्याचा मानदेखील मिळतो. निवृत्ती नसल्याने, अनुभव भरपूर

असल्याने ग्रामीण वृद्धांचे कुटुंबातले स्थान बऱ्यापैकी टिकून आहे. मुलांचे निराळे बिऱ्हाड जरी झाले तरी ज्येष्ठ म्हणून लग्नकार्यात, सणसमारंभात मान टिकून असतो. जुन्या गोष्टी अजूनदेखील पूर्णपणे कालबाह्य न झाल्याने, ग्रामीण वृद्धांची सामाजिक आणि कौटुंबिक पत टिकून आहे. ह्यातला किती आदर हा खरोखर व्यक्तीच्या प्रती आहे आणि किती धाकातून आलेला आहे ह्याचे मूल्यमापन करणे अवघड आहे ही बाब अलाहिदा. शहरी वृद्ध मात्र वाढते तंत्रज्ञान, दळणवळण ह्यांच्या वेगात बरेच कालबाह्य होत आहेत.

गावातील तंटे, पंचायतीचे निर्णय, अशा अनेक निर्णयदात्या स्थानांवर ज्येष्ठांची निवड केली जाते. त्यांचा अनुभव, त्यांचे ज्ञान ह्याचा फायदा इतर लोकांना व्हावा हा त्यामागील उद्देश. ज्येष्ठांचा मान राखणे ही जी प्रथा आहे ती आजवर गावात चालू आहे त्याचे कारण कुठेतरी ह्याही गोष्टीशी निगडित आहे की, गावामध्ये वृद्ध हे महत्त्वाच्या मानाच्या पदांवर असतात. त्यांच्या शब्दांना, मताला गावात महत्त्व दिले जाते आणि अनेक गुंतागुंतीच्या प्रश्नांसाठी गावातील तरुण या वृद्धांची मदत घेऊ शकतात. ज्येष्ठ म्हणून मान देण्याचे पारंपरिक कर्तव्य जरी बाजूला ठेवले तरी, समोर उभ्या ठाकलेल्या समस्या ह्या जर एखाद्या परंपरागत, पूर्वापार चालत आलेल्या कामात आढळल्या तर त्यांचे निरसन ज्येष्ठ अधिक उत्तम प्रकारे करू शकतात. कारण त्यांनीदेखील त्यांच्या कारकिर्दीत अशा प्रकारची समस्या अनुभवलेली असू शकते. शहरातील ज्येष्ठ हे लवकर कालबाह्य होतात, त्यामानाने ग्रामीण वृद्ध हे बऱ्याच मोठ्या टप्प्यात अधिकाराचे, मानाचे स्थान बाळगून असतात. अर्थात ह्यातदेखील जातीचे आणि लिंगभेदाचे समीकरण आहेच, कारण स्त्रिया आणि कनिष्ठ जातीतील पुरुष यांच्यापेक्षा उच्चवर्णीय वृद्ध पुरुषांना ग्रामीण परिसरात अधिक मान मिळताना दिसतो.

खेड्यातले चित्र फक्त रम्य नसून, त्याचे काही भीषण तोटेदेखील आहेत. माहितीचा अभाव हा आता तंत्रज्ञानाने कमी होऊ लागला असला तरी मोठ्या प्रमाणावर ग्रामीण जनतेपर्यंत आवश्यक ती उपयुक्त माहिती योग्य वेळी आणि योग्य पद्धतीत पोचू शकत नाही ही खूप शोचनीय गोष्ट आहे.

जिल्हा किंवा तालुक्याच्या ठिकाणी जरा बरी आणि मोठी रुग्णालये असली तरी दूर खेडोपाडी, छोट्या वस्त्यांवर रुग्णसेवेचे प्रमाण जवळजवळ नसल्यात जमा आहे. जर असलीच कोणत्या प्रकारची वैद्यकीय तरतूद, तर ती पुरेशी नाही आणि त्यातदेखील बऱ्याच त्रुटी असतात. औषधांचे प्रमाण,

स्वच्छता आणि इतर अनेक गोष्टींचा अभाव निश्चित जाणवतो. उत्तम निदान आणि योग्य असे वैद्यकीय उपचार ह्या दोन्ही गोष्टी शहरी वृद्ध गृहीत धरतात, त्याबाबत ग्रामीण वृद्ध हवालदिल असतात. अनेक ठिकाणी रस्तेदेखील नसतात. त्यामुळे रुग्णांना दुसऱ्या गावी उपचारासाठी न्यायची वेळ आली तर अनेक अडचणींना तोंड द्यावे लागते. कोणत्याही प्रकारची तत्पर रुग्णसेवेची गरज भासल्यास ती सेवा त्या गावी उपलब्ध होऊ शकेल का, ह्याबाबत ग्रामीण वृद्ध हे कायम साशंक असतात. सरकारी दवाखाने, रुग्णालये ह्यांच्याबाबतदेखील एकंदरीत उदासीनता असते. तेथील वातावरण, कर्मचारीवर्ग, त्यांची वर्तणूक आणि गैरव्यवहार ह्यांतून ग्रामीण वृद्धांची सुटका सध्या तरी कठीण दिसते.

एकंदरीत माहितीचा अभाव, स्वत:च्या हक्कांची कमी जाणीव आणि निरक्षरता ह्या साऱ्यातून ग्रामीण वृद्धांची अवस्था अतिशय बिकट होते. कोणत्याही शारीरिक व्याधीबाबत जर डॉक्टरांनी काही माहिती दिली, तर त्याची खातरजमा न करताच कधी कधी निर्णय घेतले जातात. कधी मोठ्या रुग्णमेळाव्यांचे आयोजन केले जाते, त्यात फक्त काही घाऊक उपचार होऊ शकतात. त्यात कधी काही चूक घडून त्यातून नाहक नुकसान होऊ शकते. मोतीबिंदूची शस्त्रक्रिया फसल्याने अचानक अनेक वृद्धांना अंधत्व आले, अशा आशयाच्या बातम्या आपण वाचत असतो, मात्र त्याचा त्या व्यक्तीवर, विशेषत: वृद्ध व्यक्तीवर किती भयानक परिणाम होत असतो ह्याचा विचार होत नाही. हातावर पोट असलेला शेतकरी अंध झाला तर त्याच्या उदरनिर्वाहाचे सर्वच मार्ग एकदम बंद होऊन जातात. अशा प्रकारचे गंभीर परिणाम हे सातत्यपूर्ण आणि विश्वासार्ह रुग्णसेवेच्या अभावामुळे होतात.

आजकाल शहरी वृद्ध हे तंत्रज्ञान अवगत करण्यासाठी धडपडताना दिसतात, मात्र ग्रामीण भागात तंत्रज्ञानाची चढी किंमत आणि मर्यादित उपलब्धता पाहता ग्रामीण वृद्ध ह्याबाबतीत मागे पडतात. सततचे विजेचे भारनियमन, दूरसंचार आणि प्रक्षेपण माध्यमांचा मर्यादित प्रसार ह्यांमुळे खेडोपाडी तंत्रज्ञान शहरातील वेगाने पसरू शकत नाही. एक उदाहरण द्यायचे तर हवामान अंदाजाचे तंत्र. शहरातल्या प्रत्येक स्मार्टफोन धारकाला फोनवरून साधारण पुढील दिवसाचे आणि आठवड्याचे हवामान अंदाज मिळू शकतात, अगदी हवेतील आर्द्रता इत्यादी तपशिलासहित! ह्याचा त्या शहरी व्यक्तीस फार मर्यादित उपयोग आहे. याउलट जर ग्रामीण शेतकऱ्याला आठवड्याभराचे साधारण हवामान खिशातील फोनमधून मिळू लागले तर 'हाती आलेल्या पिकाची अवकाळी पावसाने नुकसानी' अशा हृदयद्रावक बातम्या कमी वाचायला मिळतील. इथे

जितका वाटा अल्प साक्षरतेचा आहे, तितकाच वाटा तंत्रज्ञान महाग आणि ग्रामीण लोकांच्या आवाक्याबाहेर असण्याचादेखील आहे.

खेड्यातील जीवन कष्टप्रद असते हे निर्विवाद. त्यातील मोठा पैलू आहे बचत. आर्थिक नियोजन, पैशांची बचत ह्याबाबत बरेच काम ग्रामीण भागात होणे शिल्लक आहे. अल्प प्रमाणात बचत प्रत्येक जण करायचा प्रयत्न करत असतो, मात्र शेतीसारखा अनिश्चित व्यवसाय, किंवा तत्सम कोणताही व्यवसाय, त्याचे बाजारभावाचे गणित आणि अचानक उद्भवणारे प्रसंग ह्यांचा मेळ साधणे अवघडच. शहरी वृद्ध साधारणपणे वैद्यकीय उपचारांचे भाव जाणून असतो. जर हृदयावर शस्त्रक्रिया करायची तर किती शिल्लक हवी, जर अस्थिरोग तज्ज्ञांकडून तपासणी करून घ्यायची तर त्याचे किती; रक्त, लघवी अशा किरकोळ तपासण्यांचे किती आणि त्यानुसार आर्थिक तरतूद, विमा संरक्षण असे नियोजन करून ठेवतो. याउलट जिथे दोन वेळच्या जेवणाची सोय होत नसेल, किंवा डोक्यावर कर्ज असेल तर तिथे ग्रामीण वृद्धांकडून एवढ्या मोठ्या आर्थिक बचतीची किंवा विम्याची अपेक्षाच फोल ठरते. जरी काही अंशी तजवीज असेल तरी त्यात रुग्णालयापर्यंतचे अंतर, सोबत करणाऱ्या व्यक्तीची राहण्याखाण्याची सोय, औषधांचा वरखर्च असे अनेक पैलू ग्रामीण वृद्धांबाबत लागू होतात. अचानक येणारे इतर गंभीर स्वरूपाचे खर्च, हवामान अनिश्चिततेमुळे येणारे संकट असल्या सर्व गोष्टींसाठी पैसा खर्च होतो. कोणतीही वैद्यकीय अडचण येते त्या वेळी पैसा आणि वेळ ह्या दोन्ही गोष्टींची चणचण ग्रामीण वृद्धांना सर्वात जास्त जाणवते. एखाद्या ग्रामीण वृद्धाला निवृत्तिवेतन मिळत असेलही, परंतु त्याचे अल्पप्रमाण आणि गरजांची मोठी यादी यांमुळे अडचणीच्या वेळी पुरेशी पुंजी असणे अवघड ठरते. अजून एक मोठा प्रश्न आहे तो म्हणजे पारंपरिक गोष्टींचा पगडा! लोक काय म्हणतील, मानपान, हुंडा, अशा प्रथांमुळे ग्रामीण वृद्ध लग्नकार्यात आवाक्याबाहेर पैसा खर्च करतात, ज्याने त्यांचे आर्थिक स्वास्थ्य अडचणीत येते. अनेक मुलं, घरात खाणारी जास्ती तोंडे, आणि बदलते निसर्गचक्र ह्या साऱ्यांनी ग्रामीण कष्टकरी हा मेटाकुटीस येतो आहे.

गेल्या काही वर्षांत, औद्योगिकीकरण वाढीस लागल्यापासून, समाजाचा पोत बदलला आहे. शहरातले लोण खेडोपाडीदेखील पोचले आहे. विभक्त राहणे, कुटुंब छोटेखानी ठेवणे ह्या गोष्टी गावांतदेखील पोचल्या आहेत. एका बाजूला शेतीतली वाढती अनिश्चितता, कमी आवक आणि कष्टप्रद जीवन

ह्या साऱ्यामुळे शेतकरी किंवा इतर ग्रामीण मुलेदेखील शहराकडे आकर्षित होतात, तर दुसरीकडे शहरात निम्नशिक्षित स्तरांसाठी नोकरीच्या अनेक संधी खुल्या झाल्या आहेत. मागील काही वर्षांच्या दुष्काळात ग्रामीण महाराष्ट्रातील अनेक छोट्या खेड्यापाड्यांची अशी अवस्था होती की, तरुण मुले एकतर कुटुंबाला सोडून एकटी शहरात जात होती नाहीतर आत्महत्या करत होती, मागे फक्त शारीरिकदृष्ट्या अधू आणि वृद्ध इतकेच गावांमध्ये उरले होते, आणि पाणीटंचाईमुळे अधिक अधिक क्लेश सहन करत होते. ही सर्व वाताहत आणि मानसिक धकाधकी खरे तर वृद्ध अवस्थेत हितावह नाही. मात्र ग्रामीण वृद्धांना सदैव अशा प्रकारचे टोकाचे प्रसंग भोगावेच लागतात असे एकंदर चित्र आहे. ग्रामीण वृद्धांच्या समस्या खूप अधिक गंभीर आहेत. मात्र त्यांवर निश्चित, रामबाण असा एकल उपाय नाही. तरीसुद्धा काही सुधारणा निश्चितच होऊ शकतात. त्यासाठी आपण पुढील काही प्रकरणांतून अधिक माहिती घेणार आहोत.

••

# ५.
# हरवलेली दिशा

... आजोबांचे चालणे बंद होणे आणि आमचे इतरांचे जगणे ह्यांत आता गोंधळ व्हायला सुरुवात झाली होती. ते घरात होते खरे, मात्र ते स्वत: उठून दार उघडू शकत नव्हते, की जेवण वाढून घेऊ शकत नव्हते. कोणतेच काम स्वत: करू शकत नव्हते. अशात ते घरी आहेत म्हणून घराला कुलूप न लावता जायचे तरी पंचाईत आणि त्यांना घरात ठेवून कुलूप लावून जाणे हेही अप्रशस्त वाटत होते... किती दिवस सगळे सोडून घरी बसणार? असे म्हणत, त्यांच्याशीच बोलून घराला कुलूप लावून जायचे ठरले. त्यांच्या सोबतीला एखादी नर्स ठेवायचेदेखील ठरले. मात्र त्या बाई विशेष काही काम न करता खूप पैसे घेतात असे आजोबांना वाटे. त्यावरूनदेखील त्यांची चिडचिड वाढू लागली. घरातल्या मांजरींचा वावर हाच काय तो त्यांचा लाडका विषय होता. अचानक सगळे नियम, सगळी दिनचर्या कोसळल्यामुळे आजोबा अतिशय बेचैन झाले होते. त्यांना नेमके आश्चर्य वाटत होते, की दु:ख, की हतबलता? कदाचित सगळेच एकत्रित वाटत होते. मी घरी आले की रोज विचारत, आज कुठे गेली होतीस? आता पुण्यातला अमका रस्ता कसा दिसतो? आमच्या काळात तो असा दिसे! त्यांना आठवणारे बारकावे आश्चर्यकारक होते. भूतकाळातले सगळेच त्यांना जरा जास्तच स्वच्छ आठवत होते. नर्सबाईंनी आज कोणती भाजी जेवणात दिली होती, हे मात्र त्यांना अजिबात आठवत नव्हते. वृद्धत्वाच्या ह्या नव्या पडावाची खरेतर कोणालाच कल्पना नव्हती. रोज नव्याने सगळेच त्याबद्दल काही शिकत होतो. आजोबांना जसजसा भूतकाळ आठवू लागला, तसतसे त्यांचे स्मरणरंजन वाढू लागले. स्वत:चे बालपण, घरातून लवकर बाहेर पडणे, आईवडिलांची काळजी नीटशी घेऊ न शकणे, अशा अनेक

गोष्टी त्यांना आठवत राहिल्या. त्या सगळ्यामागची अपराधी भावनादेखील उफाळून वर येऊ लागली... मनातल्या मनात ह्या सगळ्या गतवर्षांचा ते विचार करू लागले आणि इतका मोठा मोकळा वेळ असल्याने ते त्या गर्तेत अधिक अधिक अडकत गेले. आम्ही सगळेच तटस्थ होतो, किनाऱ्यावर उभे जणू. भावनिक दलदलीतून त्यांना नेमके कसे बाहेर काढावे हे काही केल्या सुचत नव्हते. रोजचे जगणे एका बाजूला आणि दुसऱ्या बाजूला आजोबांच्या मनातला एक भूतकाळ. तो ते रोज स्वत:पुरता जगत होते. अशा सगळ्या भावनिक गदारोळात नेमके किती शिरावे, तिथे काय करावे, ह्याची अजिबात कल्पना येत नव्हती. हळूहळू त्यांची वेदना वाढीस लागली. खेद, अपराधी भाव आणि एकटेपण, सगळेच त्यांना घेरू लागले होते. आपण आधी काही मोठ्या चुका केल्या आहेत आणि म्हणून आपल्याला अशी शिक्षा मिळत आहे असाही त्यांचा पक्का समज होऊ लागला होता. नेमके कुठे चुकलो हे त्यांना तितकेसे आठवत नव्हते, मात्र कसलीतरी अपराधी भावना त्यांना त्रस्त करत होती. त्या काळात घरच्या सगळ्यांना त्यांच्याशी नेमके काय आणि कसे बोलावे हे उमजणे अवघड होऊन बसले. आजोबांची भावंडं, मुले-मुली, नाती-सुना, सगळेच होते, मात्र तरी त्यांना काहीच सकारात्मक वाटत नव्हते. एवढ्या सकारात्मक व्यक्तीचे असे कसे होऊ शकते? राहून राहून वाटत राही...

आजोबांची वेदना ही अनेक गोष्टींतून एकत्रित तयार झालेली होती. रोजच्या सगळ्याच कामांत आता त्यांना मदत लागू लागली होती. त्यासाठी अर्थात पैसेदेखील खर्च करावे लागत होते. एवढे सगळे करूनसुद्धा, कोणतेच डॉक्टर किंवा इतर तज्ज्ञ त्यांना फारशी मदत करू शकत नव्हते. कोणे एके काळी शंभरीच्या गोष्टी करणारे आजोबा, पण आता त्यांना पुढचा दिवस, आठवडा कसा घालवावा, असे परावलंबी जगणे कसे जगावे, असे वाटू लागले. घरातली एक व्यक्ती जरी आजारी असेल तरी अख्ख्या घरावर जणू संमिश्र भावनांचे मळभ साचते. घरातली व्यक्ती आजारी आहे, मात्र इतकीही आजारी नाही की हॉस्पिटलमध्ये ठेवावे आणि इतकीही निरोगी नाही की नेहमीसारखे सगळ्यांनी जगावे. ही सगळी त्रिशंकू अवस्था मोठीच विचित्र होती. दिवाळी आली, मात्र त्यात सणाचा उत्साह वाटत नव्हता. प्रत्येक दिवस कसा येणार आहे ह्याचा अंदाज बांधणे कोणालाच शक्य होईनासे झाले होते. त्यात पाठीवर सतत पडून राहिल्याने आजोबांची त्वचा खरबरीत होऊ लागली होती. प्रत्येक कपडा अंगावर घातला की नुसती कंड सुटे. अजून वेदना... मग त्यांनी शर्ट घालणे

सोडून दिले. नुसतीच विजार घालून पडून राहत. काही दिवसांनी त्यांना बेड सोर होऊ लागले. कितीही मलमपट्टी केली, काळजी घेतली तरी हे बेड सोर वाढतच गेले. अजून वेदना, खरोखर एका वर्षात सगळेच तंत्र बिघडून गेले होते. त्या वर्षातला प्रत्येक दिवस त्यांच्यासाठी अधिक वेदनामय ठरत होता, आमची असाहाय्यता अधिक अधिक अधोरेखित करत होता. काय केले म्हणजे त्यांना आराम पडेल? काय उपाय केले की त्यांची वेदना कमी होईल? या सगळ्यात त्यांचीच चूक कशी असेल? जगात काय पाप-पुण्याचे हिशोब असे इथेच चुकते करून जावे लागतात की काय? कोणतेच हॉस्पिटल अशा वृद्धांना ठेवून घेत नाही आणि घरी त्यांची काळजी कशी घ्यावी ह्याबाबत-देखील कधीच काही चर्चा नाही. त्यांना काय आहार द्यायला हवा, त्यांच्याकडून काय हालचाल करून घ्यायला हवी, त्यांची मन:स्थिती सकारात्मक कशी राखायला हवी, संपूर्ण व्यक्तीचा परिपूर्ण विचार करणारी कोणतीच यंत्रणा कशी अस्तित्वात नाही? रोज प्रश्न पडायचे, मात्र त्यावर विचार करू लागायच्या आत आजोबांना नवाच कोणता तरी त्रास सुरू झालेला असायचा... मागच्या दिवाळीत तीन मंदिरे चालत फिरणारे आजोबा, ह्या दिवाळीत साधे खोलीतूनही बाहेर पडू शकत नव्हते. इतक्या वेगाने एवढे सगळे बदलून गेले होते. कोणाचीही मती खुंटावी, असेच सगळे घडत होते. मोठे आणि व्यापक प्रश्न तरी कसे विचारात घेणार? रोजच्या जगण्याचेच प्रश्न मोठे झाले होते. सकाळी उठून आजोबांनी तोंड कुठे धुवायचे? निजल्या जागी सर्व प्रातर्विधी कसे उरकायचे? अंघोळ कशी करायची? कपडे कोणते आणि कसे घालायचे? व्यायाम करता येतो का अशा अवस्थेत? निजून जर पोळीभाजी खायची तर हमखास ठसका लागणार, तर खायचे तरी काय? मधुमेह वगैरे नसल्याने त्यांना आहाराचे कोणतेच बंधन नव्हते, मात्र हे बंधन त्यांच्या अधू पायामुळे तयार झाले होते. शरीरातील एक अवयव बिघडला होता, मात्र एका अर्थी त्यांचा सगळ्या जगण्याचाच तोल हरपून गेला होता. ह्या सगळ्या गोष्टी घडून जवळजवळ पंधरा वर्षं झाली आहेत, मात्र आजदेखील अशी स्थिती अनेक रुग्णांची असू शकते. चित्र तसूभरदेखील बदललेले नाही. आजोबांच्या आयुष्यात शेवटी उद्भवलेली वेदना ही त्यांच्या दुखण्याशी निगडित नव्हती, तरीही त्यांना ती पुढे अनेक दिवस भोगावी लागली. अशा प्रकारच्या रुग्णांना, वृद्धांना कितीतरी गोष्टींची गरज असते; शारीरिक, मानसिक पातळीवर आधार आणि मदत लागत असते. केवळ खुबा, नुसता पाय, हात किंवा फुप्फुस - त्यातील बिघाड, एवढा संकुचित विचार करून वृद्धांकडे बघितले जाते. ह्यातून

त्यांच्या संपूर्ण शरीरावर होणारा परिणाम, मनावर होणारा आघात ह्याच्याबद्दल कोणतेच तज्ज्ञ भाष्य करताना दिसत नाहीत. केवळ पैसे दिले की हवी तेवढी अद्ययावत वैद्यकीय सेवा मिळणे हा एक भाग झाला. मात्र त्या वयात वृद्धाला नेमकी अजून कशाची गरज पडणार आहे ह्याचा सखोल विचार, त्यानुसार उभारलेल्या संस्था आणि तज्ज्ञ ह्या सगळ्यांची खरेतर आजच्या काळात आत्यंतिक गरज आहे. अशाच इतर संलग्न गरजा ओळखून वृद्धांना साहाय्य करणाऱ्या छोट्या संस्था, उद्योग भारतात उदयाला आलेले आहेत. त्यांची व्याप्ती आणि लोकप्रियता अजून मर्यादित स्वरूपात आहे. ह्या मर्यादा भौगोलिक आहेत किंवा आर्थिक आहेत. ह्याहून अधिक चिंतेची बाब ही की, अशा संस्थांचे कारभार, कार्यप्रणाली ह्याबाबत कोणतेच सार्वत्रिक नियम, कायदे किंवा अधिसूचना उपलब्ध नाहीत. भारतात वृद्धसंगोपन यंत्रणा रुजवायची झाल्यास सद्य:स्थितीत नेमके कोणकोणते पर्याय वृद्धांसाठी उपलब्ध आहेत, ह्याचा एक आढावा घेणे अतिशय महत्त्वाचे आहे.

**वृद्धाश्रम आणि वृद्धनिवास**

भारतातील एकूण वृद्ध लोकसंख्या आणि त्यांच्या समस्या हा मोठाच व्यापक विषय आहे. साठी ओलांडलेल्या वृद्धांची संख्या आणि एकूण लोकसंख्येतला त्यांचा हिस्सा ह्याची २०११ च्या जनगणनेनुसार आकडेवारी पुढील वेबसाइटवर उपलब्ध आहे.

(https://www.census2011.co.in/census/state/maharashtra.html 2011)

वृद्धांच्या समस्या आणि त्यांचे निवारण करू इच्छिणाऱ्या संस्था ह्यांचे प्रमाण भारतात खूप आहे. Helpage आणि Dignity foundation अशी मोठी प्रस्थापित नावे किंवा मग अगणित वृद्धाश्रम, वृद्धनिवास आणि सामाजिक संस्था, हे सगळेच आपापल्या परीने वृद्धांना आयुष्य सुकर आणि समृद्ध करायला मदत करत आहेत. गेल्या दहा एक वर्षांत खरेतर वृद्ध सहनिवास, वृद्ध वसाहती अशा संस्था आणि व्यवसाय बरेच वाढले आहेत. अगदी उच्च वर्ग, मध्यम वर्ग आणि कनिष्ठ वर्ग अशा सर्वच आर्थिक वर्गांतील वृद्धांसाठी सोयी उपलब्ध होत आहेत. दूरच्या छोट्या गावांत, तर कधी शहराच्या गोंगाटापासून थोडे दूर अशा विविध ठिकाणी वृद्धांसाठी अशा वसाहती बांधण्यात आल्या आहेत. अनेक जुने-नवे वृद्धाश्रमदेखील आहेतच. त्यांच्याबाबत फारसा सकारात्मक नसलेला समाजदेखील त्यांची उपयुक्तता उमजू लागला आहे.

परंतु अशी कोणतीही संस्था सुरू करायची असेल तर त्याचे केंद्र सरकार ते पालिका अशा कोणत्याही पातळीवरचे कायदे जर अभ्यासले, तर त्यांत सुसूत्रता जाणवत नाही. सर्व शासकीय पातळ्यांवर एकवाक्यता आणि सुसूत्रता निर्माण करणे अतिशय गरजेचे आहे. ह्या संपूर्ण कायदेप्रणालीद्वारे भविष्यात वृद्धसंगोपन व्यवस्थेचे व्यवस्थापन करता येऊ शकते.

ह्यासाठी भारतातील सध्याचे कायदे निश्चितच पुरेसे नाहीत. Department of Welfare, Aged Persons Act, १९६७ च्या अन्वये जे काही नियम आहेत तितकेच. त्याउपर नवीन कोणत्याच स्पष्ट सूचना आढळत नाहीत. अशी वृद्धसेवा सुरू केलेल्या संस्थांवर, बांधकाम व्यावसायिकांवर, कोणतेही सरकारी अंकुश मोठ्या प्रमाणावर नाहीत, कोणतीच auditing body ह्यांचे कारभार, आर्थिक व्यवहार तपासत नाही! येथील वृद्धांची अवस्था, त्यांना मिळणारा आहार, मनोरंजन, व्यायाम, वैद्यकीय सुविधा अशा कोणत्याच पैलूंवर खरे म्हणजे कोणाचे फारसे लक्ष नाही! डोंगरदऱ्यांत वसलेले, थंड हवेच्या ठिकाणी उभारलेले, उत्तम रुग्णालयांशी संलग्न वगैरे, असे अनेक दावे करणारे वृद्ध सहनिवास भारतात जागोजागी तयार होऊ लागले आहेत. त्यांतील सुविधा, त्यांसाठी आकारले जाणारे पैसे, ह्याबाबत कोणतेच समान नियम सरकारने निर्माण केलेले नाहीत. तेथील बाह्य गोष्टी आकर्षक असल्या तरी त्या सुविधांचा वृद्धांना खरोखर फायदा होऊ शकेल का, ह्याचा विचार अभावानेच केल्याचा आढळतो. उदाहरणार्थ, वृद्ध रहिवासी घसरून पडू नये म्हणून प्रत्येक बाथरुममध्ये handrails आणि grabrails असायला हवेत. गुळगुळीत फरश्या, उंचीवर लावलेली विजेची बटणे, वरपर्यंत असलेली कपाटे, अशा गोष्टी वृद्धांसाठी अपायकारक ठरू शकतात. प्रत्येक निवासिका तळमजल्यावर असेल; प्रत्येक घरात जायला एखादी पायरी चढून जावे लागत असेल आणि ramp अथवा उताराची सोय घराबाहेर नसेल तर त्यामुळे पुढे कदाचित वृद्धांना त्यावरून व्हीलचेअर किंवा स्ट्रेचरने न्यायला अडचण होऊ शकेल, ह्याचा विचार आणि त्यासंबंधी बांधकामाचे विशिष्ट कायदे निर्माण होणे महत्त्वाचे आहे.

अशा वृद्धनिवासांमध्ये येणारे वृद्ध अधिक वृद्ध होत जाणार आहेत, ह्याबाबत अशा सेवा पुरवणारे उद्योजक आणि त्यांचे ग्राहक हे दोघेही अनभिज्ञ असावेत हे काळजी करण्यासारखे आहे. प्रत्येक वृद्ध ग्राहकाच्या काय काय गरजा बदलू शकतील याचा विचार करून आणि वृद्धांच्या शरीराचे अनेक सांधे पुर्जेक आणि वृद्ध स्वत: गृहीत धरून सगळे व्यावसायिक गृहरचना करतात असे बहुतेककरून दिसते. वृद्धांना कायम खाली वाकता येऊ शकेल,

जमिनीवर उठता बसता येईल, शौचालयात कमोड असेल तर त्यावर सहज बसता येईल, गुडघे तितके वाकतील, ह्याची अजिबात शाश्वती नसते. ह्याची जाणीव ना प्रत्यक्ष रहिवाशांना दिसते, ना अशा संस्थाचालकांना. अशा सगळ्या बारकाव्यांचा अभ्यास केलेले कोणतेच तज्ज्ञ सध्याच्या घडीला सरकारदरबारी दिसत नाहीत. ह्या विषयाचे सल्लागार व्यावसायिकांना मार्गदर्शन करताना दिसत नाहीत. वृद्धनिवासासाठी गरजेच्या अनेक पैलूंचा अभ्यास होणे आवश्यक आहे. त्या अनुषंगाने काही विशिष्ट नियम बनवले जाणे आत्यंतिक महत्त्वाचे आहे. हे नियम सरकारने एका नियमावलीमध्ये समाविष्ट करून जाहीर करावेत. हे नियम सर्व वृद्ध वसाहती आणि स्वतंत्र वृद्धघरांना लागू करण्यात यावेत आणि ह्या नियमांचे पालन होत आहे की नाही ह्याची तपासणी आणि अंमलबजावणी करण्यात यावी. ह्या सर्व नियमांच्या पालनाची जबाबदारी प्रत्येक राज्याची असू शकते किंवा केंद्रीय सरकारची देखरेख आणि थेट महानगरपालिकांचे संयोजन अशा विभागणीअंतर्गतदेखील काम होऊ शकते. सध्या असे अनेक वृद्ध आहेत जे वृद्धवसाहतीमध्ये राहतात. त्यांची संख्या वाढत आहे परंतु त्या सर्वांना स्वतःचा काही स्वतंत्र आवाज नाही, ज्येष्ठ नागरिक संघदेखील ह्याबाबत फारसे जागरूक नाहीत. कुठेतरी एक प्रचंड दरी निर्माण झालेली आहे. ही सर्व वृद्ध मंडळी समाजाच्या परिघाबाहेर असल्यासारखी भासू लागली आहेत. अशा वेळी जर कोणत्याही प्रकारची आर्थिक फसवणूक झाली, वैद्यकीय सेवा मिळण्यास दिरंगाई झाली, तर अन्यायाविरुद्ध एकटेच लढण्याव्यतिरिक्त दुसरा पर्याय उरत नाही. अर्थात ते तितकेसे योग्य नाही आणि कधी कधी शक्यही नसते. समाज ह्या साऱ्या समस्यांकडे आज जर कानाडोळा करत असेल तर त्याचे गंभीर परिणाम होतील हे निश्चित!

अशा वसाहतींमध्ये राहणारी मंडळी सदैव दुःखीकष्टी असतील अशातला भाग नाही. वृद्धांसाठी व्यावसायिकांनी उभ्या केलेल्या व्यवस्था आहेत, त्यांच्यावर सध्यातरी कोणतेच सरकारी बंधन किंवा जबाबदारी नाही. त्या केवळ पर्यायी व्यवस्था म्हणून उदयास आलेल्या आहेत. मात्र पर्याय कशाला? भारतात अस्तित्वात नसलेल्या वृद्धसंगोपन व्यवस्थेला! खरेतर भारतात देशव्यापी अशी कोणतीच संस्था किंवा प्रणाली नाही, जी संपूर्ण देशातील वृद्ध लोकांना मदत करू शकेल. वाढत्या लोकसंख्येकडे पाहता जर आज पावले उचलली तर कदाचित जी वृद्धत्वाची त्सुनामी आज जपान आणि युरोपीय देशांच्या किनारी धडका मारत आहे ती जेव्हा भारतासारख्या लोकसंख्याबहुल देशात येईल तेव्हा  आपल्याकडे त्यास सामोरे जाण्याची थोडीबहुत काही तयारी असेल.

जर ह्या समस्येने अधिक गंभीर रूप धारण केले तर त्याने संपूर्ण देशाचेच नुकसान होणार आहे हे निश्चित. आज जो मोठा तरुण करदाता- वर्ग आहे त्याच्याकडून अतिरिक्त कर किंवा अतिरिक्त बचत सरकार मागू शकते. तो तरुणवर्ग येत्या पंचवीस वर्षांत वृद्ध होत आहे. त्या वेळी सरकारकडे वृद्धांच्या समस्या तर अनन्वित असतील आणि सोयींसाठी आर्थिक पाठबळ अतिशय कमी असेल. भारतातल्या भावी वृद्धांचे हाल अटळ आहेत. आज जर पुढील खर्चाची तरतूद केली नाही, तर भविष्यात इतर देशोपयोगी खर्च थांबवून वृद्धसंगोपनाच्या कार्यासाठी मोठीच रक्कम उपलब्ध करून द्यावी लागेल.

कोणत्याच वृद्धवसाहती किंवा संस्था एकट्याने सर्व समस्यांचे मोठ्या प्रमाणावर निराकरण करू शकणार नाहीत. ह्याकरिता सरकारी पातळीवर मोठी चळवळ उभी राहायला हवी. त्यावर विस्तृत असे एक सुरक्षेचे जाळे निर्माण व्हायला हवे, ज्याअंतर्गत सर्व स्तरांतील वृद्धांना न्यायोचित, आरोग्यपूर्ण आणि स्वास्थ्यपूर्ण वृद्धत्वाचा अनुभव घेता येईल.

भारतात ह्या संदर्भात अस्तित्वात असलेले कायदे आणि नियम जाणून घेणे अतिशय महत्त्वाचे आहे. भारतात वृद्धांच्या संदर्भातले कायदे तसे कमीच आहेत आणि जे आहेत त्यांचे पालन कामचलाऊ पद्धतीने केले जाते. कायदेकर्त्यांनी समाजाचे भविष्यातील वास्तव विचारात न घेता केवळ सद्य:स्थिती पाहून वरवरची मलमपट्टी केल्यासारखे कायदे केले आहेत असेच वाटत राहते. संपूर्ण स्वतंत्र व्यवस्था उभी करावी, पुढील पंचवीस वर्षांतील समाजबदलांचा ओघ विचारात घेऊन तरतुदी कराव्यात, असा विचार कुठेच आढळत नाही. त्या अर्थी वृद्धसंगोपन व्यवस्थापन हे सरकार आणि कायदेतज्ज्ञांसमोर एक आव्हान आहे. समाजबदलाचा वेग विचारात घेऊन पुढे उद्भवणाऱ्या समस्या जर वर्तमानकाळात हाताळल्या तरच त्यांचे दुष्परिणाम टाळता येऊ शकतील. जर स्त्रियांना मोठ्या प्रमाणात देशाच्या उत्पादनक्षमतेत भर घालायची असेल, त्यासाठी पूर्णवेळ नोकरी करायची असेल, तर वृद्धांचे आणि मुलांचे संगोपन ह्याबाबत देशव्यापी यंत्रणा अथवा नियम असणे गरजेचे होऊन बसते. देशांतर्गत आर्थिक चलनवलन वाढीस लागावे याकरता अधिकाधिक लोकांनी मूळ उत्पादनप्रवाहात सामील व्हावे असे जर सरकारला वाटत असेल तर त्यासाठी पोषक वातावरण निर्माण करणे, यंत्रणा निर्माण करणे हे अपरिहार्य ठरते. वृद्धसंगोपनाचा विषय हा अशाकरतादेखील अतिशय महत्त्वाचा ठरतो. ह्याकरता सरकारने अनुकूल कायदे बनवून, स्वच्छ धोरणे आखून त्यावर योग्य असे

प्रोत्साहन जर उद्योजकांना दिले, तरच त्यातून एक सशक्त अशी यंत्रणा निर्माण होऊ शकेल. वृद्धांना मानवसंसाधनांचा महत्त्वपूर्ण घटक म्हणून पाहणे जरुरीचे आहे. या सगळ्यातून, येणाऱ्या काळातील सामाजिक रचना ही निराळ्या पद्धतीने उभारली जाऊ शकते. त्यातून होणाऱ्या फायद्यांची शक्यता जाणून त्यासाठी धोरणात्मक पाया रचण्याचे काम हे सरकारलाच करावे लागणार आहे.

## वृद्धांविषयी भारतातले कायदे

ज्येष्ठ नागरिकांसाठीचे भारताचे राष्ट्रीय धोरण १९९९ साली तयार करण्यात आले. ह्या धोरणाचा प्रमुख उद्देश ज्येष्ठांची सुरक्षा आणि अन्नपुरवठा, आरोग्यसेवा व निवारा आदी गरजांचे व्यवस्थापन हे होते. राष्ट्रीय विकासामध्ये त्यांना न्याय्य हक्क मिळवून देणे; वृद्धांकडे दुर्लक्ष, त्यांची हेळसांड आणि पिळवणूक यांपासून त्यांचे संरक्षण करणे आणि एकुणात जीवनाचा स्तर उंचावणे असेही हेतू होते. वरील नमूद केलेल्या हेतूंची पूर्तता होण्यासाठी केंद्रीय आणि राज्य पातळीवर अनेक यंत्रणा निर्माण करण्यात आल्या आहेत. सामाजिक न्याय आणि सबलीकरण मंत्रालय ह्या सर्व योजनांच्या कामी प्रमुखपद भूषवते.

वृद्धांसाठी खालीलप्रमाणे काही महत्त्वाचे कायदे आणि नियम करण्यात आले आहेत:

- ज्येष्ठांचे प्रतिपालन आणि ज्येष्ठ आईवडील यांच्या संरक्षणासाठी कायदा (Maintenance and welfare of parents and senior citizens act, २००७)

- ज्येष्ठांच्या सेवेसाठी प्रशिक्षित मनुष्यबळ तयार करावे यासाठी राष्ट्रीय योजना करून ज्येष्ठांची काळजी घेण्यासाठी राष्ट्रीय कार्यक्रम (National initiative on care for elderly [NICE]) असा कार्यक्रम भारत सरकारच्या National Institute of Social Defense ह्या संस्थेमार्फत अमलात आणला गेला.

- ज्येष्ठ कार्यकर्त्यांसाठी वयोश्रेष्ठ सन्मान आणि आंतरराष्ट्रीय ज्येष्ठ दिन साजरा करणे, त्याचबरोबर ज्येष्ठांच्या प्रश्नांविषयी जनजागृती आणि चर्चा व्हावी ह्याकरता विविध माध्यमांमार्फत विज्ञापनाची व्यवस्था, ह्याही गोष्टींची दखल घेण्यात आली आहे.

- ज्येष्ठांच्या प्रश्नांवर कार्यरत असलेल्या सेवाभावी संस्थांना आर्थिक मदत करणे

- ज्येष्ठांसाठी वृद्धनिवास किंवा वृद्धाश्रम बांधण्याकरता व ते चालवण्याकरता साहाय्य करणे (गोखले, २०१२)

सर्वात नवा आणि महत्त्वपूर्ण कायदा Maintenance and welfare of parents and senior citizens act २००७ हा इथे समजून घ्यायला हवा आहे.

भारतात एकत्र कुटुंब पद्धती ही पूर्वापार चालत आलेली आहे. वृद्ध मातापित्यांची काळजी ज्येष्ठ पुत्राने घ्यावी अशी एक प्रथा आहे. मुले मोठी झाली आणि आईवडील थकले, की अपत्यांनी आईवडिलांचा सांभाळ करावा ह्या विचारावर समाज स्थिरावल्याचे दिसते. बदलत्या काळात, विशेषत: शहरी भागात, घरांचे आकारमान आणि प्रत्येक व्यक्तीस मिळणारी स्वतंत्र जागा ही कमी पडू लागली, हळूहळू कुटुंबे छोटी होत गेली, विभक्त होत गेली. मुलेदेखील नोकरीच्या संधी शोधत राहते घर, शहर किंवा देश सोडून दुसरीकडे स्थिरावू लागली. जी जुनी कुटुंब व्यवस्था होती, तीत मुले आणि वृद्ध मंडळी घरीच असत, त्यांचे भरणपोषण आणि देखभाल ही कुटुंबाची एकत्रित जबाबदारी असे. कालांतराने लोक विभक्त कुटुंबांत राहू लागले, स्त्रिया नोकरीच्या निमित्ताने बाहेर पडू लागल्या, वृद्ध आणि मुलांच्या प्रमुख काळजीवाहकाच्या भूमिकेतून त्या बाहेर पडू लागल्या. ह्यातून मुलांचा सांभाळ करण्याच्या गरजेशी निगडित अर्थकारण ताडून अनेक व्यावसायिक पुढे आले आणि मुलांच्या संगोपनाची एक स्वतंत्र व्यवस्था उभी राहिली. अर्थात ही व्यवस्थादेखील उद्योजकांनी उभारलेली आहे. ह्यातदेखील एक समान सरकारी नियम आणि संस्थात्मक रचना यांचा अभाव आहेच. वृद्धांच्या बाबतीत मात्र असे काहीच घडले नाही. वृद्ध एकटे, एकाकी आणि दुर्लक्षित आयुष्य कंठू लागले. कुटुंबाकडून होणारा आर्थिक, मानसिक, भावनिक मनस्ताप; अवहेलना, हेटाळणी अशा अनेक आघातांमुळे वृद्ध अधिक अधिक खचले. जे वृद्ध सुस्थितीत होते, त्यांनी निराळ्या संकुलांची मागणी बाजारासमोर ठेवली. त्यानुरूप वृद्धांसाठी अद्ययावत सदनिका बनवल्या गेल्या. ह्यावरदेखील कोणताच सरकारी धरबंध नसल्याने, काही वृद्धांना त्याही पर्यायातून फारसे काही हाती लागले नाही. ही परिस्थिती केवळ भारतातली नसून अनेक देशांमधली आहे. ह्याचे भविष्यातले रूप ताडून अनेक देशांनी वृद्धांच्या सुरक्षिततेसाठी आणि त्यांचे परावलंबित्व काही प्रमाणात कमी करण्यासाठी अनेक कायदे बनवले आणि अनेक नवनवीन तरतुदीदेखील आणल्या. श्रीलंका, कॅनडा, अमेरिका, चीन, दक्षिण आफ्रिका ह्या देशांमध्ये अशा प्रकारचा विचार

करून कायद्यात तरतुदी केल्या गेल्या आहेत. भारत सरकारलादेखील वृद्धांच्या वाढीस लागलेल्या समस्या उमजल्या होत्याच. जानेवारी ते जून २००४ दरम्यान भारत सरकारने वृद्धांचे परावलंबित्व जाणून घेण्याच्या हेतूने एक सर्वेक्षण केले. त्यातील एका पाहणीनुसार साल १९९५-९६ पासून २००४-०५ ह्या कालखंडात एकटे वृद्ध किंवा वृद्ध दांपत्य एवढेच कुटुंब असणाऱ्यांची संख्या २० टक्क्यांनी वाढली. (मोहंती २०१२) त्यातील आकडेवारीतून अनेक गोष्टी स्पष्ट झाल्या. स्त्री, पुरुष, ग्रामीण आणि शहरी भागांतील वृद्ध ह्यांचे उत्पन्न, टक्केवारी ह्या साऱ्याची विस्तृत माहिती सरकारदरबारी जमा झाली. मिळालेल्या आकडेवारीनुसार शहरी वृद्ध पुरुष हे कमी प्रमाणात आपल्या मुलांवर अवलंबून असतात. याउलट स्त्रिया अधिक अवलंबून असतात. ह्याच्या बरोबर उलट चित्र गावांमध्ये दिसते; ग्रामीण महिला ह्या पुरुषांपेक्षा अधिक सबळ आहेत. एकंदर प्रमाण बघता भारतात जवळजवळ ७५ टक्के स्त्रिया दुसऱ्या कोणत्यातरी व्यक्तीच्या उत्पन्नावर अवलंबून असतात. स्त्रियांचे आयुर्मान हे पुरुषांपेक्षा सरासरी ८ वर्षांनी जास्त असते, त्यामुळे त्या दारिद्र्यात किंवा परावलंबनात अधिक काळ व्यतीत करतात.

वृद्धांची ही विकल अवस्था काही प्रमाणात कमी करण्याच्या दृष्टीने सरकारने २००७ साली हा कायदा बनवला. त्याअंतर्गत मुले अथवा ज्येष्ठांचे वारसदार ह्यांनी वृद्ध व्यक्तींना दरमहा साधारण १०,००० रुपयांपर्यंत रक्कम पोटगी म्हणून दिली पाहिजे.

आपण ह्या कायद्याचे काही मुख्य भाग जाणून घेऊ या.

- मातापिता आणि ज्येष्ठ व्यक्ती ह्यांना पोटगी देण्याबाबत व्यवस्था
- वृद्धाश्रमांची स्थापना
- ज्येष्ठांची आरोग्य तपासणी
- ज्येष्ठांच्या आरोग्याची आणि मालमत्तेची सुरक्षितता - तसेच ह्या कायद्याखाली कोणकोणते गुन्हे येतात यांची सूची आणि त्यांच्या चौकशीची प्रक्रिया
- राज्य सरकारची ह्या कायद्यासंदर्भातली जबाबदारी (गोखले, २०१२)

ह्या कायद्यांतर्गत वृद्धांना दर महिन्याला ठरावीक आर्थिक उत्पन्न पोटगीच्या स्वरूपात मुलांनी अथवा वारसदारांनी दिले नाही तर त्या मुलांना अथवा वारसांना ५००० रुपये दंड किंवा ३ महिन्यांचा तुरुंगवास किंवा दोन्हीही, अशी शिक्षा होऊ शकते. जर मुलांनी महिन्याच्या महिन्याला खर्चाची रक्कम दिली नाही तर नव्वद दिवसांची मुदत देऊन ही तक्रार निकालात काढण्यात

येते. सगळ्यात महत्त्वाची बाब म्हणजे ह्या कायद्यांतर्गत वृद्ध हे वकील न घेता स्वत:ची तक्रार स्वत: सत्र न्यायालयासमोर मांडू शकतात आणि काही वेळा ज्येष्ठ आणि वारस ह्यांच्यात सामोपचारानेदेखील समस्या सोडवता येऊ शकतात.

- कलम २ : ह्या कायद्याचा फायदा साठ वर्षांवरील ज्येष्ठ नागरिकांना मिळू शकतो.
- कलम ८ : ह्या कायद्यांतर्गत जी न्यायालयं नेमली आहेत त्यांना सिव्हिल कोर्टाचे सर्व अधिकार आहेत.
- कलम १७ : ह्या न्यायालयासमोर वकिलांना यायची परवानगी नाही.
- कलम ११ - २ : जर न्यायालयाने पोटगीबाबत हुकूम दिले तर क्रिमिनल कोड १४ प्रकरणानुसार ह्या हुकुमाची अंमलबजावणी करायला लागेल.
- कलम २१ : ह्या कायद्याखाली येणाऱ्या ज्येष्ठांच्या मालमत्तेचे संरक्षण ह्यासाठीचे जनजागृतीचे कार्यक्रम नियमितपणे पोलिसांसाठी केले जातील.
- कोणत्याही ज्येष्ठाला घरातून बाहेर काढण्यात आले किंवा त्याच्याकडे दुर्लक्ष करण्यात आले तर ह्या गुन्ह्याला तीन महिने कैद किंवा ५ हजार रुपये दंड होईल. हा गुन्हा दखलपात्र असून त्यात जामिनाची सोय आहे.

आता ह्या कायद्याचे काही असे मुद्दे तपासू या, ज्यांनी हे स्पष्ट होईल की हा कायदा ज्येष्ठांसाठी खरोखर लाभदायक आहे की नाही.

ह्या कायद्यात पालक आणि ज्येष्ठ नागरिकांची जी व्याख्या दिलेली आहे ती अतिशय मोघम आहे. साठ वर्षांवरील व्यक्ती ह्या ज्येष्ठ म्हणून ओळखल्या जाणार आहेत, साठीच्या आतले जे वृद्ध आहेत आणि त्यांची मुले सज्ञान आहेत त्यांनादेखील ह्या कायद्याचा आधार घेता येणार आहे. नेमके कोणत्या वयोगटातले वृद्ध ह्या कायद्याचे लाभार्थी असणार याबद्दल भरपूर गोंधळ आहे.

जे वृद्ध अपत्यहीन आहेत, अशा वृद्धांनी नेमके कोणते न्यायालय गाठावे ह्याबद्दल अजिबात खुलासा नाही. त्यांच्या वारसांनी त्यांची देखभाल केली नाही तर ही वृद्ध मंडळी त्यांच्याविरुद्ध तक्रार नोंदवू शकत नाहीत.

वारसदार कोण हे जरी इच्छापत्रात लिहून ठेवले तरी ती माहिती गोपनीय असावी  असा संकेत असताना नेमकी कोणती व्यक्ती वृद्धांच्या देखरेखीस जबाबदार आहे ह्याबद्दल कुठेही सविस्तर चर्चा कायद्यात आढळत नाही.

जरी एखाद्या व्यक्तीने ह्या कायद्याच्या धाकामुळे अथवा लोकलज्जेस्तव पालकांची काळजी घेतली आणि जर ह्या पालकांनी वारसाहक्कातली सदनिका

अथवा इतर स्थावर मालमत्ता हयातीत विकून टाकली तर त्याबद्दल वारस अथवा मुलगा-मुलगी कुठेच तक्रार नोंदवू शकत नाहीत.

वकिलांना ह्या सत्र न्यायालयात यायला अजिबात परवानगी नाही. केवळ पालक आणि जी ज्येष्ठ मंडळी अन्यायाचा बळी ठरली आहेत, त्यांनाच त्यांची बाजू स्वतंत्रपणे मांडायची मुभा आहे. जर कोणत्याही प्रकारे त्यांना ते जमत नसेल तर त्यांच्या बाजूने सेवाभावी संस्था, एखादा सरकारी वकील उभा राहू शकतो. ह्याउलट वारस अथवा मुलांना अशा प्रकारची मुभा अजिबात नाही. ह्या मूलभूत तत्त्वांमुळे संपूर्ण न्यायदानाच्या प्रक्रियेत असंतुलन निर्माण झाल्याचे स्पष्ट होते.

कायद्याची केवळ साधारण रूपरेषा देऊन केंद्रीय सरकारने संपूर्ण जबाबदारी राज्यांवर टाकली आहे. ह्यात अनेक स्पष्टीकरणे आणि अंमलबजावणीसाठीचे बारकावे पूर्णत: अनुल्लेखित आहेत. अनेक राज्यांनी हा कायदा लागूदेखील केलेला नाही. त्यात पुन्हा केंद्र सरकार अथवा राज्य सरकार यांपैकी नेमके कोण सर्व योजनांचा मुख्य सूत्रधार आहे हे अजिबात स्पष्ट नाही.

राज्यांनी प्रत्येक जिल्ह्यात साधारण १५० खाटांची सोय असलेले वृद्धाश्रम आणि सेवा केंद्रे सुरू करावीत असा एक दंडक आहे. मात्र वास्तवात ह्यात अनेक विसंगती आहेत. सर्वप्रथम जर केंद्र सरकार १५० खाटांची मोघम मर्यादा घालत असेल तर त्याहून कितीतरी पट अधिक अथवा कमी मागणी प्रत्येक जिल्ह्यागणीक असू शकेल. दुसरे म्हणजे अशा संस्था सुरू केल्या तर त्यांचे व्यवस्थापन, नियोजन आणि नियंत्रण नेमके राज्य सरकार करणार की केंद्र सरकार, ह्याबाबत कुठेही स्पष्ट उल्लेख नाही.

सगळ्यात महत्त्वाची बाब म्हणजे हा नवीन कायदा नेमक्या कोणत्या आर्थिक स्तराशी संलग्न आहे; ह्याचे लाभार्थी नेमक्या कोणत्या आर्थिक, शारीरिक अवस्थेत असावेत; ह्याकडे लक्ष देण्यात आलेले नाही. हा कायदा मुख्यत्वे पोटगी आणि वारसदार अशा गोष्टींबाबत चर्चा करतो. त्यामुळे तो समाजातल्या आर्थिक दृष्ट्या दुर्बल स्तरातल्या ज्येष्ठांचा विचार करतो की नाही अशी शंका येऊ लागते.

अधिक खोलात जायचे झाले तर एक अतिशय चिंताजनक बाब समोर येते ती अशी की, जी व्यक्ती ह्या सत्र न्यायालयी जज्ज अथवा मुख्य न्यायाधीश म्हणून विराजमान होऊ शकते, ती कायद्याची पदवीधर असावी अशी कोणतीच अट नाही. मुळात एक ढिसाळ न्यायव्यवस्था रुजवून दिली तर त्याचे पुढील काळात बरेच दुष्परिणाम उद्भवू शकतात.

वृद्धांच्या संरक्षणाची जबाबदारी त्या त्या राज्यातील पोलीस खात्याकडे सोपवलेली असून, त्या अनुषंगाने नेमके कसे काम करावे ह्याबद्दल कुठेच स्पष्ट निकष नमूद केलेले नाहीत. अतिरिक्त जबाबदाऱ्यांच्यामुळे पोलीस खाते आधीच खूप व्यग्र असते. शक्य तितक्या कमी कर्मचाऱ्यांना घेऊन ते आपले काम करत असते. त्यात हे अतिरिक्त काम पोलीस खात्याकडे आले, तर कामाचे पूर्ण स्वरूप स्पष्ट न झाल्याने त्यांनादेखील अनेक अडचणी येऊ शकतात. नेमकी कुणी आणि कुठे सुरुवात करावी, हा प्रश्न राज्य पोलिसांना वृद्धसुरक्षा आणि संलग्न विषयांबाबत पडू शकतो.

अनेक राज्यांनी ह्या कायद्याच्या आराखड्यात ठोस नियमांची आणि कार्यप्रणालीबाबत सखोल माहिती पुरवलेली नाही. विविध राज्यांत जर पोटगीची रक्कम निरनिराळी ठरवली असेल तर त्या त्या राज्यातील वृद्धांची नेमकी कशी गुजराण होईल, ह्याबाबत कुठेही माहिती आणि त्यावर योग्य असे कायदेशीर उपचार आढळत नाहीत.

गरीब आणि आर्थिक दृष्ट्या दुर्बल ज्येष्ठ, दिव्यांग वृद्ध, एकाकी वृद्ध जे परिस्थितीमुळे रस्त्यावर येतात, अशांना वारस असूनही त्यांची परिस्थिती तितकीच नाजूक असते. अशा वर्गातील वृद्धांचा विचार ह्या कायद्यात पुरेसा झालेला नाही. ह्याबाबत सर्वोच्च न्यायालयाच्या एका खंडपीठानेदेखील हा प्रश्न तत्कालीन सरकारपुढे उपस्थित केलेला होता. ह्यावर पुरेसे समाधानकारक उत्तर न मिळाल्याने सरकारने ह्याचा आणि एकूणच २००७ च्या ह्या कायद्याचा फेरविचार करावा असा एक शेरा दिला आहे.

इथल्या चर्चेस अनुसरून एक महत्त्वाचा मुद्दा म्हणजे सर्वोच्च न्यायालयाने हेदेखील सरकारच्या नजरेस आणून दिले आहे की, ज्या देशांतील वृद्धांना तरुणपणी नोकरीची हमी नव्हती, त्यांना कोणतेही निवृत्तिवेतन अथवा भत्ता मिळणार कुठून? २००७ चा कायदा 'सर्वात जास्त संगोपनाची गरज' असलेल्या आर्थिक वर्गासाठी सरकारी उपाययोजना अथवा निवास व्यवस्था ह्याबाबत कोणतेही वक्तव्य करत नाही.

ज्या पालकांना हा कायदा लागू होतो, त्यांचीदेखील कोंडी अशी आहे की, अनेक राज्यांनी हा कायदा त्यांच्या राज्यात लागू केलेला नाही. जिथे तो लागू झाला आहे तिथे त्यात कोणतेही सविस्तर उपाय नाहीत, कोणतीही विशिष्ट सेवा पुरवली जाण्याबाबत हमी दिलेली नाही. काही राज्यांनी कागदोपत्री जरी कायदा जारी केलेला असला तरी त्याच्यासाठी लागणारी सत्र न्यायालयांची

बांधणी, नेमणूक अजिबात केलेली नाही. इतर कोणत्याही न्यायालयात वृद्ध-संगोपनाविषयीच्या तक्रारी दाखल करता येत नाहीत. त्यातून आपल्याच अपत्याबाबत असले गुन्हे दाखल करणे, त्यांना कोर्टात खेचणे, असे प्रकार कोणतेच पालक स्वखुशीने करतात अशातला भाग नाही. अशा न्यायालयीन प्रक्रियेनंतर नेमके काय हाती येईल ह्याबाबत कोणत्याच निष्कर्षापर्यंत कायदा येत नाही.

या कायद्यात सक्तमजुरी, फौजदारी खटला, अशा काही जरा टोकाच्या गोष्टी आहेत. आपली मुले सरकारदरबारी गुन्हेगार ठरावीत असे कोणत्या पालकांना वाटेल? जरी अगदी अशी टोकाची परिस्थिती उद्भवली, त्याची नोंद न्यायालयाने घेतली, तरी पोटगीची रक्कम न दिल्याबद्दल मुलांना केवळ तीन महिन्यांची शिक्षा आहे. तीन महिने शिक्षा अथवा पैसे चुकते करेपर्यंत तुरुंगवास आणि पाच हजार रुपयांचा दंड इतकेच स्पष्ट आहे. शिक्षेतील रकमेची थकबाकी कशी वसूल केली जावी? ती रक्कम न्यायालयात जमा करावी, सरकारदरबारी केंद्रात का राज्यात कुठे भरावी, याबाबतच्या विस्तृत सूचनांचा अभाव ह्या कायद्यात पदोपदी आढळतो. अशा त्रोटक नियमांमुळे, कमकुवत कायदेचौकटीमुळे, २००७ च्या कायद्याचा परिणामकारक उपयोग भारतातील ज्येष्ठांना होत नाही.

नेमके काय केले की ह्या कायद्याच्या मागील भूमिका यथार्थ ठरेल? खाली काही साध्या सूचना आहेत, ज्यांमुळे काही अंशी तरी ह्या कायद्याचे स्वरूप अधिक स्पष्ट होईल.

- सर्व सरकारी पातळ्यांवर एकवाक्यता यावी ह्याकरता केंद्र सरकारने अधिकृतरीत्या ह्या कायद्यातील काही मुद्दे सविस्तर स्पष्ट करावेत. राज्य सरकारला ह्या कायद्यांतर्गत जो निधी मिळतो त्याचा ओघ बंद करून, सर्व सूचना राज्यांनी अमलात आणल्याची खातरजमा करून मग निधीचे वाटप पुनश्च सुरू करावे.
- ज्येष्ठ नागरिकांनी आणि ज्येष्ठ नागरिक संघांनी ह्या संपूर्ण कायद्याचे विशेष अध्ययन करून, प्रत्येक राज्यात ह्या कायद्याचे संपूर्ण स्वरूप प्रत्यक्षात उतरावे ह्याकरता एकत्रित येऊन राज्य सरकारवर दबाब आणावा.
- अनेक शैक्षणिक संस्था, विशेष करून वैद्यकीय महाविद्यालये ह्यांनी स्वतःहून पुढाकार घेऊन राज्य सरकार आणि केंद्र सरकारकडे निधी व इतर साहाय्य मागितले पाहिजे, जेणेकरून जराविज्ञान आणि जरावैद्यक ह्या विषयांचा

अभ्यासक्रम मूळ प्रवाहात आणून त्याचे तज्ज्ञ भारतात तयार होऊ शकतील.

- विविध गृहरचना आणि सहकारी गृहनिर्माण संस्था ह्यांनीदेखील आपापल्या परिसरात एखादे सरकारी वृद्ध विरंगुळा केंद्र असावे अशा अर्थाची मागणी करून नगरसेवक आणि राज्य सरकारशी संबंधित अधिकाऱ्यांशी चर्चा करायला हवी.
- निवडणुका कोणत्याही पातळीवरच्या असल्या तरी, त्या वेळी जे जे लोकप्रतिनिधी भेटावयास येतात, त्यांच्याकडून वृद्धांनी एकत्रितपणे मागणी करून लेखी स्वरूपात आश्वासन घ्यायला हवे, जेणेकरून ह्या कायद्याची संपूर्ण अंमलबजावणी योग्य प्रकारे प्रत्येक राज्यात होऊ शकेल.

ह्या कायद्याचा एकंदर रोख हा ज्या ज्येष्ठांकडे कोणत्या ना कोणत्या प्रकारची स्थावर मालमत्ता आहे अथवा ज्यांना हक्कांची विशेष जाणीव आहे अशा मध्यम किंवा त्याहून उच्च वर्गांच्या दिशेने आहे. जे खरोखर दारिद्र्य, उपासमार आणि इतर भीषण दुःखे सहन करत आहेत, अशा वृद्ध वर्गासाठी कोणतेच उपाय ह्या कायद्यात नाहीत. ही मंडळी त्याकरता कधी एकत्रित येऊन लढादेखील देऊ शकणार नाहीत. त्यांच्यासाठी ह्या कायद्यात काही विशेष सोयीसुविधा करण्याबाबतदेखील मागणी राज्य आणि केंद्र सरकारकडे निश्चितपणे करायला हवी आहे.

## नवीन कायदे कोणते असावेत?

भारतात एकंदर ज्येष्ठांसाठीचे कायदे अतिशय मर्यादित आहेत. जे आहेत, त्यांचे स्वरूप काहीसे अपूर्ण वाटते, त्याचे कारण म्हणजे राज्य आणि केंद्र सरकार, त्याचबरोबर स्थानिक कायदेव्यवस्थापन ह्यांमधील संवादाचा अभाव; कोणत्याही सूचना, अधिनियम यांचे पालन, पूर्तता होत आहे की नाही ह्याबाबत सर्वत्र दिसणारी उदासीनता. अगदी सर्वात नवा, ज्येष्ठांच्या दृष्टीने महत्त्वाचा म्हणता येईल असा २००७ चा कायदादेखील बऱ्याच अंशी अपूर्ण आणि त्रुटीयुक्त असल्याचे आपण बघितले. ह्या साऱ्यांत आणखी दोन अतिशय महत्त्वाच्या बाबी आहेत. एक म्हणजे हे सर्व कायदे तत्कालीन परिस्थिती, तिचे परिणाम जनतेस जाणवू लागल्यानंतर केलेले आहेत. दुसरे असे की, अशा प्रकारच्या कायद्यांचा येत्या पंचवीस वर्षांत अजिबात उपयोग होणार नाही, कारण हे कायदे सर्वसमावेशक नाहीत. ह्या कायद्यांत सर्व आर्थिक

आणि सामाजिक स्तरांतील वृद्ध, त्यांच्या गरजा, त्यांच्या भविष्यातील मागण्या ह्यांचा सखोल विचार झालेला दिसत नाही. बदलत्या काळातील वृद्धांच्या बदलत्या गरजा, बदलते सामाजिक स्थान आणि कौटुंबिक समीकरणे ह्यांवर कोणतीच टिप्पणी अथवा प्रयोजन ह्या कायद्यात आढळून येत नाही.

वृद्धसंगोपन, त्याकरता लागणारी संपूर्ण व्यवस्था अजूनतरी भारतात अस्तित्वात आलेली नाही; त्याचबरोबर तशी व्यवस्था इथे तयार करावी, रुजवावी, ह्याकरता सरकार आणि जनता ह्या दोघांमध्ये संपूर्ण अनभिज्ञता आणि अनास्था असल्याचे स्पष्ट जाणवते.

भारतासारखा अतिशय वैविध्यपूर्ण देश, जिथे अनेक भाषा, प्रांत आणि चालीरीती आहेत, अशा ठिकाणी संपूर्ण देशाकरता एक समान सोय करणे हे खरोखरच मोठे आव्हान आहे. पाश्चात्त्य आणि प्रगत देशांचे नुसते कायदे किंवा व्यवस्था इथे आणून किंवा अनुसरून चालणार नाही, कारण त्या देशांची आर्थिक प्रगती आधी झाली आणि मग स्थैर्याच्या एका काळानंतर त्यांचे नागरिक वृद्ध होऊ लागले. त्यामुळे ज्या वेळी वृद्धांची समस्या पुढील काही वर्षांत उद्भवेल असे ह्या देशांतील राजकारणी मंडळींना वाटले, त्या वेळीच त्यांनी सखोल अभ्यास करून पुढील वर्षांसाठी काही सोयी, व्यवस्था ह्यांची बांधणी केली.

भारताचे अजिबात तसे नाही. भारत महासत्ता होईल असे स्वप्न गेली अनेक दशकं इथले राजकारणी जनतेस दाखवत आहेत. मात्र वास्तव असे आहे की, उपलब्ध आकडेवारीनुसार भारत महासत्ता होण्याआधीच वृद्ध देश होणार आहे. संयुक्त राष्ट्रांच्या व्याख्येनुसार, जेव्हा देशातील ७ टक्के जनता वृद्ध होते, त्या वेळी देशास वार्धक्याकडे झुकणारा देश म्हणून संबोधले जाते आणि जेव्हा देशातील २० टक्के जनता ही वृद्ध असते, त्या वेळी त्याला वृद्ध देश म्हणून संबोधले जाते. मूडीजच्या एका अहवालानुसार भारतात २०१० मध्ये वृद्धांची संख्या ८ टक्के होती आणि २०५० पर्यंत हा आकडा १९ टक्के होणार आहे. ह्या सगळ्यामुळे अर्थातच भारताचा प्रगतीचा दरदेखील कमी होणार आहे. बचतीची आणि पर्यायाने गुंतवणुकीची टक्केवारीदेखील घसरणार आहे. कामगारवर्गाचा आकडा कमी होणार आहे आणि त्याचबरोबर एकंदर जीवनमानाचा दर्जादेखील खालावणार हे निश्चित आहे. प्रगती करणाऱ्या देशांत जी मंडळी वृद्ध होतात त्यांच्या समस्या, मागण्या ह्या सर्वस्वी निराळ्या असतात आणि त्याच वेळी सरकारचा प्राधान्यक्रमदेखील संपूर्णपणे निराळा

असतो. भारताने मात्र ह्याबाबत अजूनतरी कोणतीच तयारी अथवा नियोजन प्रत्यक्षपणे सुरू केलेले दिसत नाही.

एकीकडे तरुणवर्गातील करदाते घटत असताना जर कोणत्याही व्यवस्थेचा आरंभ केला तर ती व्यवस्था निश्चित लवकर कोलमडू शकते. जर करदाते मोठ्या प्रमाणावर तरुण असताना त्यांच्याच वृद्धापकाळासाठी एखादी योजना, एखादी व्यवस्था केली तर त्या व्यवस्थेत करदाते अधिक सकारात्मक दृष्ट्या गुंतवणूक करण्याचा संभव असतो.

संपूर्ण जगातील वृद्धांशी निगडित कायदे बघितले तर असे लक्षात येते की कोणत्याही प्रगत अथवा विकसनशील देशाला वृद्धांसाठी एक सर्वांगीण, सर्वसमावेशक धोरण बनवता आलेले नाही. एक भाषा आणि एकजिनसी संस्कृती असलेला जपानसारखा वृद्ध देश असो किंवा अनेक स्थलांतरितांनी बनलेला अमेरिका असो, कुठे शहरी-ग्रामीण ही दरी आहे तर कुठे श्रीमंत आणि गरीब ही फारकत आहे. एखाद्या व्यवस्थेचा फायदा जास्तीत जास्त लोकांपर्यंत पोचवायचे ध्येय ठेवले तर जे जे म्हणून करता येईल, त्याचा विचार कोणत्याही प्रकारची व्यवस्था बनवताना निश्चित झाला पाहिजे. अशी एखादी व्यवस्था करायची झाली तर ती एकांगी, एकसूत्री असून चालणार नाही. बहुस्तरीय आणि लोकाभिमुख अशी वृद्धव्यवस्थापन व्यवस्था निर्माण करायची असल्यास त्याचा विचार, त्याची उपयुक्तता केवळ पुढील निवडणुकीपर्यंत किंवा आपले वृद्ध आईवडील असेपर्यंत न करता, थेट पुढील पंचवीस एक वर्षांचा विचार करावा लागणार आहे. त्याकरता अनेक कायदे, सूचना आणि आराखडे एकत्रित जारी करून मगच अशा व्यवस्थेची स्थापना होऊ शकते.

## वृद्धव्यवस्थापन

वृद्धसंगोपनाचे विस्तृत देशव्यापी जाळे जर तयार करायचे असेल तर त्यासाठी काही मूलभूत घटकांची रचना करावी लागणार आहे. छोट्या, तरी महत्त्वपूर्ण संस्था निर्माण करून अथवा इतर सरकारी, निमसरकारी क्षेत्रांतील संस्थांची मदत घेऊन त्यांची एक शृंखला तयार करावी लागणार आहे. त्याबाबत थोडक्यात काही ठळक घटकांबाबत माहिती दिलेली आहे. ह्यातील काही मुद्दे हे सन २०१८ च्या प्रस्तावित कायदेतरतुदीत समाविष्ट करण्यात आलेले आहेत. २००७ च्या कायद्यात काही विशिष्ट बदल सुचवण्याचे मुद्दे ह्या प्रस्तावात मांडलेले आहेत.

## वृद्ध विरंगुळा केंद्र

वृद्धांसाठी; त्यांना जिथे पूर्ण दिवस थांबता येईल; जिथे सकस आहार, मनोरंजन आणि व्यायाम अशा गोष्टी माफक दरात, अथवा नि:शुल्क मिळतील; अशी केंद्रे असावीत. संपूर्ण देशात वृद्धविरंगुळा केंद्रांची निर्मिती करायची झाल्यास त्यासाठी राज्य सरकारांनी आपापल्या राज्यातील मुख्य शहरांत आणि प्रत्येक जिल्ह्याच्या ठिकाणी एक आदर्श केंद्र स्थापन करावे. त्यासाठी राज्य आणि केंद्र या दोन्हींनी आर्थिक मदत करावी. इतर ठिकाणी अशी केंद्रे उभारण्यासाठी स्त्री-उद्योजकांना विशेष प्रोत्साहन द्यावे. त्यासाठी त्यांना निधी आणि सर्व आवश्यक ती माहिती उपलब्ध करून द्यावी.

## भिन्न पिढ्यांसाठी एकत्रित विरंगुळा केंद्र

वृद्धांची आणि बालकांची जिथे एकत्रित काळजी घेतली जाईल अशी संगोपन केंद्रे असावीत. भिन्न पिढ्यांसाठी एकत्रित विरंगुळा केंद्रांची स्थापना मुख्य आणि महत्त्वाच्या शहरांतून मोठ्या प्रमाणात व्हावी. आदर्श केंद्र, त्याचे प्रमाणबद्ध रेखाटन, त्यातील व्यवसायाच्या संधी ह्यांची सविस्तर माहिती उद्योजकांना सहज उपलब्ध करून देण्यात यावी. उद्योजकांना अशा केंद्रांच्या निर्मितीसाठी विशेष व्यावसायिक मार्गदर्शन आणि आर्थिक पाठबळ कशा प्रकारे देता येईल, ह्याचादेखील विचार होणे आवश्यक आहे.

## पोलीस यंत्रणा

वृद्ध आणि बालके ही समाजाची दोन टोके असून दोन्ही गटांना मदतीची, संरक्षणाची गरज सातत्याने भासत असते. वृद्धसंगोपन आणि भिन्न पिढ्यांसाठीच्या एकत्रित विरंगुळा केंद्रांसाठी, सभोवतालच्या क्षेत्रासाठी, प्रत्येक राज्यातील पोलीस यंत्रणेतील काही अधिकाऱ्यांची नियुक्ती करून वृद्ध आणि मुले ह्यांच्या संरक्षणाची विशेष जबाबदारी उचलण्यात यावी.

## नवीन शैक्षणिक संधी

वैद्यकीय महाविद्यालयांत शुश्रूषा शाखा, वृद्धशुश्रूषा शाखा, जराविज्ञान, वृद्धांची जीवनशैली, त्यांचे आरोग्य आणि आहारशास्त्र ह्यांचा ऊहापोह होऊन नवीन औपचारिक अभ्यासक्रम देशभर सुरू व्हावेत. महाविद्यालये, तांत्रिक विद्यालयांतील युवा विद्यार्थी ह्यांना जरावैद्यक, शुश्रूषातज्ज्ञ आणि वृद्धसंगोपनाशी संलग्न अनेकविध नवीन व्यवसायसंधी, ह्यांबाबत अधिक माहिती देण्यास सुरुवात व्हावी.

## भौगोलिक मर्यादा

संपूर्ण व्यवस्थेचा हेतू हा वृद्धांना त्यांच्या ओळखीच्या जागी वृद्ध होण्याची संधी देणे असा असावा. घरातल्या घरात वृद्धत्व आणि नैसर्गिक मृत्यू ह्यांबाबत जागरूकता, त्याबाबतचे शिक्षण समाजास आणि स्वत: वृद्धांना उपलब्ध करून देण्यात यावे. वृद्धांसाठी कौटुंबिक आधार, आरोग्यपूर्ण वृद्धत्वाबाबतची पूर्ण माहिती सहज उपलब्ध करून देणे महत्त्वाचे ठरणार आहे. आर्थिक व्यवहाराबद्दल सतर्कता, घरात करण्याजोगे आवश्यक बदल, ज्याने घरीच वृद्ध होणे सुकर होऊ शकेल अशा सोयीसुविधांचा प्रसार होणे आवश्यक आहे. वृद्धांना कोणतीही मदत लागल्यास, आपत्तिजनक परिस्थिती उद्भवल्यास शीघ्र मदतीची व्यवस्था, ह्याबाबतदेखील सरकारी पातळीवरून नियोजन होणे अतिशय गरजेचे आहे.

## स्थानिक पातळीवर मदत

वृद्धांना केवळ आपत्तिजनक परिस्थितीतच मदत लागते असे नाही, दैनंदिन व्यवहारातदेखील त्यांना अनेक समस्यांना तोंड द्यावे लागते. घरगुती कामांसाठी विश्वासू आणि तत्पर मदतनीस गरजेचे असतात. त्यात इलेक्ट्रिशिअन, प्लंबर, संगणक आणि आंतरजालाची माहिती असलेला तज्ज्ञ, परिचारिका, पोलीस, समाजसेवक अशा विविध क्षेत्रांतील लोकांची मदत वेळोवेळी लागते. ह्या सर्व व्यावसायिकांची माहिती आणि तत्पर सेवा स्थानिक पातळीवर प्रत्येक वृद्ध व्यक्तीस उपलब्ध करून देणे, हेदेखील वृद्धसंगोपन व्यवस्थेचे ध्येय असायला हवे.

## संगोपन व्यवस्थेचा परीघ

वृद्धांच्या शारीरिक, मानसिक, भावनिक, आर्थिक, आध्यात्मिक अशा अनेकांगी गरजांचे अवलोकन वृद्धसंगोपन व्यवस्थेच्या पायाभरणीसाठी आवश्यक ठरणार आहे. वृद्धांच्या जीवनशैलीत कोणते महत्त्वपूर्ण बदल घडवून आणल्यास त्याचा लाभ त्यांना होणार आहे ह्यावर अभ्यास करणारे तज्ज्ञदेखील ह्यासाठी हवे आहेत. सर्वांगीण संगोपन देशातील सर्व आर्थिक स्तरांतील वृद्धांपर्यंत कशा प्रकारे पोचते करता येईल, ह्याचे उत्तरदेखील वृद्धसंगोपन व्यवस्थापनातून आपल्याला तयार करता आले पाहिजे.

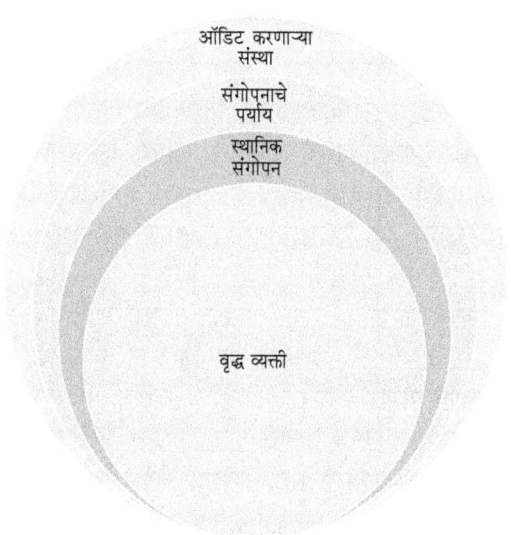

ऑडिट करणाऱ्या
संस्था

संगोपनाचे
पर्याय

स्थानिक
संगोपन

वृद्ध व्यक्ती

| वृद्ध व्यक्ती | वय साधारण ६० पुढील |
|---|---|
| स्थानिक संगोपन | घरगुती नोकर, नर्स, घरातील मंडळी, घरपोच सेवा देणारी मंडळी-न्हावी, इस्त्रीवाला, वीज उपकरणे दुरुस्त करणारी व्यक्ती, घरपोच औषधे देणारी व्यक्ती, घरी येऊन मसाज, जुजबी डॉक्टरी उपचार करणारे तज्ञ इत्यादि |
| संगोपनाचे पर्याय | ज्या संस्था वृद्ध व्यक्तींना घरापासून दूर असताना मदत करतात. १. वृद्ध आणि पिढ्यांतर्गत विरंगुळा केंद्र २. वृद्ध वसाहती ३. नर्सिंग होम्स आणि रुग्णालय ४. हॉस्पिस ५. ज्येष्ठ नागरिक संघ आणि वृद्ध व्यक्तींसाठी बगिचे, इतर जागा ६. पुनर्नोकरीच्या संधी देणाऱ्या संस्था |
| ऑडिट करणाऱ्या संस्था | संगोपन व्यवस्थेचे कार्य, तेथील कार्यप्रणाली, सरकारी योजना आणि त्यांची उपयुक्तता ह्याबाबत काटेकोर नियमांचे पालन होत आहे की नाही ह्याची दक्षता घेण्यासाठी आणि वृद्ध व्यक्तींच्या हिताचे रक्षण करणाऱ्या स्वतंत्र संस्था |

## आगामी पंचवीस वर्षांचे नियोजन

भारत हा एक तरुणांचा देश म्हणून सध्या जगात मिरवत आहे. पण त्याला एक विशिष्ट कालमर्यादा आहे, तिचा विसर तरुणांना आणि अर्थात सोयीस्कररीत्या सरकारलादेखील पडल्याचे पदोपदी जाणवते. वृद्धव्यवस्थापन यंत्रणा निर्माण करणे सध्या महत्त्वाचे आहे, त्याचे मुख्य कारण हे - सध्या जरी भारत तरुणांचा देश असला तरी हे तरुण पंचवीस-तीस वर्षांत वृद्ध होऊ लागतील. विभक्त होणारी कुटुंबे, एकटे राहणारे वृद्ध, यांचे प्रमाण; कामानिमित्त होणारी पांगापांग, ह्या साऱ्याचा पुढील काही वर्षे आलेख वाढता राहिला तर असे दिसते की, शंभरात किमान पाच लोक तरी संपूर्ण एकटे, अतिदक्षता विभागात मृत्यूला सामोरे जातील. अतिदक्षता विभागात एका व्यक्तीमागे किती तरुण मदतीस उपलब्ध आहेत ह्याचा अंदाज घेतला तर तरुणवर्गाला-देखील ह्या समस्येची व्यापकता सहज समजून येईल. सध्याच्या तरुण पिढीला म्हातारे होताना दोन गोष्टींचे भान ठेवावे लागणार आहे. एक म्हणजे, विज्ञानामुळे जे आयुर्मान वाढले आहे ते वृद्धत्व अजून दीर्घ करणार आहे, तारुण्य नाही! दुसरे म्हणजे, इतके मोठे आयुष्य असेल तर त्याला जगायला तेवढी आर्थिक तजवीज आणि संगोपन यंत्रणा अतिशय गरजेची असणार आहे. त्यातील दुसरी गोष्ट खूपच गुंतागुंतीची असून संगोपन यंत्रणा हा भाग आपण नीट समजून घ्यायला हवा. भारतात आत्ता जेवढी तरुणांची संख्या आहे, तीच संख्या पंचवीस वर्षांत वृद्धांची असणार आहे; जणू वृद्धत्वाची त्सुनामी! त्याकरता आत्तापासून जर व्यवस्था निर्माण केल्या गेल्या, तर त्या वेळी होणारे नुकसान काही अंशी रोखता येईल. सखोल विचार करूनच आत्ताच्या तरुणांनी नवीन वृद्धसंगोपन व्यवस्था निर्माण करण्याबाबत सरकारवर दबाव आणायला हवा. दुसरे कारण असे की, तरुण करदाते मंडळी जोवर कररूपात पैसा सरकारला देत आहेत, तोवर ही यंत्रणा स्थापन होऊन स्थिरावली पाहिजे, जेणेकरून नंतरचा खर्च आटोक्यात राहील. जर करदातावर्ग छोटा आणि उपभोक्तावर्ग मोठा असे उलटे समीकरण झाले, तर मात्र व्यवस्था उभारणे आणि चालवणे अतिशय अवघड होऊन जाईल.

पुढील पंचवीस वर्षांचे नियोजन करताना खालील गोष्टींचा विचार करणे अतिशय आवश्यक असेल

- **देशव्यापी वृद्धसंगोपन व्यवस्थेचा आराखडा** - केंद्र सरकारने समस्त वृद्ध जनतेसाठी एक देशव्यापी संगोपन धोरण तयार करावे. संपूर्ण व्यवस्थेचे उद्दिष्ट, हेतू आणि पंचवार्षिक धोरण अधोरेखित करावे. प्रत्येक राज्य

आणि स्थानिक पातळीवर कोणकोणत्या जबाबदाऱ्या आणि अधिकार आहेत ह्याची सखोल माहिती द्यावी. वृद्धसंगोपन यंत्रणा चिरकाल टिकावी, ह्यासाठी तिच्यात येणारे आर्थिक स्रोत, मनुष्यबळाचे स्रोत आणि त्यांवर अंकुश ठेवणाऱ्या संस्थाची रचना स्पष्ट करावी.

- **वृद्धसंगोपनासाठीची करप्रणाली** - वृद्धसंगोपनासाठी स्थावर जमीन, मनुष्यबळ आणि इतर सरकारी संस्थांची मदत अध्याहृत आहे. त्यासाठी आर्थिक पाठबळाची गरज भासणार आहे. लोकाभिमुख संगोपन व्यवस्था उभारण्यासाठी एक निराळी करप्रणाली विकसित करावी लागणार आहे. केवळ निवृत्तिवेतन किंवा भत्ते देण्यासाठी ज्या यंत्रणा अस्तित्वात आहेत, त्यांच्यावरदेखील नव्याने काम करावे लागणार आहे. वृद्धसंगोपनासाठी नव्याने कर गोळा करतेवेळी करदात्यांना त्यातून पुढे निवृत्तीनंतर मिळणारे सरकारी फायदे स्पष्ट करून सांगणे आवश्यक ठरणार आहे. करदाते अधिक आणि यंत्रणेचे लाभार्थी मर्यादित, असे समीकरण असताना ही करप्रणाली लागू होणे आत्यंतिक महत्त्वाचे आहे. यंत्रणेच्या पायाभरणीसाठी, नव्याने संस्था उभारण्यासाठी जेवढे आर्थिक पाठबळ लागणार आहे तो खर्च झाल्यानंतर दैनंदिन खर्चास सुरुवात होणार आहे. नवीन व्यवस्था स्थिरावल्यानंतर ती कार्यरत ठेवण्यासाठी जेवढी पुंजी लागेल ती विचारात घेऊन वर्तमानातील करप्रणालीचे रेखाटन करावे लागेल.
- **ऑडिटिंग बॉडी** - केंद्रीय ते स्थानिक पातळीपर्यंत वृद्धसंगोपन व्यवस्था ही आपले कार्य चोख बजावत आहे ह्याच्या देखरेखीसाठी ऑडिट आणि देखरेख करणारी, त्यावर संशोधन करणारी तज्ज्ञ मंडळींची एक संस्था निर्माण करणे अतिशय आवश्यक आहे. ही संस्था केंद्रीय आरोग्य खात्याशी आणि इतर खात्यांशी संलग्न असू शकते, मात्र तिचे अस्तित्व स्वतंत्र हवे. ह्या संस्थेचे प्रत्येक राज्यात एक मुख्यालय व त्याच्या उपशाखा प्रत्येक महत्त्वाच्या शहरात आणि जिल्ह्यात असाव्यात. संपूर्ण संस्थेचे काम सुसूत्र हवे. नवनवीन संशोधन, वृद्धांच्या जीवनात सकारात्मक बदल करण्यासाठी संशोधन करणाऱ्या संस्था, व्यक्ती, त्याचबरोबर वृद्धसंगोपन पुरवणाऱ्या देशभरातल्या सर्व संस्था, यांची सर्व माहिती ह्या संस्थेकडे असायला हवी. प्रत्येक वृद्धसंगोपन केंद्र, तेथील कार्यप्रणाली, सेवाप्रणाली, कामगारवर्ग, त्यांचे शिक्षण, त्यांचे वर्तन, या साऱ्याच्या नोंदी ठेवणे प्रत्येक केंद्राला बंधनकारक हवे. त्याचबरोबर देशातल्या प्रत्येक व्यक्तीस

ह्या सर्व माहितीचा अधिकार देण्यात यावा. राज्यपातळीवर ह्या संस्था राज्य सरकारला वृद्धांविषयीची धोरणे आखण्यास, कायदे बनवण्यास पूरक अशी मदत करतील. ह्या संस्थेचे स्थानिक उपविभाग हे प्रत्यक्ष वृद्ध-संगोपन केंद्रांशी संलग्न असावेत. असे संगोपन व्यवस्थेचे एक विस्तृत जाळे विणले जाणे आणि त्यावर योग्य अशा जबाबदाऱ्या सोपवणे, ह्याकरता सर्वांत आधी योग्य असे कायदे करायला हवेत.

- **महाविद्यालयात नवे अभ्यासक्रम** - जराविज्ञान आणि जरावैद्यक हे विषय सर्व महाविद्यालये आणि विद्यापीठांतून शिकवण्यास सुरुवात व्हावी. त्यासाठी योग्य असे शिक्षणतज्ज्ञ नेमून अभ्यासक्रमाची आखणी आणि संपूर्ण नियोजन करण्यात यावे. विद्यार्थी आणि पालकांपर्यंत हे नवीन शैक्षणिक विषय, त्यांतील व्यावसायिक संधी ह्याबाबत सविस्तर माहिती पुरवण्यात यावी.

- **पुनर्नोकरीच्या संधी** - मानवविकास मंत्रालयाच्या मदतीने ज्येष्ठांना निवृत्तीनंतर पुन्हा नोकरीसाठी नव्या संधी उपलब्ध कुठे होतील, ह्याची माहिती देणारी संस्था निर्माण करण्यात यावी. वृद्धांच्या शारीरिक क्षमता विचारात घेऊन त्यांना पुन्हा कामावर ठेवण्याबाबतचे निर्णय, निवृत्तीचे वय वाढवण्याबाबत निर्णय घेण्यात यावेत. दुसरा महत्त्वाचा मुद्दा आहे राष्ट्रीय संपदा; ऐतिहासिक, नैसर्गिक संपदा ह्यांच्या रक्षणार्थ, देखरेखीसाठी अतिरिक्त पदे निर्माण करून अशा प्रकारचे नवीन नोकरीचे दालन ज्येष्ठांच्यासाठी खुले करण्याबाबत काम ह्या मंत्रालयाने करावे. त्यासंबंधातले कायदे हेदेखील प्रस्तावस्वरूपात मांडून त्यांचे कायद्यात रूपांतर होईपर्यंत त्यांचा पाठपुरावा करणे, ह्याची जबाबदारीदेखील ह्या मंत्रालयाने उचलावी.

- **वृद्धांचे आर्थिक सबलीकरण** - समाजातील आर्थिक दृष्ट्या दुर्बल घटकांच्या संगोपनासाठी, उदरनिर्वाहासाठी लघुउद्योग, बचत गट स्वरूपातील उद्योग, जोडधंदे ह्यांत ज्येष्ठांना कसे सामावून घेता येईल ह्याबाबत विचार व्हायला हवा. तसेच जे जुनेजाणते कलाकार, कारागीर आहेत, त्यांच्याकडून नव्या पिढीला उत्तम प्रशिक्षण मिळावे ह्याकरता त्यांना एक योग्य असे व्यासपीठ उपलब्ध करून देणे, ह्याबाबतचे कार्य राज्य सरकारने अमलात आणावे. निवृत्त सनदी अधिकारी, ज्येष्ठ सरकारी अधिकारी ह्यांच्या अनुभवाचादेखील नव्याने कसा उपयोग वृद्धसंगोपन व्यवस्थेत करता येईल, ह्याचा ऊहापोह होणेदेखील महत्त्वाचे आहे.

- **वृद्धांचे आरोग्य** - सरकारी आरोग्यखात्याचे अस्तित्वात असलेले दवाखान्यांचे जे जाळे आहे, त्यामार्फत सकारात्मक वृद्धत्वाविषयीचे ज्ञान व माहिती, सर्व ज्येष्ठ नागरिक, स्थानिक ज्येष्ठ नागरिक संघ ह्यांच्यापर्यंत पोचवण्यात यावी.

- **वृद्धसंगोपनाविषयी जनजागृती** - माहिती व प्रसारण मंत्रालयामध्ये सकारात्मक वृद्धत्व, त्याची उत्तम उदाहरणे ह्यांबाबत जनजागृती आणि लोकहितासाठी संदेश तयार करून त्यांचे प्रसारण सर्वत्र व्हावे. वृद्धांना मनोरंजनाच्या माध्यमातून ते सकारात्मकदृष्ट्या चितारले पाहिजेत, असा आग्रहदेखील ह्यातून व्यक्त झाला पाहिजे, जेणेकरून वृद्धांची समाजातील प्रतिमा उजळून निघेल आणि वृद्धांचे समाजातले स्थानदेखील पुन्हा अधोरेखित होऊ शकेल.

- **प्रवासाची साधने** - अशा साधनांकरिता वृद्धांसाठी सवलतीत तिकिटे, आरक्षणास प्राधान्य आधीपासून आहे ते चालू ठेवण्याबाबत अधिक जास्त दक्षतेने नियम घालून देण्याचादेखील विचार व्हायला हवा आहे.

- **वृद्धांसाठी हेल्पलाइन** - वृद्धांच्या इतर सर्व गरजांबाबत संगोपन यंत्रणेत घटक असले, तरी वृद्धांच्या मानसिक आरोग्यासाठी मदत करणाऱ्या संस्था असणे तितकेच आवश्यक आहे. वृद्धांसाठीची हेल्पलाइन, तसेच वृद्धांसाठी मोफत अथवा माफक दरात मानसिक उपचारांची सोय करणे अतिशय आवश्यक आहे.

- **वृद्धांसाठीच्या वस्तूंची आणि सेवांची निर्मिती** - वृद्धांसाठी योग्य आणि उपयुक्त वस्तूंची निर्मिती होणे अतिशय गरजेचे आहे. ह्यातून नवीन व्यवसाय, देशातील विविध इंडस्ट्रियल इस्टेट्समधून आणि लघुउद्योजक ह्यांना विशेष आर्थिक उत्तेजन देऊन निर्मिती सुरू करायला हवी. सरकारी मदतीतून अनेक नवे व्यवसाय सुरू होऊ शकतात. उदाहरणार्थ, ज्येष्ठांना वापरण्यास सोपे पडतील असे वेल्क्रो पट्ट्यांनी अथवा झिपने उघडबंद होणारे कपडे. त्याचबरोबर आजारी, अंथरुणास खिळलेल्या वृद्धांसाठी त्यांच्या सोयीचे सोपे सुटसुटीत कपडे ह्यांची निर्मिती. असे उपाय अतिशय सोपे आहेत, त्यातून अर्थकारणालादेखील चालना मिळणार आहे. ह्यावर सविस्तर विचार करून सरकारने अशा लघुउद्योगांना प्रोत्साहन द्यायला हवे. त्याबाबत बँकांना अशा उद्योगांना कर्जमंजुरीबाबत काही आदेश देणे हेदेखील सरकारद्वारा होऊ शकते.

- **वृद्धांसाठी खात्रीशीर आहारसेवा** - लहान मुलांच्या आरोग्यासाठी 'अंगणवाडी योजना राबण्यात आलेली आहे. अशा एखाद्या योजनेची निर्मिती जर शहरी आणि ग्रामीण भागातील ज्येष्ठमंडळींसाठी सुरू होऊ शकली तर अनेक वृद्ध लोकांना व्यवस्थित आहार मिळू शकेल. ह्याकरता सामूहिक स्वयंपाकघर, श्रमदानातून अशी योजना सुरू होऊ शकते. अशामुळे ज्येष्ठांचे आरोग्य राखले जाऊ शकेल. वरवर खर्चीक वाटणारी ही योजना, भविष्यात वृद्धांचे होणारे कुपोषण, आजार ह्यांवर खर्च होणारा पैसा वाचवेल.
- **वृद्धसंगोपनाचे संशोधनमूल्य** - जराविज्ञान, जरावैद्यक आणि इतर संलग्न विषयांच्या संशोधनासाठी निराळ्या संस्था तयार करणे, त्यांतील माहितीचा संपूर्ण देशांतील ज्येष्ठांच्यासाठी उपयोग करणे.

ह्या काही अतिशय मूलभूत गोष्टी आहेत. त्याव्यतिरिक्त सध्या अस्तित्वात असलेली रुग्णालये, ज्येष्ठ नागरिक संस्था, संघ, ह्या साऱ्यांची एकत्र मोट बांधून, त्या साऱ्यांना एका छत्राखाली आणूनच वृद्धसंगोपन व्यवस्थापनाचा पाया निर्माण करता येणार आहे. भारतातील वृद्धसंगोपनाचे कार्य अव्याहतपणे करणाऱ्या अनेक संस्था अस्तित्वात आहेत. त्यांच्या कार्याला भौगोलिक, तसेच आर्थिक मर्यादादेखील आहेत. सर्व सेवाभावी संस्था, सरकारी, निमसरकारी संस्था ह्यांना एका छत्राखाली आणल्याने त्यांची व्याप्ती आणि पोच कैकपटींनी वाढेल. आपसातील कार्यानुभव, वृद्धांविषयीची माहिती ह्याचे आदानप्रदान फायदेशीर ठरेल. अशा सर्व संस्थांचे दुवे जोडले तरी त्यातून एक वृद्धसंगोपनास पूरक अशी तात्पुरती व्यवस्था निर्माण होईल. मुख्य संगोपन व्यवस्थेचे महत्त्वपूर्ण घटक ह्या तात्पुरत्या व्यवस्थेला जोडून संपूर्ण यंत्रणा कार्यरत होईल. नवीन व्यवस्थेचा पूर्ण जम बसेल त्या वेळी येणारे नवनवीन अडथळे, समस्या ह्यांचे अध्ययन करून, त्यावर नवीन तोडगे काढावे लागतील. संपूर्ण व्यवस्थेचे टप्प्याटप्प्यांनी काम केले तर पुढील पंचवीस वर्षांत एक सकस, देशास अनुरूप अशी वृद्धसंगोपन व्यवस्था उभी राहू शकेल. वृद्धांसाठी अनुरूप अशी व्यवस्था निर्माण करता येऊ शकते. अशी व्यवस्था निर्माण करण्यास जेवढा उशीर होईल, तो तो त्याची आर्थिक तजवीज, आराखडे हे सरकारच्या आणि करदात्यांच्या आवाक्याबाहेर जातील.

## वृद्धांच्या आंतरराष्ट्रीय संस्थांशी सल्लामसलत

वृद्धसंगोपन, वृद्धांचे व्यवस्थापन, संरक्षण अशा अनेक विषयांवर गेली अनेक वर्षे राष्ट्रीय आणि आंतरराष्ट्रीय स्तरावर कार्य चालू आहे. ह्यातून अनेक

उत्तम असे कार्यक्रम, अनेक सवलती आणि एकंदर वृद्धांचे जीवनमान सुधारण्याच्या दृष्टीने अनेक पावले जगभर उचलली गेली. अनेक देश इतर समान आर्थिक स्तरावरील देशांतील कायद्यांचा अभ्यास करून, त्यांत आपापल्या देशासाठी हितावह बदल करून हे कायदे अमलात आणत आहेत. सन २००० पासून श्रीलंका, चीन, दक्षिण आफ्रिका, दक्षिण कोरिया अशा अनेक देशांत अशा स्वरूपाचा कायदा तयार करण्यात आलेला आहे. युनायटेड नेशन्स, युरोपियन युनियन, सार्क (SAARC) अशा आंतरराष्ट्रीय संघटना आपापल्या सदस्यदेशांमध्ये वृद्धांसाठी पूरक असे कायदे निर्माण व्हावेत ह्यासाठी आग्रही आहेत आणि त्यासाठी लागणारी सर्वतोपरी मदत ह्या संघटना सदस्य देशांना देऊ करत असतात. प्रत्येकीचे कार्य अतिशय महत्त्वाचे आणि सखोल आहे हे निश्चित. मात्र अशा संघटना संस्थांकडून आग्रह झाल्यावर जे कायदे तयार होतात, त्यांत राजकीय शिष्टाचार अधिक आणि प्रत्यक्ष अंमलबजावणी कमी दिसते. ह्या सर्व संस्थांचा, त्यांच्या पाठबळाचा उपयोग करून जर सदस्यदेशांनी ज्येष्ठांसाठी धोरणे आखली तर अनेक प्रगत, तसेच विकसनशील देशांतील वृद्धांचे आयुष्य सुकर होऊ शकेल.

वृद्धांच्या समस्यांवर अभ्यासपूर्ण काम करणाऱ्या काही संस्थांची, संघटनांची थोडक्यात नामावली पुढीलप्रमाणे आहे.

- International Federation on Ageing
- Global Alliance for the Rights of Older People वृद्धांच्या क्षेत्रांत कार्यरत अशा ९ आंतरराष्ट्रीय संस्थांचे हे संघटन आहे
- International Network for the Prevention of Elder Abuse (INPEA) -www.inpea.net
- International Longevity Centre (ILC) Global Alliance - www.ilc-alliance.org
- International Federation on Ageing (IFA) - www.ifa-fiv.org
- International Association of Homes and Services for the Ageing (IAHSA) -www.iahsa.net
- International Association of Gerontology and Geriatrics (IAGG) - www.iagg.info
- HelpAge International - www.helpage.org
- AGE Platform Europe - www.age-platform.eu
- Age UK - www.ageuk.org.uk

- AARP
- The International Council on Active Aging (ICAA)

भारतात वृद्धसंगोपन व्यवस्था निर्माण करण्यासाठी ह्या संस्थांचे योग्य मार्गदर्शन अतिशय महत्त्वपूर्ण ठरणार आहे. भारतातील नेत्यांची राजकीय इच्छाशक्ती आणि आंतरराष्ट्रीय संस्थांकडून योग्य असे मार्गदर्शन, ह्यांच्या एकत्रित कार्यामुळे वृद्धसंगोपन व्यवस्थेची मुहूर्तमेढ रोवली गेली, की बरेच मोठे काम सुरू होऊ शकेल.

●●

## ६.
# क्षण निसटून जातात

साल २०१४, क्लीवलँड, अमेरिका

मी अनेक दिवस अनेक वृद्धसंगोपन संस्थांना भेटी देत होते, अनेक टिपणं घेत होते. तरी एका ठिकाणी जाणे मी कसोशीने टाळत होते. ते ठिकाण म्हणजे हॉस्पिस! माझ्या घरापासून सगळ्यात जवळ असलेला, वृद्धसंगोपन व्यवस्थेचा अतिशय महत्त्वाचा घटक. मला तिथे जायची अजिबात इच्छा होत नव्हती. कारण एकच, अगदी मरणासन्न अवस्थेतली ही सगळी सुया-नळ्यांनी वेढलेली, मरणाच्या घटका मोजणारी माणसे मला अजिबात बघायची नव्हती. एक दिवस माझे स्नेही आणि हॉस्पिसचे संस्थापक अगदी इरेला पेटले आणि त्यांनी मला हॉस्पिसच्या भेटीसाठी बोलावून घेतले. तिथे पोचले तर बाहेर बहरलेल्या फुलांचे आकर्षक ताटवे दिसले! दारातून आत गेले तर एक मोठा प्रशस्त हॉल नजरेस पडला. त्याची मागची भिंत पूर्णपणे काचेची, त्यामागे अथांग समुद्रासारखी भासणारी लेक एरी! फिक्कट निळ्या रंगाने रंगवलेला हॉल, त्याच्या छतापाशी विविध आकारांचे ढगांचे पुंजके चितारलेले. दूर एका कोपऱ्यात छोट्याशा टेबलापाशी बसलेली एक परिचारिका. कोणत्याही प्रकारे ते हॉस्पिस किंवा हॉस्पिटल वाटत नव्हते! आत शिरल्याशिरल्याच इतके प्रसन्न आणि सकारात्मक वाटून गेले! ह्या हॉलमधून दोन्ही बाजूंना दोन लांब रस्ते जात होते. ह्या रस्त्यांच्या एकाच बाजूला रुग्णांच्या खोल्या होत्या. त्यांची रचना अशी की, प्रत्येक रुग्णाच्या खोलीतून, निजल्या जागेवरून अथांग लेक एरी दिवसाच्या प्रत्येक प्रहरी दृष्टीस पडावा! दुसऱ्या बाजूस बागेत उभारलेले एक छोटेसे गिरजाघर (चर्च)! त्याला लागून एक मोठी खोली, तीत विविध वाद्यं आणि संगीताच्या तबकड्या. शेजारी एक शिवणकाम, विणकाम करण्याची

खोली. इमारतीच्या साधारण मध्यभागी एक मोठेसे स्वयंपाकघर. इथे सगळ्यांना स्वयंपाक करण्याची मुभा होती! प्रत्येक पाच खोल्यांनंतर एक न्हाणीघर होते. ६० खाटांचे हे हॉस्पिस म्हणजे मृत्यूचा योग्य सन्मान राखणारी सुबक, सकारात्मक वास्तू होती! प्रत्येक रुग्णाच्या खोलीत दोन अतिरिक्त खाटा, एखादा सोफा आणि दूरचित्रवाणी संच! ह्या संचावरील बटण दाबले की रुग्णाच्या प्रिय व्यक्तींना व्हिडिओ कॉल करण्याची तरतूद केली होती. अखेरच्या दिवसांत दूरगावी असलेल्या प्रियजनांना पाहायची इच्छा होणाऱ्या सर्वच रुग्णांना त्यांचे आप्त भेटावेत, दिसावेत असा त्यामागचा हेतू. जवळ राहून सोबत करणाऱ्या नातलगांना किंवा रुग्णांना जर काही घरगुती खाण्याची इच्छा झाली तर त्यासाठी खुले स्वयंपाकघर! ताज्या तयार होणाऱ्या पदार्थांच्या नुसत्या वासानेदेखील रुग्णाला उभारी वाटावी अशी ही सोय! इथे नेमका कोणाला प्रवेश द्यावा, किती दिवसांकरता आणि कोणत्या कारणासाठी, ह्याबाबत सविस्तर निवडप्रक्रिया होती. रुग्णाचे नातलग, रुग्ण आणि डॉक्टर मिळून प्रत्येक रुग्णाची सद्य:स्थिती अभ्यासून, रुग्णाला कितपत मदतीची, वैद्यकीय उपचारांची गरज आहे ह्याचे अवलोकन करून निर्णय घेत. घरातील पाळीव प्राणी, किंवा इतर लोकांचे पाळीव प्राणी ह्यांनादेखील ह्या हॉस्पिसमधील रुग्णांना भेटण्याची परवानगी आहे.

जर कोणा रुग्णाला विणकाम किंवा भरतकाम करून स्वतःचे दुःख विसरायचे असेल तर त्यासाठी निराळी खोली. कोणत्याही स्थानिक कलाकाराला अथवा नातलगाला किंवा एखाद्या रुग्णाला इतर रुग्णांसाठी काही सादर करायचे असेल किंवा संगीत पेश करायचे असेल तर त्यासाठी सर्व वाद्ये असलेली खोली! तिथून प्रत्येक रुग्णाच्या खोलीत रेडिओसारख्या यंत्रणेतून सर्वत्र ऐकू येणारे संगीत!

कोणाला देवधर्माची आवड असेल तर गिरजाघर! अशा सगळ्या सोयी तिथे होत्या. न्हाणीघरात दोन मध्यम आकाराचे फोर्कलिफ्ट्स, त्याला स्ट्रेचरसारखे भक्कम आवरण. त्यात रुग्णाला तान्ह्या बाळासारखे उचलून घेऊन मोठ्या टबमध्ये अंघोळीसाठी ठेवले जाते. संपूर्ण वेळ रुग्ण बिछान्यावर पडलेल्या स्थितीत, छताकडे बघणारे असल्यामुळे, प्रत्येक न्हाणीघराच्या छतावर सुंदर, मोठी चित्रं काचेवर लावलेली होती. त्या चित्रांतून आपण एखाद्या विशाल वृक्षाच्या छायेत पहुडलो आहोत असा भास रुग्णाला व्हावा. प्रत्येक रुग्णाच्या खोलीतदेखील अशाच प्रकारची चित्रं छतावर लावलेली होती.

त्याव्यतिरिक्त तिथे एक मनन करण्याची खोली होती. तिथे दूरवर दिसणारे

लेक एरीचे पाणी आणि दोन मोठ्या चोपड्यांसारख्या वह्या आणि पेनं होती. बाकी संपूर्ण नीरव शांतता! अतिदु:खाच्या आवेगात असलेले नातलग, स्वत: रुग्ण असे कोणीही ह्या खोलीत एकटे बसायला येऊ शकत. इथे बसून मनसोक्त रडून, शांत होऊन पुन्हा रुग्णाची सेवा करायला मिळावी हा त्यामागचा उद्देश! इथे असलेल्या वहीत लोक प्रियजनांच्या मृत्युसमयी किंवा मृत्यूनंतरचे स्वत:चे भावविश्व उलगडून लिहून ठेवू शकत.

तिथून एक छोटी पायवाट बाहेरच्या बागेत जाणारी. ह्या हॉस्पिसमध्ये ज्या ज्या रुग्णांनी आपली इहलोकाची यात्रा संपवली, अशा सगळ्यांच्या नावांची एक एक शिला कडेने लावून, त्यांची एक सुरेख पायवाट तयार केली होती. त्यामध्ये सुंदर सुवासिक फुलांचे ताटवे बहरलेले होते. दुसऱ्या बाजूने पुन्हा तशीच रचना आणि आणखी काही रुग्णांच्या खोल्या.

ह्या संपूर्ण संस्थेत कुठेही भकासपणा, अघोरी, अभद्र असे काहीच आढळले नाही! मृत्यूला अतिशय शांतपणे, सन्मानाने सामोरे जाण्यासाठी ही जागा खरोखर अद्भुत होती! बाहेर पडून लेक एरीकडे टक लावून मी कितीतरी वेळ उभी होते. अनाहूतपणे डोळे भरून आले... आजोबांची आठवण येत राहिली... हेच! ह्याचीच तर त्यांना खरेतर गरज होती. अशी संस्था असती तर त्यांचे दुखणे, वेदना कितीतरी कमी झाल्या असत्या! असे समंजस, तज्ज्ञ डॉक्टर आणि नर्सेस असते तर त्यांना किती शांतपणे स्वत:च्या पायाच्या दुखण्याकडे लक्ष केंद्रित करता आले असते! मात्र अशा संस्था भारतात अजूनदेखील नाहीत. केवळ कर्करोगाने ग्रस्त असलेल्या रुग्णांसाठी हॉस्पिस आहेत. असंख्य वृद्धांसाठी अशा प्रकारची हॉस्पिस सेवा अद्याप भारतात उपलब्ध नाहीत.

ह्या भविष्यातल्या व्यवस्थेचे असे एक एक तुकडे कुठे कुठे, अनेक वर्षांनी मला मिळत गेले. काहींनी प्रश्नांना उत्तरे दिली, तर काहींमुळे प्रश्न अधिक गहिरे झाले. मनात एक संपूर्ण प्रतिमा आकारास येऊ लागली. भारताला अनुरूप अशा व्यवस्थेची छबी!

अलीकडे भारतातील पुष्कळ शहरांतून एकटेदुकटे राहणारे वृद्ध नजरेस पडतात. हा एक बदलता प्रवाह आहे, ह्या वास्तवाचा आधी स्वीकार केला पाहिजे. अधिकाधिक वृद्ध मंडळी ही स्वतंत्र राहताना आढळतात. त्यावर भावनिक क्लेश, हताशा किंवा सोयीस्कर दुर्लक्ष अशा अतिपरिचित प्रतिक्रिया देण्यापलीकडे लोक किंवा सरकार फारसे काही करताना दिसत नाहीत. आता ह्या वास्तवाला स्वीकारून, त्यापलीकडे जाऊन त्यावरच्या उपाययोजनांचा विचार

करण्याची वेळ आलेली आहे. भारतात जे आत्ता घडते आहे, तेच साधारण चाळीस ते पन्नास वर्षं अगोदर आजच्या प्रगत देशांत घडले. कुटुंबं विभक्त होऊ लागली, स्त्रिया नोकरीसाठी बाहेर पडू लागल्या आणि मुलांच्या, ज्येष्ठांच्या संगोपनाचा प्रश्न अधिक बिकट झाला. मात्र भारतातील परिस्थितीत एक मोठा फरक आहे. पश्चिमेकडील प्रगत देश आधी प्रगत, श्रीमंत झाले, मग तिथले लोक वृद्ध होऊ लागले. त्यामुळे सरकारला ह्या अतिरिक्त आर्थिक भाराचे तेवढे दडपण आले नाही. भारताचा पुढील पंचवीस वर्षांचा आढावा घेतला तर देश प्रगत होऊन स्थिरावयाच्या आधी वृद्ध होणार आहे. भारतातली समृद्धी आणि प्रगती सर्वसमावेशक नसल्याने सरकार ह्या अतिरिक्त आर्थिक बोज्यासाठी पूर्णत: तयार नसणार आहे. ह्या वास्तवाचा सकारात्मक पैलूदेखील आहे. प्रगत देशांतील ज्या काही वृद्धसंगोपन व्यवस्था आहेत, त्यांचा सखोल अभ्यास करून, त्यांतील त्रुटी समजून घेऊन, आपल्या देशाची विशिष्ट परिस्थिती विचारात घेऊन निराळे पर्याय आपल्या येथील वृद्धांना उपलब्ध करून देता येतील. सर्वतोपरी नवीन वृद्धसंगोपन व्यवस्था भारतातील वृद्धांसाठी निर्माण करताना, ती व्यवस्था देशाकरता आर्थिक दृष्ट्या महागडी असण्यापेक्षा मनुष्यबळाचा योग्य असा वापर करणारीदेखील असू शकते. भारतातील वृद्धसंगोपन व्यवस्था उभारण्यासाठी आपल्याकडील प्रचंड मनुष्यबळ, ज्येष्ठांचा आदर करण्याबाबतचा सांस्कृतिक संकेत, एकत्र कुटुंबपद्धती ह्या सगळ्या जमेच्या बाजू ठरणार आहेत. वृद्धसंगोपन व्यवस्था निर्माण करताना व्यावसायिक, डॉक्टर, वैद्यकीय तज्ज्ञ, आहारतज्ज्ञ आणि इतर अनेक उद्योजकांकरता एक अतिशय निराळा आणि स्वतंत्र आयाम खुला होणार आहे. भारतातल्या आणि जगभरातल्या वृद्धसंगोपन व्यवस्थांच्या विशिष्ट गरजा असणार आहेत, आणि त्या सतत वाढत जाणार आहेत. प्रगत देशांत वृद्धसंगोपन तज्ज्ञांची गरज वाढत जाणार आहे. त्यासाठीदेखील भारतातील जराविज्ञान अभ्यासक आणि तज्ज्ञ हे नोकरी-व्यवसायासाठी परदेशी संधी शोधू शकतील. जसे सध्या आय. टी. क्षेत्राचे सुगीचे दिवस आहेत, तशीच स्थिती भविष्यात जराविज्ञान अभ्यासक मंडळींची होऊ शकते.

वृद्धसंगोपनाच्या क्षेत्रातील भविष्यातील संधींविषयी अधिक चर्चा करण्याआधी एक महत्त्वाचा गैरसमज दूर केला पाहिजे, तो म्हणजे, ज्येष्ठसंगोपन व्यवस्थापन हा काही समाजकार्याचा छोटासा विषय नाही! त्यात संपूर्ण अर्थकारणास वेगळे वळण देण्याचे, अनेकविध व्यावसायिक दालने खुली करण्याचे सामर्थ्य दडलेले

आहे. तरुण पिढीने किमान व्यावसायिक कारणांकरिता जराविज्ञान, जराचिकित्सा ह्या विषयांत रस घ्यायला हरकत नाही, कारण वृद्धकल्याणासोबत ह्यात नानाविध विषयांचे कौशल्य जरुरीचे आहे आणि त्यात मोठी आव्हानेदेखील आहेत.

'ज्येष्ठ नागरिकांच्या संगोपनासाठी, सुरक्षिततेसाठी आणि निवासासाठी योग्य सोयीसुविधा उपलब्ध करून देणे, संपूर्ण देशातील ज्येष्ठ नागरिकांना स्वतःच्या इच्छेनुसार उत्तम आरोग्यपूर्ण वृद्धत्व अनुभवता येईल अशी व्यवस्था उभी करून तिचे योग्य नियंत्रण राखणे, म्हणजे वृद्धसंगोपन व्यवस्थापन.'

ही व्यवस्था सामाजिक कार्य, लोकसेवा ह्या सदराखाली मोडत नसून, वर्तमानकाळातल्या अनेक वास्तवांना सामावून एक नवीन सामाजिक संरचना या स्वरूपात उभी राहणे अपेक्षित आहे. ह्यात कुठेही सध्याच्या वृद्ध पिढीपुरता विचार नसून, येणाऱ्या किमान पंचवीस ते तीस वर्षांचा विचार केला गेला आहे. अशा प्रकारची व्याप्ती असलेल्या संरचनेला अर्थात एक व्यवस्था म्हणून खुले (open ended) ठेवणे उचित आहे.

भविष्यातील वृद्धसंगोपन यंत्रणेसाठी कोणत्या संस्था, संरचनांबाबत माहिती प्रगत देशांतून मिळवता येऊ शकेल ह्याचा विचार व्हायला हवा आहे. भारतासाठी सर्वतोपरी निराळ्या अशा कोणत्या सुविधा, संस्था निर्माण कराव्या लागणार आहेत, त्याची नोंद घ्यायला हवी आहे. भारतातील ज्येष्ठांना चार मुख्य क्षेत्रांतील तज्ज्ञांचे मार्गदर्शन आणि मदत अत्यावश्यक ठरणार आहे:

* तांत्रिक दृष्ट्या अतिशय उच्चशिक्षित संगोपन तज्ज्ञ
* अनौपचारिक स्वरूपातील परिचारक ऊर्फ काळजीवाहक; हे अति उच्चशिक्षित नसले तरी चालू शकेल.
* व्यावसायिक परिचारक ऊर्फ काळजीवाहक, ज्यांना मूलभूत गोष्टींबद्दल माहिती दिल्यास त्याबरहुकूम ते वृद्धांची काळजी घेऊ शकतील.
* सरकारी यंत्रणेतील प्रशिक्षित काळजीवाहक, जे उच्चशिक्षण प्राप्त असलेले, सरकारी कायदेप्रणालीचे माहितगार असतील.

## संगोपनाचे उपप्रकार

वृद्धसंगोपन हा बालकांच्या संगोपनाएवढाच महत्त्वाचा विषय आहे. वृद्धांचे संगोपन पूर्णतः त्यांच्या वयावर अवलंबून नसून, त्यांच्या शारीरिक आणि मानसिक आरोग्यावर अवलंबून आहे. वृद्धांच्या विविध शारीरिक आणि मानसिक अवस्थांचे अवलोकन करून त्यानुसार त्यांना योग्य अशा वृद्धसंगोपन संस्थेच्या संपर्कात आणून देणे गरजेचे आहे.

- घरगुती संगोपन - अशा प्रकारचे संगोपन हे स्वत: वृद्धांसाठी आणि घरातील इतर सदस्यांसाठी सुपरिचित आणि पारंपरिक प्रकारात मोडणारे आहे. ह्यामध्ये वृद्ध व्यक्तीची काळजी घरातील सदस्य घेतात. कोणत्याही प्रकारची शारीरिक व्याधी असल्यास, वैद्यकीय मदत लागल्यास घरपोच संगोपन सेवा, त्यातील तज्ज्ञ मदतीस येतात. आयुष्याच्या शेवटच्या टप्प्यावर असलेल्या ज्येष्ठांनादेखील घरगुती मदत आणि उपचार देण्यास ही यंत्रणा समर्थ असावी. वृद्धांसाठी परिचित स्थळी, आप्तस्वकीयांसोबत अगदी शेवटापर्यंत वेळ घालवणे अतिशय उपयुक्त ठरते. घरातील ओळखीचे वातावरण, माणसे ह्याने वृद्धांची जीवनलालसा कायम टिकून राहते, त्याचबरोबर प्रतिकारशक्तीदेखील वाढीस लागते. वृद्धांच्या जीवनमानाचा दर्जा उंचावतो आणि सुकर वृद्धत्व आणि नैसर्गिक मृत्यू, दोन्हीचा हक्क अबाधित राहतो.

- वृद्धनिवास संकुल - वृद्ध दांपत्ये स्वत:चे स्वतंत्र अस्तित्व टिकवण्यासाठी, अथवा सोय म्हणून वृद्धनिवासामध्ये राहायला जातात. ज्येष्ठांसाठी खास निर्माण केलेल्या गृहनिवासांमध्ये राहणाऱ्या वृद्धांना स्वतंत्र सदनिका अथवा जागा देण्यात येते. तिथे वृद्धांना स्वत:ची काळजी स्वत: घ्यावी लागते. उपलब्ध सोयींनुसार सदनिकेची स्वच्छता, रोजचे स्वयंपाकपाणी हे स्वत:पुरते स्वतंत्र ठेवता येते. काही संकुलांमधून सामूहिक व्यवस्था उपलब्ध करून दिल्या जातात; ह्यात स्वच्छता, जेवण आणि मनोरंजन ह्या गोष्टी सर्व रहिवाशांना एकत्रितपणे उपलब्ध करून दिल्या जातात. अशा संकुलांमध्ये समवयस्क मंडळींसोबत राहायला मिळणे हा एक फायदा आहे. तत्पर वैद्यकीय सेवा, घरकामात मदत आणि स्वतंत्रपणे जगण्याची मुभा ह्या गोष्टी, अशा संगोपन पर्यायात निश्चित महत्त्वाच्या आहेत.

- नर्सिंग होम 'हॉस्पिस' - प्रत्यक्ष आजार अथवा वयोपरत्वे कमकुवत झालेले जे वृद्ध आहेत, त्यांच्या संगोपनाच्या गरजा अतिशय भिन्न असतात. नर्सिंग होम अथवा भविष्यात गरजेचे असे हॉस्पिस वृद्धसंगोपनातला महत्त्वाचा भाग आहे. पूर्णवेळ वैद्यकीय देखरेखीची गरज नसली तरी वेळेवर औषधोपचार; संतुलित, नियमित आहार ह्या गोष्टींसाठीदेखील वृद्धांना नर्सिंग होममध्ये दाखल व्हावे लागते. काही नर्सिंग होम्समध्ये वृद्धांच्या आप्तस्वकीयांना येऊन वृद्धांची काही प्रमाणात काळजी घ्यावी लागते, तर काही ठिकाणी एक पूर्णवेळाची परिचारिका वृद्धांची काळजी घेण्यास नियुक्त असते.

- वृद्ध विरंगुळा केंद्र - जे वृद्ध स्वत:च्या कुटुंबीयांसोबत राहत आहेत, अथवा एकटे घरात राहत आहेत, अशा वृद्धांना दिवसातील काही तास समवयस्क मंडळींची सोबत व्हावी हा वृद्ध विरंगुळा केंद्राचा मुख्य हेतू असतो. वृद्धांना सुरक्षित, आल्हाददायक आणि सुपरिचित वातावरणात वेळ घालवल्याने उत्तम शारीरिक आणि मानसिक आरोग्य लाभू शकते. करमणूक आणि समाजात सहज मिसळणे, ह्याकरता वृद्ध विरंगुळा केंद्रं महत्त्वपूर्ण भूमिका बजावतात.

**वृद्धसंगोपन केंद्रांचे प्रकार**

विविध स्तरांतील आणि पार्श्वभूमींतील वृद्धांच्या गरजा निरनिराळ्या असू शकतात, ह्याचा सखोल विचार करून त्यानुसार निरनिराळ्या प्रकारच्या संस्था, केंद्रे उभारून अधिकाधिक वृद्धांच्या संगोपनाची सोय व्हावी हा उद्देश वृद्धसंगोपन व्यवस्थेचा असावा.

- भिन्न पिढ्यांसाठीचे विरंगुळा केंद्र - वृद्धांसाठी आणि लहान मुलांसाठी एकत्रित विरंगुळा केंद्र ही दोन्ही पिढ्यांसाठी एक उत्तम सोय आहे. ह्यात अनेक वृद्ध मिळून मुलांची काळजी घेऊ शकतात किंवा वृद्ध आणि मुलांची एकत्रित काळजी घेण्यासाठी निराळी व्यवस्था असू शकते. कोणत्याही सभासदाची इथे राहण्याची सोय उपलब्ध नसते. ह्यात अजून एक पर्याय निर्माण होऊ शकतो, तो म्हणजे वृद्धवसाहतीत अथवा वृद्धांच्या गृहसंकुलात मुलांचे एक पाळणाघर सुरू करता येऊ शकते.
- मानसिक व्याधींसाठी वृद्धसंगोपन केंद्रे - अल्झायमर आणि डिमेन्शिया ह्या व्याधींकरिता खास केंद्रे निर्माण होणे आवश्यक आहे. अल्झायमर आणि इतर संलग्न आजार झालेल्या व्यक्ती ह्यांना स्मृतिभ्रंश होऊन त्यांना विभ्रमावस्थेत उर्वरित जीवनकाल व्यतीत करावा लागतो. अशा व्यक्तींची काळजी घेणे अतिशय अवघड असून प्रमुख काळजीवाहकालादेखील मोठ्याच तणावाला सामोरे जावे लागते. अशा वृद्धांची काळजी घेण्याकरता विशेष प्रशिक्षणप्राप्त कर्मचारी आणि मदतनीस लागतात. एकट्यादुकट्या रुग्णासाठी विशेष प्रशिक्षित तज्ज्ञ नेमणे अतिशय महाग पडत असल्याने, एकत्रितपणे एका गटासोबत ही मंडळी काम करतात. अशा रुग्णांसाठी निराळे विरंगुळा केंद्र असलेले कधीही चांगले. मुंबईत अशा प्रकारची केंद्रे अनेक वर्ष चालू आहेत. डिग्निटी फाऊंडेशन ही संस्था ही केंद्रे चालवते.

(http://dementiacarenotes.in/resources/india/#palliative) हे संकेतस्थळ भारतभरात अशी संगोपन केंद्रे कुठे आहेत ह्याबाबत आणि एकूण डिमेन्शिया ह्या आजाराबाबत अतिशय उपयुक्त माहिती उपलब्ध करून देते.

- विशेष संगोपन केंद्रे - दिव्यांग, गतिमंद, कमकुवत बुद्धीच्या विकलांग वृद्धांसाठी निराळी विरंगुळा केंद्रे असणे गरजेचे आहे. कोणत्याही प्रकारे विशेष मदतीची गरज असलेल्या व्यक्तींच्या संगोपनाच्या गरजा निराळ्या असतात. अगदी तिशी-चाळिशीपासून अशा व्यक्तींना मदत किंवा पूर्णवेळ देखरेखीची गरज भासू शकते. ह्या केंद्रांसाठी काम करणारा कर्मचारीवर्ग, विशेष तज्ज्ञ आणि अभ्यासक हे संपूर्णपणे निराळ्या प्रकारे प्रशिक्षित असायला हवेत.

- समलिंगी आणि इतर भिन्नलिंगी वृद्धांसाठी संगोपन केंद्रे - समलिंगी आणि इतर भिन्नलैंगिक ओळख असणाऱ्या वृद्धांसाठी विशेष वृद्धवसाहती निर्माण करणे गरजेचे आहे. समलैंगिकता हा विषय कितीही दुजाभावाने, पक्षपाताने हाताळला गेला तरी वृद्धावस्था ही ह्याही सामाजिक घटकाची वस्तुस्थिती आहे. मुले नसतील, किंवा कुटुंबातील इतर घटक नसतील तर ह्या मंडळींना वृद्धत्व अधिक जड जाते. पारंपरिक कुटुंबाचा अभाव असणाऱ्या अथवा एकट्याने राहणाऱ्या वृद्धांसाठी स्वतंत्र व्यवस्था असणे गरजेचे आहे. निराळ्या लैंगिक गरजा, वाढत्या वयात येणारे एकाकीपण आणि इतर अनेक दबाव ह्या वृद्धांवर अधिक प्रमाणात असतात, ह्यातून येणारे नैराश्य आणि सक्तीचा एकान्त त्यांच्यावर खूप परिणाम करून जातो. जर समवयस्क, साधारण सारख्या समस्यांना सामोरी जाणारी इतर वृद्ध मंडळी भेटली, तर एकूण तणाव, एकाकीपण - सारेच आटोक्यात राहून ही वृद्ध मंडळीदेखील उत्तम आणि आरोग्यपूर्ण वृद्धत्व अनुभवू शकतील.

- नर्सिंग होम्स - जे वृद्ध स्वतःची अजिबात काळजी घेऊ शकत नाहीत, अंथरुणास खिळलेले आहेत, अथवा त्यांना सतत पथ्यपाणी लागते, अशा वृद्धांसाठी नर्सिंग होम हा एक पर्याय होऊ शकतो. इथे पूर्णवेळच्या परिचारिका असतील, त्या जराविज्ञान ह्या शाखेतून पदव्युत्तर कार्यक्रम करून आलेल्या आणि रुग्णाबाबतचे दैनंदिन निर्णय घेण्यास सक्षम असतील.

- अतिदक्षता काळजी केंद्रे - काही वृद्ध हे अंथरुणास दीर्घ काळ जखडलेले असतात. त्यामागे अगदी खुब्याचे हाड मोडणे येथपासून ते शेवटच्या टप्प्यातला डिमेन्शिया, इथवर कोणतेही कारण असू शकते. अशा रुग्णांना सतत चोवीस तास मदत लागते. स्वतःची दिनचर्या ठरवणे, वेळेत झोपणे, उठणे, प्रातर्विधी उरकणे, कपडे घालणे, काढणे ह्या सर्वच कामांत त्यांना सतत मदत लागते. अशा मंडळींची घरी काळजी घ्यायला किमान दोन पूर्ण वेळाचे काळजीवाहक लागतात किंवा काळजी केंद्रे उपयोगी ठरतात. अशा केंद्रांमधून प्रशिक्षित परिचारिका आणि डॉक्टर तर असतातच, त्याचबरोबर रुग्णास अतिशय कमी त्रास होऊन लवकरात लवकर त्याला उचलणे, कूस बदलणे, अंघोळ घालणे, कपडे घालणे ह्याकरता मदतनीस आणि योग्य अशी यंत्रे आणि उपकरणेदेखील असतात.

- हॉस्पिस - वृद्धांच्या आयुष्याच्या शेवटच्या काही दिवसांसाठी रुग्णालय हे काही फारसे योग्य स्थान नाही. जर कोणतीही औषधे, उपचार काम करणार नसतील; तर नळ्या, सुया भोसकून त्या व्यक्तीचे तांत्रिकदृष्ट्या जीवन ताणता येऊ शकते. कृत्रिमपणे वाढवलेल्या आयुर्मानाचा वृद्ध व्यक्तीस काही उपयोग होत नाही. अशा वेळी त्या व्यक्तीस जमेल तितक्या कमी यंत्रांवर आणि औषधांवर ठेवण्याची सोय म्हणजे हॉस्पिस! घरच्या मंडळींसोबत, स्वतःच्या घरी अथवा घरगुती वातावरणात नैसर्गिक मृत्यू येणे कधीही अधिक सुसह्य ठरते. ह्याच तत्त्वाला अनुसरून हॉस्पिस काम करत असतात. अशा संस्था मृत्युघटिकेची वाट पाहणाऱ्या व्यक्तींना त्यांच्या घरी अथवा संस्थेत शांत मृत्यू येईपर्यंत सांभाळतात. त्याकरता निराळे तज्ज्ञ डॉक्टर आणि परिचारिका असतात, त्यांना पॅलिएटिव्ह केअर स्पेशालिस्ट असे संबोधतात. भारतात अशा प्रकारची काळजी केवळ कर्करोगी आणि एड्सग्रस्त रुग्णांची घेतली जाते. वृद्ध आणि मृत्युपंथास लागलेल्या इतर व्यक्तींसाठी सर्वसमावेशक, स्वतंत्र हॉस्पिससुविधा भारतात सध्या उपलब्ध नाही. मात्र नजीकच्या भविष्यकाळात तिची गरज आणि उपयुक्तता, दोन्ही वाढीस लागणार आहेत.

अशा अनेक छोट्यामोठ्या आणि महत्त्वपूर्ण घटकांना एकत्रित करून एक वृद्धसंगोपन व्यवस्थेचा सांगाडा उभा राहतो. महानगरपालिका, जिल्हा प्रशासन, राज्य सरकार आणि केंद्र सरकार ह्यांच्या सल्लागाराच्या भूमिकेतील प्रशासकीय घटक, अभ्यासक, सेवाभावी संस्था, समाजसेवक आणि कायदे-वैद्यकीय तज्ज्ञ या सगळ्यांची मिळून वृद्धसंगोपन व्यवस्थेची एक संपूर्ण फळी

तयार होऊ शकते. प्रगत देशांत थोड्याफार फरकाने अशा प्रकारच्या व्यवस्था गेली तीस ते पन्नास वर्षे कार्यरत आहेत. त्यांचे फायदे-तोटे, त्यांतील अर्थकारण, त्यांची व्यवहार्यता ह्या साऱ्याचा भारतासारख्या विकसनशील देशाच्या संदर्भात सखोल अभ्यास करून मगच आपल्याकडे एखादी योजना सुरू करावी हा ह्या सर्व चर्चेमागील हेतू आहे.

वरील सर्व संगोपन व्यवस्थेतील घटक नीट बघितले तर असे निश्चित लक्षात येईल की, भारतात सर्वसामान्य वृद्धांकरता ह्यांतील कोणत्याच संस्था सहज उपलब्ध नाहीत. काही अपवाद वगळता एक परिपूर्ण वृद्धसंगोपन व्यवस्था ह्या देशात अस्तित्वात नाही. ही खूप धक्कादायक आणि तितकीच काळजीची गोष्ट आहे. ह्यात केवळ सरकारचा दोष आहे असे अजिबात नाही. भारतात आणि पूर्व आशियातील अनेक देशांत एकत्र कुटुंब पद्धती अस्तित्वात होती. भारतासह पूर्व आशियातल्या अनेक देशांत, मोठ्या प्रमाणावर घराबाहेर काम करणाऱ्या स्त्रियांची ही पहिली किंवा दुसरी पिढी आहे. ह्यामुळे वृद्धांची मुख्य काळजीवाहक म्हणून जे काम स्त्रीचे समजले जात होते, ते आता अनेक संस्था आणि व्यक्तींमध्ये विभागले गेले आहे. आजवर वृद्धांची देखभाल, सांभाळ घरोघरी होत असे, तो आता येत्या काळात सामाजिक प्रश्नाचे रूप धारण करू लागला आहे. जागतिकीकरणाच्या रेट्यात अर्थार्जनाच्या संधी स्थानिक किंवा राष्ट्रीय पातळीवर सीमित न राहता आंतरराष्ट्रीय पातळीवर निर्माण झालेल्या आहेत. त्यामुळे तरुण कमावती पिढी जी प्रमुख काळजीवाहक पिढीदेखील आहे, ती ह्या वृद्ध पिढीपासून भौगोलिक दृष्ट्या दूर गेलेली आहे. अशा अनेक स्थित्यंतरांचा मागोवा घेतला तर असे लक्षात येईल की, हे सर्व बदल खूप वेगाने घडत आहेत आणि ह्या वेगाशी समन्वय राखण्यात समाज आणि म्हणून पर्यायाने सरकार असफल झाले आहे.

केवळ भारतापुरता विचार केला तरी प्रश्नाची व्याप्ती आणि गांभीर्य नव्याने जाणवते. देशातील कोणत्याही प्रमुख शहरातील सर्व वृद्धांना एक वेळेचे जेवण द्यायची सोय, सोबत दोन तास मनोरंजनपर कार्यक्रम दाखवण्याची व्यवस्था करायची झाल्यास मोठाच पेच उभा राहील. निरनिराळ्या खाद्यपरंपरा, भाषा, आवडीनिवडी ह्या सगळ्याचा विचार करता, सर्वांना साजेसे पर्याय शोधणे अवघड आहे. ह्यातून नेमके काय निष्पन्न होईल ह्याचा विचार केला तर स्पष्टच जाणवेल की, देशांतर्गत वैविध्य कितीही लोभस आणि आपली ओळख सांगणारे असले तरी कोणत्याही देशव्यापी व्यवस्थेचे नियोजन करताना हे अतिशय गुंतागुंतीचे आणि क्लिष्ट काम ठरणार आहे.

अशा परिस्थितीत जर कोणत्याही प्रगत देशाची वृद्धसंगोपन व्यवस्था भारतात रुजवू पाहिली, तर त्याचे गंभीर परिणाम होतील हे निश्चित. त्याउलट जर भारताचा सांस्कृतिक, भौगोलिक, भाषिक आणि आर्थिक अशा अनेक पातळ्यांवर विचार केला तर उद्भवणाऱ्या समस्येसाठी खास असे निराळे मॉडेल विकसित करता येईल का, असा विचार सुरू होईल. प्रगत देशांतील व्यवस्थांच्या केंद्रस्थानी आहे करदाता वर्ग! त्याच्या सोयींप्रमाणे वृद्धांचे संगोपन आणि देखरेख करण्यात येते. त्याचबरोबर संपूर्ण व्यवस्था ही त्यातील वृद्धाला कंगाल, आर्थिक दृष्ट्या रिती करणारी आहे. अमेरिकेतील वृद्धसंगोपन व्यवस्था आपण बऱ्याच वेळा संदर्भ म्हणून ह्या पुस्तकात बघत आलो आहोत. तिचे सर्वांत मोठे वास्तवदेखील हेच आहे की जर तुम्ही ह्या व्यवस्थेत विशिष्ट रक्कम भरून शिरला असाल तर, तुमची रक्कम संपेपर्यंत जर तुमचे आयुष्य चालू असेल तर तुमची उत्तम निगा राखली जाईल. ज्या वेळी आर्थिक ओघ रोडावेल अन् वय वाढत राहील त्या वेळी सरकारी भत्ते सुरू होतील आणि सेवेचा दर्जा खालावत जाईल. दुर्दैवाने वृद्धांची परिस्थिती शोचनीय होते; वाढत्या वयात अधिक काळजी, अधिक उत्तम निगा राखली जायला हवी त्या वयात आर्थिक चणचण भासू लागते. निवृत्तीआधीच्या काळात आर्थिक गणित जर चुकले असेल तर वृद्धांच्या संगोपनाचा दर्जा खालावतो.

भारतात अजून जेवढी काही कुटुंबव्यवस्था शाबूत आहे तिच्या अस्तित्वाचा, जपणुकीचा विचार ताबडतोब व्हायला हवा आहे. तसे झाल्यास पुढे उद्भवणारे सामाजिक आणि सरकारी कष्ट आणि खर्च ह्या दोन्हीवर आळा बसणार आहे. भारतात मुळात पराकोटीची गरिबी आहे आणि त्यातून वृद्धांच्या बाबतीत ती खूप अधिक आहे. अशा प्रकारचे प्रकल्प राबवले गेले तर ते प्रकल्प, संलग्न संस्था अजिबात तग धरणार नाहीत. उलट, त्या उभारण्यात जो वेळ आणि पैसा खर्ची पडेल, त्याचादेखील समाजास पुरेसा फायदा होणार नाही. त्यामुळे भारतातली वृद्धसंगोपन व्यवस्था ही कौटुंबिक साहाय्य, स्थानिक मदत आणि सरकारी मार्गदर्शन अशा पद्धतीने सुरू व्हायला हवी.

व्यावसायिकांना ह्या क्षेत्रात मोठीच नावीन्यपूर्ण संधी आहे. आजकाल अनेक व्यवसाय हे आर्थिक आणि सामाजिकदृष्ट्या फायदेशीर ठरणारे एक 'सोशल एंटरप्राइज' म्हणून सुरू होतात. अनेक सामाजिक घटकांचा फायदा होत त्यांना मदत मिळते. त्याला व्यावसायिकतेची जोड दिल्याने त्यातून नफादेखील कमावता येतो. अशा प्रकारच्या सामाजिक भान असलेल्या उद्योजकांना आणि व्यावसायिकांना ह्या नवीन क्षेत्रात अनेक दालने उघडी होऊ शकतात. सरकारने

कशा प्रकारे वृद्ध वसाहती आणि इतर संस्थांचे ऑडिट करावे, ह्याकरता सरकारला सल्ला देणे; त्याचबरोबर अशा ऑडिटसाठी ऑडिटर तयार करणे, त्यांना प्रशिक्षित करणे, असे संलग्न व्यवसाय असू शकतात. शिवाय वृद्धसंगोपन क्षेत्रात विरंगुळा केंद्र, अतिरिक्त काळजी केंद्र अशी अनेक केंद्रे खाजगी तत्त्वावर सुरू करता येतील. अल्झायमर, डिमेन्शिया आणि मेंदूच्या क्षीण होण्याच्या इतर प्रक्रियांचे आजार, ह्याकरता विशेष काळजीवाहक सेवक प्रशिक्षित करणे, अशा प्रकारची केंद्रे सुरू करून ती चालवणे, हेही होऊ शकते. वृद्धांच्या विशेष गरजा विचारात घेऊन त्यांना साहाय्यक अशी उपकरणे, कपडे, खाद्यपदार्थ ह्यांची निर्मिती, हादेखील मोठा आव्हानात्मक व्यवसाय होऊ शकतो.

ह्या साऱ्यांबरोबर इस्पितळे, रुग्णसेवक, डॉक्टर, इतर तज्ज्ञ ह्या साऱ्यांनी-देखील पुढाकार घेऊन निरोगी आणि सकारात्मक वृद्धत्व कसे व्यतीत करावे ह्याबाबत जागरूकता पसरवली पाहिजे. समाजघटक म्हणून सामान्य लोकांचे-देखील योगदान मोठे आहे. आजूबाजूच्या वृद्ध व्यक्तींबद्दल आदर आणि मदतीस तत्परता; त्याचबरोबर वृद्धाश्रम, वसाहती इथे प्रत्यक्ष जाऊन वृद्धांच्या समस्या जाणून घेणे, त्यावर साधे सोपे उपाय शोधणे आणि त्यांची अंमलबजावणी होत आहे की नाही ह्याचा पाठपुरावा करणे, इतपत तरी सकारात्मक सहभाग घ्यायला हवा. स्थानिक पातळीवर वृद्धांविषयीचे अनेक जटिल प्रश्न लोकसहभागातून निश्चित सुटू शकतील. ह्याचे एक ज्वलंत उदाहरण म्हणून इंग्लंडमधील सध्या कार्यरत असलेल्या मोहिमेबद्दल सांगता येईल. हिलरी कॉत्तम ह्या सामाजिक व्यावसायिकेने एक नवीन संकल्पना मोठ्या अभ्यासान्ती अमलात आणली आहे. तिचा सरकारी आणि निमसरकारी क्षेत्रांतला समृद्ध अनुभव तिला हे सांगून गेला की सरकारी यंत्रणा ही सामाजिक कार्यांसाठी प्रत्येक व्यक्तीमागे अनेक हजारो रुपये खर्च करत असते. मात्र त्यातले फार कमी, किंवा नगण्य प्रत्यक्ष पीडित व्यक्तीपर्यंत पोचते, आणि जे पोचते, त्याचा सहज लाभ त्या लाभार्थ्याला होताना दिसत नाही. अतिशय हलाखीच्या परिस्थितीतली कुटुंबे, वृद्ध आणि अतिवृद्ध व्यक्ती ह्या तिच्या संशोधनाच्या केंद्रबिंदू होत्या. त्यातून तिने एक निष्कर्ष काढला की, जे योग्य असे लाभार्थी आहेत त्यांनी स्वत:च्या गरजा व्यवस्थित तपासून, सरकारकडे विशिष्ट मदतीची मागणी करावी, आणि त्या लाभार्थ्याला नेमकी ज्या गोष्टींची अथवा व्यवस्थेच्या मदतीची गरज आहे तितकेच त्या व्यक्तीस दिले जावे. दुसरे असे की, वृद्ध व्यक्तींच्या गरजा ह्या त्यांच्या स्थानिक समाजातून, आजूबाजूच्या लोकांकरवी पूर्ण झाल्या पाहिजेत. ह्याने एक स्थानिक वर्तुळ निर्माण होऊन त्या वर्तुळातून

एक सकारात्मक ऊर्जा निर्माण होईल आणि एक सामाजिक भान जोपासले जाईल. अशा प्रकारची वृद्धांना स्थानिक मदत पुरवणारी वर्तुळे इंग्लंडमध्ये हळूहळू जम बसवू लागली आहेत. प्रत्येक वृद्ध व्यक्तीच्या घरात सामाजिक वर्तुळांच्या माध्यमातून संगोपनाच्या सुविधा अत्यल्प दरात पोचवता येतात. ह्याचे मूळ श्रेय हे तिथल्या स्थानिक कार्यकर्त्यांना जाते, ज्यांनी अशी वर्तुळे उभी केली आहेत. भारतात सरकारी मदतीने लोकसहभागातून वृद्धांना उपयुक्त अशी स्थानिक वर्तुळे निर्माण होऊ शकतात. मोठ्या महागड्या संस्था, त्यांच्या विशिष्ट इमारती, इतर जामानिमा, याऐवजी अशा स्थानिक लोकसहभागातून वृद्धसंगोपनाची एक आधुनिक व्यवस्था निर्माण होऊ शकते ह्याचा विचार ह्या इथे आपण साऱ्यांनी करायला हवा.

(http://www.circlecare.co.UK/n.d.)

(http://www.hilarvcottam.com/n.d.)

••

# ७.
# हाती येता हात

... मी एकदा संध्याकाळी कामावरून घरी आले, तर बाहेर गर्दी दिसली... छातीत एक क्षण धस्स झालं. संपले की काय सगळे? आत जावे की न जावे? मनात अनामिक भीती उसळून आली. गर्दीतून वाट काढत आत गेले तो अतिशय निराळेच दृश्य समोर होते! आजोबांचे भाऊ, काही जुने मित्र, शेजारी आणि ओळखीचा इलेक्ट्रिक रिपेअरवाला, इस्त्रीवाला, न्हावी अशी मंडळी दाटीने जमली होती! सगळे आजोबांची खुशाली विचारायला आले होते आणि सगळ्यात आजोबा चांगलेच रमले होते! चर्चा चालू होती की प्रत्येक जण कशा प्रकारे आजोबांना मदत करू शकेल. आजोबांचे भाऊ आळीपाळीने येऊन त्यांच्या सोबत बसणार होते, काही मित्र येऊन त्यांना काही वाचून दाखवणार होते, तर काही नुसतेच गप्पा मारायला येणार होते! न्हावी महिन्यातून एकदा येऊन त्यांची हजामत करणार होता, नखे कापून देणार होता आणि इलेक्ट्रिशियन आजोबांना सहज हात लांब करून रेडिओ सुरू करता येऊ शकेल इतक्या जवळचा प्लग काढून देणार होता. आजोबांनी ज्या सगळ्यांशी अनेक वर्षांपासून स्नेह जोडला होता, ती सगळी मंडळी त्यांना भेटून नुसते औपचारिक काही बोलत नव्हती, तर कशा प्रकारे त्यांना मदत करू शकतील ह्यावर एकत्र चर्चा करायला आली होती. ह्यातून प्रत्येकाला एक नवीन व्यावसायिक संधीदेखील दिसली होती. घरपोच येऊन सेवा द्यावी लागेल असा एक मोठाच वृद्ध ग्राहक ह्यातून त्यांना सापडला होता. खूप वर्षं एकाच शहरात राहिल्याने सगळेच एकमेकांना चांगले ओळखत होते. सगळे साधारण दहा ते वीस मिनिटांत एकमेकांना भेटू शकत, इतक्या अंतरावर राहत होते. सगळ्यात महत्त्वाचे म्हणजे ह्यातून केवळ नफा कमावणे इतके

संकुचित ध्येय न ठेवता स्वत:चा चालू व्यवसाय सांभाळून ही मंडळी ही अशी सेवा देण्यास तयार झाली होती.

वृद्धसंगोपन व्यवस्था निर्माण करताना इतर अनेक व्यवसायांनादेखील ह्यात मोठाच वाव आहे. वृद्धसंगोपन, वृद्धकल्याण हे केवळ सेवाभावी संस्था आणि सरकारी योजनांची मक्तेदारी नसून, ह्यात प्रत्येक व्यावसायिक व्यक्तीलादेखील अनेक संधी सापडू शकतात. वृद्ध होणे ही वैश्विक बाब असल्याने जीवनाच्या प्रत्येक शाखेत, उपशाखेत ह्यासाठी काही निराळे करणे, अशा शक्यता सापडणे स्वाभाविक आहे. ह्यातील काही महत्त्वाच्या पैलूंबाबत चर्चा होणे अतिशय गरजेचे आहे.

## वृद्धसंगोपन व्यवस्थेस पूरक पैलू

भारतात वृद्धांची काळजी ही परंपरेने त्यांची अपत्ये घेत आली आहेत. सध्याच्या परिस्थितीत लोक रोजगारानिमित्त अनेकदा स्वत:चे गाव, देश सोडून इतरत्र जातात. ह्यामुळे एक मुख्य कमतरता पुढे आली आहे. भारतात वृद्धांची काळजी घेण्याची कोणतीच सरकारी अथवा सरकारपुरस्कृत यंत्रणा कार्यरत नाही. जे काही आश्रम, धर्मादाय, सेवाभावी किंवा व्यावसायिक घटक आहेत, त्यांच्यावर कोणत्याही प्रकारचे नियम, नियंत्रण आणि समान कायदा लागू होत नाही. त्यावर कोणतेही 'ऑडिट' किंवा कोणतेच सरकारी निकष बंधनकारक नाहीत. विविध राज्यांत, शहरांत किंवा संस्थांत उपलब्ध सोयींमध्ये प्रचंड तफावत आढळून येते. आश्रम आणि वृद्धवसाहती कोण चालवत आहेत, त्यांची व्यावसायिक, शैक्षणिक पात्रता; आश्रमजागेची पडताळणी, सुविधांचे परीक्षण, रहिवाशांबाबत सखोल माहिती, अशा कोणत्याही गोष्टींबाबत स्वच्छ, सर्वज्ञात आणि एकसमान असे नियम संपूर्ण देशात नाहीत. राज्य सरकार आणि केंद्र सरकार ह्याबाबत केवळ ठोकताळे पुरवतात, मात्र ह्या संस्थांमध्ये नेमके काय चालू आहे; तेथील कर्मचारी, रहिवाशी ह्यांची तपासणी, परीक्षण असे काहीही सातत्याने होत नाही हेदेखील स्पष्ट आहे. ह्याबाबत केवळ खेद व्यक्त करण्यापेक्षा जर जागरूक नागरिक म्हणून आपण काही करू शकतो, तर ते आहे वृद्धसंगोपन व्यवस्थेची देशात स्थापना व्हावी अशी मागणी!

केवळ अतिवृद्ध अथवा आर्थिक दृष्ट्या दुर्बल वृद्ध ह्यांच्या संगोपनासाठी नवीन संस्था निर्माण करून चालणार नाही. समाजातील प्रत्येक आर्थिक स्तरातील वृद्धांसाठी, त्यांचे जीवनमान उंचावण्यासाठी प्रयत्न करावे लागणार आहेत.

देशातील वृद्ध, त्यांच्या तात्कालिक समस्या, आर्थिक, भावनिक किंवा मनोरंजनाच्या गरजा ह्याकडेदेखील पुरेसे लक्ष देणे गरजेचे आहे.

### वृद्धांसाठी मनोरंजन

सध्याच्या परिस्थितीचा आढावा घेतल्यास, सुस्थितीतल्या वृद्धांकडे एक महत्त्वाचा उपभोक्तावर्ग म्हणून बघितले जात नाही. व्यावसायिक गणिते मांडणाऱ्या प्रत्येक क्षेत्राने ह्या पिढीचा खरोखर सखोल अभ्यास करायला हवा. सुस्थितीतल्या वृद्धांकडे आर्थिक स्थैर्य आहे, गुंतवणुकीसाठी आणि खर्चासाठी पैसे आहेत. वैयक्तिक मनोरंजनासाठी टीव्हीवरील मालिका, रेडिओ, मासिके, वृत्तपत्रे अशा सगळ्या गोष्टींवर नियमित पैसे खर्च करणारा हा गट आहे. तरीदेखील ह्या वयोगटाला साजेशा काँटेंटची निर्मिती म्हणावी तितक्या प्रमाणात होताना दिसत नाही. रडके, असाहाय्य, दुर्दैवी, एकटे वृद्ध, अशा प्रतिमा सत्तरच्या दशकात सिनेमात सर्रास वापरलेल्या आपण सगळ्यांनी पाहिल्या आहेत. पुढील काळात सिनेमातील वृद्ध पात्र 'तरुण' होऊ लागले, नाचगाणी करू लागले. सध्याच्या काळात अधिक उथळ आणि जेमतेम संवाद असलेली वृद्ध पात्रे सिनेमात दिसतात. मात्र वृद्धांना अनेक पैलूंमधून रुपेरी पडद्यावर उभे करणे शक्य आहे असा विचार सिनेसृष्टीतल्या आणि संपूर्ण मनोरंजन क्षेत्रातील लेखक, दिग्दर्शक, निर्माते मंडळींनी करायला हवा. हीच गोष्ट लागू होते टीव्ही आणि रेडिओवरील निर्मितींनादेखील. अनेक देशांमधून वृद्धांसाठी निराळ्या रेडिओ आणि टीव्हीच्या वाहिन्या आहेत. त्यावर वृद्धांना रुचेल असेच मनोरंजन पूर्णवेळ पुरवले जाते. त्याचबरोबर त्यांना मदत होईल, मार्गदर्शन मिळेल अशा गोष्टींचादेखील प्रसार केला जातो. आपल्याकडे ह्या संपूर्ण वृद्ध फळीसाठी सकस मनोरंजन, त्याचबरोबर यशस्वी वृद्धत्व, निरोगी जीवनशैली ह्यांबाबतदेखील माहिती पुरवणारे कार्यक्रम वृद्धांपर्यंत कसे पोचवता येतील ह्याचा विचार व्हायला हवा. धार्मिक कार्यक्रम किंवा केवळ योगासने, तत्सम व्यायाम असले कार्यक्रम म्हणजे वृद्धांसाठी विशेष कार्यक्रम असा विचार न करता, वृद्ध, त्यांच्या अनेकांगी समस्या, गरजा ह्या सगळ्या विचारात घेऊन त्यानुसार कार्यक्रमांची रचना इथे अपेक्षित आहे.

### वृद्धांसाठी मदतकक्ष

बदलत्या काळात वृद्ध हे केवळ एकटे पडत चाललेत असे नाही, तर अनेकदा त्यांच्यावर शारीरिक, मानसिक अथवा आर्थिक अवहेलनेची पाळी

येते. ह्यात घरची मंडळी, संगोपक, घरगडी असे अतिशय निकटवर्ती घटक सामील असू शकतात. ह्याबाबत कुठे वाच्यता करावी हे न कळल्याने संकोचून वृद्ध मुकाट्याने अन्याय सहन करत राहतात. कधी वाढते खर्च, औषधोपचार, नवीन आजारपण ह्यांबाबत वृद्धांना पुरेशी योग्य माहिती मिळू शकत नाही. अशा सगळ्या परिस्थितीत वृद्धांसाठी पूर्णवेळ चालू असलेल्या सुसज्ज मदतकक्षाला जोडलेली एक 'हेल्पलाइन' गरजेची आहे. अशा हेल्पलाइनने अनेक समस्यांचे निराकरण होऊ शकेल, त्याचबरोबर वृद्धांना हक्काने स्वत:च्या समस्या मांडायला एक माध्यम मिळू शकेल. अशा प्रकारच्या मदतकक्षांचे जाळे संपूर्ण देशात पसरले तर ते वृद्धसंगोपन व्यवस्थेचा एक आधारभूत भाग ठरू शकेल. ह्यातून निर्माण होणाऱ्या रोजगाराच्या संधींबाबतदेखील आपण विचार केला पाहिजे.

## वृद्धांसाठी आर्थिक नियोजन

वृद्धावस्थेत नेमक्या काय गरजा उद्भवणार आहेत, त्याकरता कोणत्या प्रकारे तजवीज करता येऊ शकते ह्याची तपशीलवार माहिती. निवृत्तीनंतरचे आर्थिक नियोजन कशा प्रकारे करायला हवे, त्यात कोणते बदल करणे अनिवार्य आहे, ह्याबाबत अनेक वृद्धांकडे अतिशय मर्यादित माहिती असते. अनेक बनावट किंवा फसवणुकीच्या योजनांमध्ये पैशाची गुंतवणूक, आर्थिक अफरातफर, इतर गैरप्रकार ह्यांत वृद्ध सहज अडकतात. ह्यातून आर्थिक नुकसान तर होतेच, त्याचबरोबर मानसिक क्लेशदेखील मोठ्या प्रमाणात होतात. अनेकदा आर्थिक व्यवहारात भावनेच्या भरात येऊन वृद्ध निर्णय घेतात. अशा वेळी जर एखादी विश्वसनीय संस्था वृद्धांना आर्थिक व्यवहारांबाबत जागरूक करू शकली तर वृद्धांना त्याचा निश्चितच फायदा होईल. त्यांना केवळ शेअर बाजारातल्या घडामोडींची माहिती देण्यापेक्षा वृद्ध स्त्रिया आणि पुरुष ह्यांना अगदी मूलभूत आर्थिक व्यवहारांचे ज्ञान उपलब्ध करून देण्यापासून ते थेट अफरातफर झाल्यावर करायचे उपाय अशा अनेक गोष्टींबाबत माहिती आणि मार्गदर्शन मिळू शकले तर त्याचा अनेक वृद्धांना खूप मोठ्या प्रमाणात फायदा होऊ शकतो.

## वृद्धांसाठी शरीरस्वास्थ्य

वृद्धांना निरोगी राहण्याबाबत केवळ सल्ला देण्यापेक्षा त्यांना जर मोठ्या प्रमाणात स्पर्धात्मक खेळांत सामील करून घेता आले तर फरक पडेल. जर स्थानिक पातळीपासून ते राष्ट्रीय पातळीपर्यंत वृद्धांसाठी स्पर्धात्मक खेळांचे

आयोजन करण्यात आले, त्याला प्राधान्य देऊन त्याचा प्रसार करता आला, तर अनेक वृद्धांना ह्यात सहभागी होता येईल. तसेच वृद्धांसाठी व्यायामशाळा, जलतरण तलाव अशा सुविधांमध्येदेखील करण्यासारखे बरेच आहे. अनेक वृद्ध आजारांचे निमित्त करून शारीरिक हालचाली टाळू लागतात, अथवा एक रोजची फेरीही आरोग्यास पुरेशी आहे असा समज करून घेतात. प्रत्यक्षात खरे तर त्याहून बरेच अधिक करण्यासारखे आहे व ते आवर्जून केले पाहिजे. ह्यातून अनेक रोग, त्यांची तीव्रता नियंत्रित करता येऊ शकते. वृद्धांसाठी शरीरस्वास्थ्य राखण्याच्या सुविधा उपलब्ध केल्या गेल्या तर त्याने वृद्धांना मदत होईल. वृद्धांसाठी निराळे नृत्यवर्ग, अभिनयवर्ग आणि व्यायाम ह्या सगळ्या सुविधा अनेक प्रगत देशांत आहेत. भारतातल्या वृद्धांनादेखील ह्या सगळ्यांचा फायदा होईल.

## वृद्धांच्या आहारातला समतोल

वृद्ध म्हणजे आरोग्याच्या समस्या, शरीरात बिघाड, ह्या गोष्टी वृद्ध स्वत: आणि त्यांच्या सभोवतालची मंडळी गृहीत धरतात. हे अतिशय चुकीचे आहे. कोणत्याही सवयीत आणि आहारात बदल केल्यास बराच फायदा होऊ शकतो. ही बाब अभ्यासपूर्ण पद्धतीने वृद्धांपर्यंत पोचवली गेली पाहिजे. पन्नाशी येता येता मधुमेह झालेले लोक सर्रास सगळीकडे दिसू लागले आहेत. ह्यात काही वावगे आहे असे लोकांना वाटत नाही, हे खेदजनक आहे. आहारावर नियंत्रण ठेवण्याऐवजी इन्सुलिनचा अधिक मोठा डोस निवडणारे रुग्ण आणि त्यांचे डॉक्टर बघितले की धक्का बसतो. नैसर्गिकरीत्या शरीरातील असमतोल सुधारता येऊ शकतो. पण त्याकरता सातत्यपूर्ण प्रयास घ्यावे लागतील. इन्सुलिनचे प्रमाण वाढवण्याआधी वजन कमी करा, आहार सुधारा, रोजची शारीरिक हालचाल वाढवा असे लिहून ते रुग्णांकडून करून घेणारे डॉक्टर आणि आहारतज्ज्ञ सध्याच्या घडीला अतिशय गरजेचे आहेत.

## वृद्ध पुनर्वसन केंद्र

बदलत्या हवामानाचे तडाखे संपूर्ण मानवजातीला भोगावे लागत आहेतच, मात्र नैसर्गिक आपत्ती जेव्हा प्रत्यक्ष वार करतात, त्या वेळी वृद्धांची अवस्था अतिशय बिकट होते. अमेरिकेत झालेल्या हार्वी आणि इर्मा वादळांनंतर ह्याचा प्रत्यय इथल्या व्यवस्थेला आला. अनेक वृद्ध ऐकू कमी येत असल्याने, टीव्हीवरील सूचनांचे पालन करण्यात दिरंगाई केल्याने अथवा ते एकटे राहतात

ह्याची आजूबाजूच्यांना अजिबात माहिती नसल्याने नाहक पुराच्या पाण्यात अडकले, अथवा गारठून गेले. स्वत:चे घर सोडून सुरक्षित ठिकाणी न जाण्याच्या हट्टी निर्णयामुळे काही बुडालेदेखील! हे क्लेशकारक आहे. जर वृद्धांसाठी एक निराळे आपत्तिनियोजन आणि पुनर्वसन केंद्र असते तर हे टळले असते. ह्या केंद्रांत समुपदेशक, जराविज्ञान तज्ज्ञ, पोलीस, इतर कार्यकर्ते ह्यांची एक फळी निर्माण करावी लागेल. वृद्धांना कोणत्याही आपत्तीपूर्वी आणि नंतर अनेक प्रकारची मदत मिळू शकेल अशी व्यवस्था ह्या केंद्रांद्वारे करता येऊ शकेल. भारतदेखील अनेक मानवनिर्मित आणि नैसर्गिक आपत्तींचा बळी ठरत असतो. त्या वेळी केवळ लोकांच्या मदतीवर भिस्त न ठेवता एक प्रशिक्षित गट ह्या कामी नियुक्त करणे अतिशय गरजेचे आहे.

वृद्धांसाठी करण्यासारखे खरोखर खूप काही आहे. सगळ्यावर अनेक स्तरांतून विचार, अभ्यास आणि कृती होणे अपेक्षित आहे. उच्चपदस्थ अधिकारी, वरच्या हुद्द्यावरील व्यक्ती वृद्धांसाठी काही करू इच्छीत असतील, तर त्या सर्व लोकांना वृद्धांच्या गरजांची उकल करून सांगणे हा हेतू आहे. वृद्धांसाठी काही करणे म्हणजे इतर कोणत्यातरी पिढीवर उपकार करणे, दया दाखवणे असे अजिबात नसून, जर आजच्या निर्णय घेणाऱ्या पिढीने काही ठोस सकारात्मक पावले उचलली, तर त्या सुविधांचा फायदा हा येणाऱ्या वृद्ध पिढीला, कदाचित आजच्या निर्णय घेणाऱ्या लोकांनादेखील होईल! वृद्धांना केवळ मान देणे, अथवा त्यांच्याबाबत अतिशय भावपूर्ण मेसेज सामाजिक माध्यमांवर फिरते ठेवणे, ह्यापेक्षा करण्यासारखे खूप आहे ह्याची दखल आपण प्रत्येकाने घेणे गरजेचे आहे! कारण काही अपवाद वगळता, आपण सारेच वृद्ध होण्याच्या तांड्यात सामील आहोत. आज ना उद्या आपल्यालादेखील ह्या आणि अनेक संस्था, सुविधा आणि व्यवस्थांची गरज पडणार आहे, त्याची तजवीज समाज म्हणून आजच करायला हवी!

## वृद्धसंगोपन आणि व्यवसायसंधी

प्रत्येक क्षेत्रातल्या व्यावसायिकांना वृद्धांसाठी करण्यासारखे खूप काही आहे. एके ठिकाणी जेवायला जायचा योग आला, तिथल्या मेनू कार्डावर चक्क उजव्या बाजूस दरांचे दोन रकाने होते. एक होता 'नॉर्मल' लोकांसाठी, तर दुसरा होता 'रिसायकल्ड टीनएजर्स' ह्यांच्यासाठी! दरांतदेखील फरक होता! साठीवरील प्रत्येक ग्राहकाला इथे 'रिसायकल्ड टीनएजर्स' असे संबोधत होते! त्या हॉटेलच्या मालकाची भूमिका अशी होती की, वृद्धांना एकतर रोज घरी

स्वयंपाक करायला जमेल असे नाही आणि बाहेर गेले तर चांगल्या प्रतीचे जेवण रास्त दरात मिळेल ह्याची हमी नाही! अशा वेळी तो फार काही करू शकत नसला तरी हे एक नव्याच ढंगातले मेनू कार्ड त्याने बनवले आणि त्याला वृद्धांनी भरभरून प्रतिसाद दिला! यातून वृद्धांना मदतही झाली आणि त्याचा धंदादेखील तेजीत राहिला! अशा अनेक क्लृप्त्या लढवून अनेक स्तरांवर वृद्धांना साहाय्य करणे सहज शक्य आहे.

## वृद्धांसाठी विशेष पोशाख

व्यक्ती साठीपलीकडे सरकली, की तिच्या शारीरिक रचनेत बदल होतात आणि त्याचबरोबर कपड्यांच्या गरजा बदलतात. मात्र ह्याचा विचार कोणतेच डिझायनर, कापड व्यावसायिक किंवा शिंपीदेखील करताना दिसत नाहीत. अनेकदा कापड अधिक गडद रंगाचे असते, त्यावरील छाप अथवा प्रिंट बटबटीत किंवा अगदीच सुमार असतो; कापडाचा दर्जा, पोत नीट नसतो. कधी काही कपडे अंगाला चटचटतात, त्यांनी त्वचेला खाज सुटते किंवा कधी ते नको इतके तंग किंवा अति ढिले वाटतात. ह्याबाबत ना वृद्ध फारसे आग्रही दिसतात, ना व्यावसायिक अधिक दक्ष! वृद्धांच्या पोशाखाच्या अनेक गरजा असतात, प्रत्येक अवस्थेत स्थित्यंतर करताना त्या गरजा बदलत राहतात. बाहेर हिंडू फिरू शकणाऱ्या वृद्धांना सुटसुटीत आणि योग्य मापाचे कपडे हवे असतात. त्यात जर कोणाला मधुमेह, वॅरीकोस व्हेन्स, कंपवात अशी दुखणी असतील तर त्यांच्या गरजा निश्चित बदलतात. अति स्थूल वृद्धांना साजेसे कपडे मिळणे हेही दुरापास्त असते. जे अंथरुणास खिळलेले वृद्ध आहेत, किंवा घरी अधिक काळ घालवणारे वृद्ध आहेत, त्यांना घरी घालायचे सुटसुटीत कपडे लागतात. असे कपडे घालायला-काढायला सोपे असावे लागतात. कधी एखाद्या वृद्ध व्यक्तीला लघवी अतिवेगाने होते, तर कधी सांध्यांच्या दुखण्यामुळे हात योग्य स्थितीत वळत नाही. अशा वेळी कशा प्रकारचे कपडे वृद्धांनी घातले तर त्यांना अधिक सोयीचे ठरेल ह्याचा विचार व्हायला हवा. जुने ढगळ गाउन अथवा पायजमे एवढेच पर्याय वृद्धांसमोर उरतात. आयुष्यभर व्यवस्थित नीटनेटके राहिल्यावर, वृद्धापकाळात मात्र स्वत:ची अशी विकल दशा निमूट स्वीकारणे ह्या वृद्धांना जड जाते. ह्यासाठी जर वरून नेहमीसारखे दिसणारे परंतु मागील बाजूस वेल्क्रोचे छोटे पट्टे शिवलेले शर्ट, कुर्ते असतील तर ते उपयोगी पडतील. विजारीला झिपच्या जागी वेल्क्रोची पट्टी असेल तर तेही उपयुक्त ठरेल. तसेच घरगुती गाउन जर पुढील बाजूस ओव्हरलॅप करून

मागील बाजूस वेल्क्रोने बंद करण्यात आले तर ते काढा-घालायला मदत होईल. मोठ्या सैलसर बाह्या असलेले ड्रेस शिवले तर हात फार न वाकवता वृद्धांना ते घालता येतील. प्रत्येक कपड्याला जर मोठे खिसे असतील तर वृद्धांना त्यात काही महत्त्वाच्या वस्तू ठेवता येतील. रात्री झोपतानाच्या पोशाखासदेखील दोन्ही बाजूंना झिप किंवा वेल्क्रोने बंद करण्यासारखे बनवता येऊ शकते. छोटी लोहचुंबकाची बटणे वापरूनदेखील कपडे बनवता येतील. ज्या वृद्धांना गुंडी अथवा हुक सहज काढता येत नाही, अशा वृद्धांना ह्याचा फायदा होऊ शकेल. पुरुषांचे बेल्ट वेल्क्रो किंवा लोहचुंबकाची बटणे वापरून बनवता येतील. तसेच इलॅस्टिकचा वापर करून योग्य मापातले कपडे बनवता येऊ शकतील. मुलांना जसे लाळेरे असते, तसे संपूर्ण कपड्यांना झाकेल असे मानेतून सहज घालता येण्यासारखे बिब वृद्धांसाठी बनवता येऊ शकेल. जे वृद्ध व्हीलचेअरमध्ये आहेत अथवा कोणत्याही आजाराने ग्रस्त आहेत, त्यांच्या विशेष गरजा अभ्यासून कपडे बनवणे शक्य आहे. अल्झायमर, कंपवात, इंकॉंटिनन्स (आत्मसंयमाचा अभाव) अशा अनेक समस्यांसाठी निरनिराळे कपडे, डायपर लावलेले अंतर्वस्त्र इत्यादी बनवता येऊ शकतील. त्यांतून वृद्धांचा आत्मसन्मान आणि सोय ह्या दोन्ही गोष्टी राखता येतील. जी गोष्ट रोजच्या कपड्यांची, तीच गोष्ट आतल्या कपड्यांची आणि हवामानानुसार लागणाऱ्या विशिष्ट कपड्यांची. ह्यातदेखील करण्यासारखे खूप काही आहे. वृद्धांना ह्या सगळ्याची गरज आहे, मात्र भारतात अशा वस्तूंची वानवा आहे. वृद्ध आणि विशेष गरजा असणाऱ्या लोकांसाठी बनवण्यात येणाऱ्या खास वस्त्रांना 'ॲडॅप्टिव्ह क्लोदिंग' म्हणून जगभरात संबोधले जाते.

वृद्धांसाठी जसे कपडे खास विचार करून तयार व्हायला हवेत, तसेच वृद्धांसाठी विशेष बूट आणि सॉक्सदेखील तयार करायला वाव आहे. इथेदेखील वेल्क्रोचा वापर अनिवार्य दिसतो. काहींचे पाय सुजतात, अथवा मधुमेहामुळे पायाला इजा झालेली चालत नाही. अशा वेळीदेखील विशिष्ट बुटांची गरज भासते. तसेच सॉक्ससाठीदेखील हाताने सहज वर घेता येतील, फार न वाकता घालता येतील, असे उबदार, न घसरणारे सॉक्स आणि चपला ह्यांची अतिशय जास्त गरज आहे.

वृद्धांना ह्या सर्व वस्तूंचा पुष्कळ फायदा होतो. त्यांचा आत्मसन्मान जपला जातो. वृद्धांच्या सोयीसाठीच्या अनेक गोष्टी प्रगत देशांत सहज मिळतात. भारतातदेखील अशा वस्तूंची गरज आणि मागणी वाढीस लागलेली आहे.

भविष्यातील ही मागणी विचारात घेऊन व्यावसायिक, वस्तूंची निर्माते, ह्यांनी अशा वस्तूंची निर्मिती सुरू करायला हवी आहे.

## वृद्धांसाठी लागणारी इतर सामग्री

वृद्धांना लागणारे वॉकर्स, काठ्या, कुबड्या ह्या गोष्टी रोज वापरताना अनेक अडचणी येतात. वॉकरवरचे घट्ट प्लास्टिकचे आवरण धरून चालताना हाताला घाम येतो, कधी पकड सैलावते, त्या वेळी त्यावर चढवता येईल असे मऊ आवरण तयार करणे आवश्यक आहे. वॉकर घेऊन चालताना चश्मा, इतर कोणत्याही वस्तू घेऊन जाता येत नाहीत, वॉकरला जोडून लावता येईल अशी चारपाच कप्प्यांची पिशवी निर्माण करण्याची गरज आहे. काही वृद्धांना लघवीची पिशवी लावलेली असते. ती घेऊन कुठेही जाताना संकोच वाटतो. त्या पिशवीसाठी त्या मापाचे आवरण मिळाले तर वृद्धांना त्याचा उपयोग होईल. घरातील इतर रोजच्या वापराच्या वस्तूदेखील वृद्धांसाठी खास बनवल्या तर त्यांचा उपयोग निश्चित होऊ शकेल.

घरात जर वृद्ध एकटे राहत असतील अथवा जमेल तेवढे स्वतंत्र राहू इच्छीत असतील तर त्या दृष्टीने अनेक वस्तूंची गरज त्यांना भासत असते. चश्म्याव्यतिरिक्त वाचनासाठी उत्तम असे भिंग, छोटा मात्र प्रकाशमान दिवा, बराच वेळ सहज बसता येईल अशी किंचित उंच खुर्ची अशा अनेक गोष्टी वृद्धांचे दैनंदिन जीवन सुकर करू शकतात. घट्ट झाकणे उघडणे, घरातील शेगडी अथवा दिवे चालू राहिल्यास वृद्धांना त्यातून काही हानी होणार नाही अशी यंत्रणा, एखादी खाली घरंगळून गेलेली वस्तू न वाकता उचलता येईल अशी यंत्रे, ह्यांचीदेखील वृद्धांना मदत होऊ शकते.

वयपरत्वे वृद्धांची त्वचा ही अधिक हळवी होत जाते. त्यांच्यासाठी खास निराळे लोशन, मलम ह्यांचीदेखील गरज आहे. त्याचबरोबर अनेकदा दागिने काढताना घालताना त्रास होतो, तर दागिन्याचे चाप अशा गोष्टींतदेखील विचारपूर्वक सुधारणा करता येतील.

## वृद्धांसाठी सौंदर्यप्रसाधने

वय होईल तसे वृद्ध स्वत:कडे दुर्लक्ष करू लागतात. रोजची स्वच्छता, नीटनेटके राहणे, दातांची, केसांची निगा राखणे ह्या गोष्टी करण्यास वृद्ध दिरंगाई करू लागतात. बाहेरच्या जगाशी जसजसा संपर्क कमी होऊ लागतो,

तसतसे व्यवस्थित राहण्याचे कारण वृद्धांपाशी उरत नाही. बदलत्या शरीराची निगा नेमकी कशी राखावी, ह्याबाबतदेखील गोंधळ होऊ लागतो. त्वचा अधिक हळवी होते, कधी रूक्ष, तर कधी इतकी पातळ होते, की लागलीच इजा होऊ शकते. केस पुष्कळदा गळून जातात अथवा रूक्ष आणि पातळ होतात. नव्याने येणाऱ्या सुरकुत्या आणि हातांवरील डाग, ठिपके आणि वर आलेल्या नसा, ह्या सगळ्याने वृद्धांचे शरीर पूर्णत: बदलून जाते. अशा वेळी वृद्धांसाठी खास प्रसाधनांची ठिकाणे, प्रसाधने उपलब्ध असतील तर त्यांचा निश्चित फायदा होऊ शकेल. घरी अडकून पडलेल्या वृद्धांसाठी जर घरपोच केशकर्तन, मालीश किंवा व्यायाम अशा सुविधा उपलब्ध झाल्या तर त्याचा वृद्धांना लाभ घेता येईल. खास वृद्धांच्या त्वचेसाठी तेलं, क्रीम्स निर्माण झाली तर त्याचादेखील वृद्धांना उपयोग होईल.

**वृद्धांसाठी विज्ञानाचे वरदान -**

अनेक वृद्धांना वय वाढेल तसा गुडघेदुखीचा त्रास होतो. त्यासाठी कधी शस्त्रक्रिया हा पर्याय दिला जातो. अनेक वृद्धांना इतर दुखापतीमुळे अस्थिरोगतज्ज्ञांची मदत घ्यावी लागते. काही वृद्धांना कवळी अथवा दातांना ब्रिज असे उपाय करून घ्यावे लागतात. ह्या सगळ्या छोट्यामोठ्या शस्त्रक्रिया अतिशय खर्चीक आणि वेळकाढू ठरतात. येत्या काही वर्षांत प्रोस्थेटिक आणि थ्रीडी प्रिंटिंगच्या साहाय्याने मनुष्याला उपयुक्त असे शरीराचे अनेक भाग प्रिंट करून तयार करता येऊ शकतील. सध्या ह्या तंत्रज्ञानाने खुबे, सांधे, हात अशा अवयवांचे साचे करता येऊ शकतात. तुटलेले हात अथवा पाय हे अत्यल्प किमतीत लोकांना पुरवले जाऊ शकतात. नेपाळमधील ह्याबाबतचे काही प्रयोग भारतात करून बघण्यासारखे आहेत. ह्यातून सर्वच वयोगटांतील लोकांचा फायदा होईल, मात्र वृद्धांना ह्याचा विशेष लाभ संभवतो; कारण गुडघ्याची शस्त्रक्रिया, किंवा कवळी ह्या गोष्टी सर्वांना परवडणाऱ्या भावात मिळू शकतील.

ह्या अशा अनेक गोष्टींची वृद्धांना गरज आहे. अनेकदा त्याची जाणीव अथवा योग्य अशी माहिती खुद्द वृद्धांना, वृद्धांसाठी काम करणाऱ्या संस्थांना, अथवा ज्येष्ठ नागरिक संघटनांना नसते. वृद्धांसाठी अशी उपकरणे, प्रसाधने निर्माण करण्याच्या प्रक्रियेत केवळ वृद्धांनाच साहाय्य होणार नाही, तर त्यातून अनेक व्यावसायिकांना व्यवसायाच्या नव्या संधी उपलब्ध होऊ शकतात. वृद्धांच्या गरजांची, त्यांना हितावह ठरणाऱ्या सेवा आणि सुविधांची यादी जमेल तितकी

सर्वसमावेशक करण्याचा प्रांजळ प्रयत्न केला आहे. त्यात अनेक इतर गोष्टींची भर स्वत: वृद्धांनी अथवा वृद्धांसाठी काम करू इच्छिणाऱ्या अनेक तज्ज्ञांनी घालावी अशीच कामना आहे.

ज्या पाश्चात्त्य सुविधांची माहिती दिली आहे, त्यांतील काही सुविधांची संकेतस्थळे खाली माहितीकरता देत आहे.

वृद्धांसाठी खास पोशाख आणि बूट

hhttp://www.buckandbuck.com

hhttps://www.silverts.com

hhttp://agecomfort.com

hhttp://adaptiveclothingshowroom.com/

अशा अनेकविध प्रकारांनी वृद्धसंगोपनाच्या यंत्रणेशी प्रत्येक व्यावसायिकाला स्वत:ला जोडून घेणे शक्य आहे. ह्याद्वारे एक सर्वस्वी नवे आर्थिक दालन भारतासाठी खुले होऊ शकते, हे अधोरेखित करणे अतिशय गरजेचे आहे. सध्याच्या काळात माहिती-तंत्रज्ञान ह्या क्षेत्राला जसे उज्ज्वल दिवस बघायला मिळाले, तशा प्रकारे वृद्धसंगोपनाचा अभ्यास केलेले असंख्य विद्यार्थी, जगभरातील वृद्धांच्या अनेकविध गरजा पूर्ण करून ह्यात एक यशस्वी करिअर निश्चित घडवू शकतील.

●●

## ८.
# नाते बदलताना

... आजोबांची काळजी घेणे हे जेवढे माझ्या आईबाबांचे काम होते, तितकेच ते माझेही होते. ज्यांच्या अंगाखांद्यावर मी खेळले, मोठी झाले, ते आजोबा असे थकून, क्षीण होऊन अनेक महिने अंथरुणाला खिळले आहेत, ही भावना मोठी विचित्र होती. कुठेतरी त्याही वेळेस मला असे वाटत राहायचे की ह्यातून ते उठतील, ही नुसती एक फेज आहे. आजारपणातून पुढे त्यांचा मृत्यू वगैरे कधीच डोक्यातदेखील आले नाही. हेही लक्षात आले नाही की, ही एक निरंतर प्रक्रिया आहे आणि पुढे कधीतरी माझे आईवडील, आणि त्यानंतर मी स्वत:देखील ह्याच स्थितीत जाणार आहोत. आजोबांच्या बेड सोरचे ड्रेसिंग करणे हे एक मोठे दिव्य होते. त्या जखमेचा, त्यांच्या वय झालेल्या देहाचा एक विशिष्ट दर्प येत असे. तो वास संपूर्ण खोलीत भरून राहत असे. खोली जंतुनाशक साबणाने कितीही पुसून घ्या, काहीही करा; तो वास काही केल्या कमी होत नसे. तसेही आजोबा आजारी पडल्यापासून घर म्हणजे हॉस्पिटल झाल्यासारखेच वाटत राही. एक क्षण असे वाटे, हे का करावं मी? एकदा आजोबांना दुखणे सहन न होऊन विकल होताना पाहिले आणि त्या एका क्षणात, आमचे नातेच जणू बदलून गेले. समोर असलेल्या आजोबांचे दु:ख मी अजिबात वाटून घेऊ शकत नव्हते. त्यांची वेदना मी केवळ पाहू शकत होते, अनुभवू शकत नव्हते, ह्यातून मोठीच हताशा वाटत राहिली. मी त्यांची नात न राहता त्यांची काळजीवाहक झाले! आम्ही तिघेही त्यांचे काळजीवाहक झालो! काळजीवाहक म्हणून जगताना प्रचंड ताण, शारीरिक दमणूक आणि मनाला यातना होतच राहिल्या. अर्थात ह्याच्यासाठी कोणीच आम्हांला कोणतेच पदक देणार नव्हते. हे आमचे कर्तव्यच

होते. मात्र ह्या भूमिकेसाठी आम्हांला कोणी प्रशिक्षित केले नव्हते हेही तितकेच खरे! काळजीवाहक असणे अनेक पातळ्यांवर अतिशय आव्हानात्मक असते. आजारी व्यक्तीसोबत काळवेळाच्या सगळ्याच संकल्पना बदलून जातात. रात्री-अपरात्री उठून शुश्रूषा करावीच लागते. अनेक वेळा रुग्णाच्या प्रकृतीचे चढ-उतार वाढू लागतात आणि त्या वेळी प्रसंग जोखून अन्यत्र मदत शोधायला जावेच लागते.

आजोबांच्या आजारपणाच्या ह्या दीर्घ प्रवासातून जाताना आमच्या घरातल्या तिन्ही पिढ्या अंतर्बाह्य बदलून गेल्या. प्रत्येक जण आपापल्या भूमिकेतून बाहेर येऊन एखाद्या तान्ह्या बाळासारखी आजोबांची काळजी घेत होते. आयुष्यातला हा पडाव अतिशय निराळा आणि निर्णायक होता.

एक कुटुंब म्हणून नाही, तर समाज म्हणूनदेखील वृद्धांची काळजी हा कोणा एका पिढीचा भार नसून, तो अवघ्या समाजाचा आहे. जी गोष्ट वृद्धांची, तीच लहान मुलांचीदेखील. ह्या दोन्ही पिढ्यांच्या गरजा एका टप्प्यावर जवळजवळ सारख्याच भासू लागतात. मानवी जीवन वर्तुळाकार फिरून आल्यासारखे वाटू लागते. जर एखादी नवीन संगोपन यंत्रणा निर्माण करायची असेल तर सुरुवातीपासूनच तिच्यात भिन्न पिढ्यांचे एकत्रित संगोपन हे उद्दिष्ट ठेवले पाहिजे. २००८ पासून हा विचार माझ्या मनात सतत घोळत होता. २०१४ ला अमेरिकेतल्या क्लीव्हलँड शहरात माझ्या मनातला विचार जणू मी सत्यात उतरलेला पाहिला आणि खात्री पटली की, खरोखरच वृद्धांना आणि लहान मुलांना एकत्रितपणे सांभाळले पाहिजे!

क्लीव्हलँड, अमेरिकेतील एक सर्वसाधारण शहर. तेथे फारसे काही निराळे घडत नाही. मात्र मी इथे एक सुंदर गोष्ट पाहिली: एक अनोखे पाळणाघर! होय! पाळणाघरात काय असणार अनोखे? मुले गोड गोजिरी असतातच, मात्र इथे निराळी मज्जा होती! इथे पहिले आणि दुसरे बालपण एकत्र धमाल करत होते!

आजी-आजोबा आणि लहान मुले सगळी एकत्र होती! आहे की नाही मजा? त्यामागचा इतिहास हा असा होता:

एका नर्सिंग होममध्ये वृद्ध रहिवासी होते. त्यांचा सरकारी मदतीचा भत्ता अचानक बंद करण्यात आला होता. इथून पुढे दोन पर्याय होते: तिथे असलेल्या सत्तरी ते नव्वदीतल्या तीस ते चाळीस आजी-आजोबांना घरी परत पाठवून ते होम बंद करायचे, किंवा मग ते चालू ठेवण्यासाठी पैसे उभे करायचे. गाव छोटेसे असल्याने खूप पैसे उभे राहतील ह्याची खात्री नव्हती! त्या संस्थेच्या

स्वत: साठीच्या घरात असलेल्या प्रमुखांनी पैसे उभे करण्याचा पर्याय निवडला! त्यांनी प्रथम काही भटके, सोडून दिलेले पक्षी, प्राणी असे ह्या नर्सिंग होममध्ये आणले. त्यासाठी त्यांना थोडा भत्ता मिळणार होता, मात्र तो अत्यल्प होता! वृद्धाश्रमाच्या कर्मचाऱ्यांना जाणवलं की सगळे वृद्ध ह्या नवीन प्राण्यांना बघून, त्यांची देखभाल करून अतिशय आनंदी झालेले आहेत. वृद्धांचा उत्साह परतला आहे. इतके, की त्यांचे औषधांचे खर्च कमी होऊ लागले आहेत! मग त्यांनी मोर्चा वळवला तो लहान मुलांकडे! एक पाळणाघर आणि प्राथमिक शाळेचा एक छोटासा अभ्यासवर्ग असे त्या शाळेचे स्वरूप होते. त्या वर्गाला अट एकच - मुलांना आठवड्यातून एकदा निवासी आजी-आजोबा गोष्ट किंवा गाणे शिकवणार. पोरांचा गलका ऐकून आपापल्या खोल्यांत बसून असणारी मंडळीदेखील बाहेर येऊन कुतूहलाने बघू लागली. हळूहळू शाळेत सहशिक्षक म्हणून काही वृद्ध मंडळी पुढे येऊन काम पाहू लागली. बघता बघता चमत्कारांवर चमत्कार घडू लागले! कायम आपल्या व्हीलचेअरवर बसून राहणारी वृद्ध माणसे गोष्ट सांगण्याच्या नादात उठायचा प्रयत्न करू लागली! गाणी म्हणता म्हणता पुन्हा पावले टाकून नाचायचा प्रयत्न करू लागली! इतके कमी म्हणून की काय, काही वृद्ध स्त्रियांनी चक्क स्वयंपाकघराकडे मोर्चा वळवला, त्यांनी शिजवलेल्या भाज्या आणि इतर पदार्थ सगळीच पोरे मजेने संपवू लागली! घरी पालकांना मुलांच्या स्वभावातील फरक जाणवू लागला. मुले घरच्यांचे म्हणणे ऐकून घेऊ लागली, त्यांना घरकामात मदत करू लागली. सगळ्याला खीळ बसली उन्हाळ्याच्या सुट्टीत! पुन्हा नर्सिंग होम ओस पडले. वृद्ध रहिवाशांचा उत्साह संपला! पण या प्रयोगातून ह्या संस्थेच्या चालकांच्या हाती अतिशय मौल्यवान माहिती लागली होती! पाळणाघर आणि छोटे प्राणी आणल्याने वृद्धांच्या दैनंदिन जीवनात बरेच सकारात्मक बदल दिसून आले होते. तेथे एक निराळे कुटुंब तयार झाले होते! ह्या सगळ्या वृद्धांना जगण्याचा नवा हेतू प्राप्त झाला होता! सगळ्यातून एक प्रत्यय आला होता, की मनुष्य हा सामाजिक प्राणी आहे! माणसाची जोवर समाजाशी नाळ जोडलेली आहे तोवर तो तरारतो, फुलून येतो. एकटेपण हा केवळ वृद्धावस्थेतला नाही, तर संपूर्ण आयुष्याचा सर्वात घातकी, नुकसानदायक आजार आहे. शास्त्रज्ञांनी संशोधनाअंती सिद्ध केले आहे की, शरीरातली प्रत्येक पेशी एकटेपण जाणू शकते, अनुभवू शकते आणि त्यातून संपूर्ण देहाची अपरिमित हानी होऊ शकते. क्लीव्हलँडमधील ह्या संस्थेने हे निश्चित दाखवून दिले की, जर वृद्धांचे एकटेपण संपले, त्यांच्या आयुष्याला एखादा हेतू मिळाला, तर वृद्ध पुन्हा

नव्याने जगू लागतात, त्यांच्यात एक नवे चैतन्य संचारते आणि जगण्याला नवी उमेद मिळते. तंत्रज्ञान कितीही विकसित झाले, समाजात कितीही श्रीमंती पसरली, तरी दुसऱ्या प्रेमळ मनुष्याची जागा कोणीच घेऊ शकत नाही हे निश्चित. एका अभ्यासानुसार असे भाकीत करण्यात आले आहे की, साल २०५० पर्यंत एकटेपण हा अमेरिकेतील सगळ्यात मोठा आजार असणार आहे. सगळ्यात जास्त लोक एकाकीपणामुळे आजारी पडतील किंवा प्राण गमावतील.

ह्या साऱ्यातून एक स्पष्ट होते की, वृद्धांना एकटे सोडणे, एकटे पाडणे हे अजिबात हितावह नाही. आपल्या ह्या संस्थेच्या गोष्टीने पुढे एक निराळे वळण घेतले. त्यांनी सुट्ट्यांच्या दिवसांत शिबिरे घ्यायला सुरुवात केली. एकुणात असे झाले आहे की, ही वृद्ध मंडळी त्यांच्या लाडक्या प्राण्यांच्या आणि मुलांच्या संगोपनाचे काम इतकी मनोभावे करू लागली आहेत की, त्यामुळे आजूबाजूचे स्थानिक रहिवासी त्यांच्याशी आणि संस्थेशी जोडले गेले आहेत. घरचेच एखादे ज्येष्ठ माणूस असावे अशा आपुलकीने लोक त्यांच्याशी गप्पा मारायला येतात, मुलांची दुखणीखुपणी कशी बरी करावीत हे जाणून घेतात. १९८५ पासून सुरू झालेला हा प्रयोग, पण येथील आजी-आजोबांशी खेळून मोठी झालेली मुले त्यांना अजून भेटायला येतात, त्यांची विचारपूस करतात. जणू हे सगळेच वृद्ध त्या समाजाचा, त्यातील कुटुंबाचा एक भाग झालेले आहेत. हे सगळं खरोखर सुंदर आणि सोपं आहेदेखील आणि नाहीदेखील. उदाहरणार्थ, लहान मुलांना सतत सर्दी, खोकला आणि ताप असे संसर्गजन्य आजार होत असतात. त्यातून मुले चटकन बरी होतात, मात्र कधी कधी प्रतिकारशक्ती कमी झालेली ही वृद्ध मंडळी दीर्घकाळ आजारी पडतात. अशा वेळेला वृद्धांची विशेष काळजी घ्यावी लागते. असे छोटेमोठे त्रास सोडले तर इतर सर्व वेळ हा सगळा एक मोठा आनंदसोहळा असतो हे मात्र निश्चित. मुलांच्या आणि वृद्धांच्या निराळ्या परिचारिका, शिक्षिका आहेत. त्यांच्यासाठी निराळे स्वयंपाकी आहेत. सगळ्यांच्या मदतीने ही दोन्ही पिढ्यांमधली 'मुले' मोठीच धमाल करत असतात.

हे काल्पनिक उदाहरण नाही. वास्तवात जर ठरवले तर वृद्धसंगोपनाचे कोणते कोणते सृजनात्मक पर्याय आपण निर्माण करू शकतो, ह्याचे हे अतिशय उत्तम उदाहरण आहे. त्याचबरोबर येणाऱ्या काळात ज्या विशिष्ट समस्या उद्भवणार आहेत, त्यांना सामोरे जाण्यासाठी कितीतरी पर्याय उपलब्ध आहेत. केवळ इच्छाशक्ती आणि सृजन ह्यांची सांगड घातली पाहिजे इतकेच. वृद्धांना

त्यांच्या आयुष्याचा हेतू मिळवून देणे हे सर्वांत महत्त्वाचे ठरते. जर वृद्ध आणि लहान मुले ही समाजाची दोन भिन्न टोके एकत्र केली तर त्यातून एक नवे चैतन्य, नवेच काही आपल्याला मिळणार आहे. प्रत्येकाला आपल्या आजी-आजोबांची एखादीतरी सुखद आठवण असतेच, मात्र ज्या पिढीत आजी-आजोबा दुसऱ्या गावी किंवा दुसऱ्या देशात असतात, तिथे ही शृंखला मोडून जाते. त्यात दोन्ही पिढ्यांचे नुकसान आहे. आजी-आजोबा आणि नातवंडे ह्या नात्याला एक सामाजिक अवकाश बहाल केला तर प्रत्येक आजी- आजोबांना नातवंडांशी खेळायला मिळू शकेल. तसे प्रयत्न तरी निश्चित करून बघायला हवेत. केवळ आजी-आजोबा आणि नातवंड म्हणजे 'दुधावरची साय' इतकेच सीमित नाते न पाहता, सगळ्यात तरुण आणि सगळ्यात वृद्ध पिढी जर एकत्र राहिली तर समाजालादेखील त्याचे अनेकांगी फायदे होणार आहेत. दोन्ही पिढ्यांचे मानसिक आणि शारीरिक आरोग्य, मनोवृत्ती आणि जीवनाकडे पाहण्याचा दृष्टिकोन फार निराळ्या प्रकारे घडू शकतो. ह्याचबरोबर, मधल्या नोकरदार पिढीवरचा मुलांना संस्कारित करण्याचा, वळण लावण्याचा जो नैतिक भार असतो, तोदेखील काही अंशी हलका होईल. जसे नवीन पिढी ह्या वृद्धांकडून आपल्या संस्कृतीबद्दल शिकेल, तसेच वृद्ध मंडळीही ह्या नव्या पिढीकडून नवीन तंत्रज्ञान, एक नवीन दृष्टिकोन शिकतील.

जेव्हा आपण वृद्धावस्थेला दुसरे बालपण असे संबोधतो, तेव्हा त्यात केवळ वाढीस लागलेला हट्टीपणा, मनमानी, पडलेले दात आणि ओली होणारी चड्डी नसते, तर पुन्हा उफाळून येणारा हळवेपणा, चांगुलपणा, कुतूहल आणि निरागसतादेखील असते. पुनश्च वेळेत सगळी गणिते बसवणेदेखील असते. म्हणजे लहान मुलाला जसे दर दोन-अडीच तासांनी काही खावे लागते, पचायला हलके आणि तरी पौष्टिक अन्न लागते, तेच वृद्धांनापण लागते. खूप खेळ आणि विरंगुळा लागतो, कारण दिवसाचा स्वत:चा असा जो वेग असतो, तोच ह्या मंडळींचा असतो. दोघांना सहज आजार होऊ शकतात, कारण एका पिढीची रोगप्रतिकारक शक्ती विकसित होत असते, तर एका पिढीची उतरणीला लागलेली असते. दोघांना काही काळ तरी अंघोळ घालणे, कपडे बदलणे अशी सर्वतोपरी मदत लागते. इतके साम्य असताना मधल्या पिढीकडून असलेल्या अपेक्षादेखील बऱ्यापैकी सारख्याच असतात. कोणी प्रेमाने ऐकणारे हवे, शांत बसून संवाद साधणारे हवे आणि सगळ्यात महत्त्वाचे म्हणजे त्यांना खास असा वेळ देणारे हवे. मधल्या पिढीच्या दृष्टीने दिवसातून मुलांसाठी आणि वृद्धांसाठी निरनिराळा वेळ काढणे तसे अवघड

आहे. जर दोन्ही पिढ्यांना एकत्रित वेळ देता आला, एकमेकांसोबत एकत्रित वेळ घालवता आला, तर त्यातून अनेकांगी फायदे होतील हे निश्चित! तीनही पिढ्यांमध्ये एक निराळी देवाणघेवाण सुरू होईल! हे आदानप्रदान असेल संस्कारांचे, संयमाचे आणि तंत्रज्ञानाचे! ह्यातून सकारात्मक ऊर्जा वाढीस लागेल आणि आरोग्यासहित अनेक फायदे होताना आपल्याला दिसतील. असा पिढ्यांना जोडणारा संवाद, पिढ्यांमधला दुवा अतिशय महत्त्वाचा आहे. ह्यावर अनेक प्रकारचे संशोधन, प्रयोग आणि सर्वेक्षणे झाली आहेत. उदाहरणार्थ, जर वृद्ध आणि लहान मुले एकत्रित, नियमित वेळ घालवू लागली, तर दोघांच्यावर त्याचे अतिशय उत्तम आणि सकारात्मक परिणाम दिसून येतात! आपण आधी वृद्धांवर होणारे सकारात्मक परिणाम जाणून घेऊ.

जसजसे वय होत जाते, तसतशी वृद्ध व्यक्ती शारीरिक, मानसिक आणि बौद्धिक अशा अनेक पातळ्यांवर बदलत जाते. वाढत्या वयात प्रतिकारशक्ती कमी होत जाते. जर कोणतेही नवे आजार किंवा संसर्ग असतील तर त्यांचा म्हातारपणी त्रास खूप लवकर होतो. मुलांचेदेखील असेच असते, मात्र फरक असा असतो की मुलांची प्रतिकारशक्ती विकसित होत असते, जेणेकरून ते कुठेतरी प्रत्येक आजारपणातून शारीर पातळीवर त्या रोगाशी सामना कसा करायचा ते शिकत जातात. वृद्ध हे सर्व आजार आधी जगून इथवर आलेले असतात, मात्र आता त्यांची प्रतिकारशक्ती हळूहळू कमी होऊ लागते. जे वृद्ध मुलांबरोबर नियमित वेळ घालवतात, त्यांची प्रतिकारशक्ती अधिक चांगली असते. निरीक्षणान्ती असे आढळून आले की, जर वृद्धांना आयुष्यात काही विशिष्ट हेतू असेल तर शरीरास संदेश मिळतो की, 'जगण्यास काही हेतू आहे'. त्यानुसार वृद्धांच्या शरीरात सकारात्मक बदल घडून येतात. वृद्धांनी जर मुलांचा सांभाळ, त्यांच्यावर संस्कार करणे हा हेतू म्हणून स्वीकारला, तर त्यांचे शरीर पुन्हा अंतर्गत रचना बदलून अधिक सक्षम होऊ लागते. वृद्धांना खाली बसायला त्रास होत असेल तर, त्यात वेदनेचा भाग काही अंशी असतोच, मात्र एक भाग असतो मानसिक निर्धाराचा. ह्या दोन्ही भागांवर काम करत आपण आपली प्रत्येक वेदना बरी करत असतो. जसे एकटेपण येते, तसे ती वेदना दूर व्हावी ही इच्छा, हा बरं होण्यातला भाग कमी होऊ लागतो. जर एखादं मूल जवळपास असेल तर त्याच्या मागून धावपळ करणे, त्याच्यासोबत खाली बसून खेळणे, असले काही करताना निर्धार पुन्हा जागृत होतो. 'थोडा अजून वाकला पाय, तर बसता येईल खाली', असे म्हणत

म्हणत एक दोन आठवड्यांत ही आजी-आजोबा मंडळी चक्क खाली बसू लागतात!

एकीकडे वृद्धांमध्ये जेवढे सकारात्मक बदल होतात, तेवढेच बदल लहान मुलांमध्येदेखील जाणवतात. वृद्धांच्या सातत्यपूर्ण सहवासात येणारी मुले अधिक समंजस होतात. त्यांच्यातील सहसंवेदना, सहानुभूती वाढीस लागते. समोरच्याला एखाद्या गोष्टीत मदत करण्यास ही मुले तत्पर असतात. त्याचबरोबर त्यांच्यातील संयम पुष्कळ अंशी वाढतो. मुलांच्या भाषाकौशल्यावरदेखील ह्याचे परिणाम जाणवतात. मुलांचा शब्दसंग्रह वाढीस लागतो. त्याचबरोबर मुलांना इतर अपरिचित, अथवा नव्या लोकांशी संभाषण करण्याचे धाडस प्राप्त होते. मुलांची प्रतिकारशक्ती वाढते. वृद्धांच्या सहवासात वाढलेली मुले अधिक कनवाळू आणि समाजाभिमुख होतात. एकत्रित संगोपनातून एकत्र कुटुंबपद्धतीचे फायदे संपूर्ण समाजास मिळू शकतात.

एकटेपण हा येणाऱ्या काळातला सर्वात मोठा आजार ठरणार आहे, हे तर आपण जाणतोच. मात्र नातवंडांचा सांभाळ हा उपाय अगदी सोपा, पूर्वापार चालत आलेला आहे. इथे खरंतर मुले, पाळीव प्राणी, छंद असे कोणतेही सातत्याने करायचे हेतुपूर्ण काम असू शकते. प्रत्येकातून मिळणारे समाधान आणि उद्याच्या दिवशी करायला काहीतरी आहे ही अगदी मूलभूत गुंतवून ठेवणारी भावना असे दोन्ही पोसले जाते. त्यातून एक सकारात्मक ऊर्जा मिळत राहते! बऱ्याच वेळा वृद्धांना निवृत्तीनंतर हेतू हरवल्यासारखे होते. आला दिवस ढकलला, चालू आहे काही तरी अव्याहत, मात्र त्यात जगण्याची ऊर्मी नाही, असे जाणवते. निराशा, हेतुहीनता असे सगळेच क्लेशकारक आणि दु:खद वाटत राहते! निर्हेतुक जगण्यातून केवळ नकारात्मक दृष्टिकोन तयार होतो असे नाही, तर शरीरातल्या प्रत्येक पेशीला हे एकटेपण, निर्हेतुकपण उमजते. हळूहळू प्रतिकारशक्ती कमी होत जाते आणि रोग साथीला येतात. कधी ह्यातून मानसिक रोग; जसे की नैराश्य उफाळून येते. आपले कुणीच नाही, आपला कोणाला उपयोग नाही, आपल्या नसण्याने कोणालाच फरक पडत नाही, ही भावना रुजू लागते आणि त्यातून नैराश्य मूळ धरते. अशा अवस्थेत अगदी रोजची औषधेसुद्धा अधिक मात्रेत लागतात. रक्तदाब, मधुमेह कधीच आटोक्यात राहत नाहीत आणि स्वत:ची काळजी घ्यावी असे वाटेनासे होते. हे सगळे अतिशय गंभीर आहे. असे एकटेपण अनेक वृद्धांच्या वाट्याला येत असते. अपत्य असलेल्या आणि नसलेल्या ही वृद्धांना असे अनेक अनुभव येत असतात. अशा वेळी मात्र मुले, पाळीव प्राणी हे निस्सीम,

निरागस प्रेमाने वृद्धांचे आयुष्य भरून टाकतात. वृद्धांच्या जीवनात एक हेतू रुजवतात. कोणासाठी तरी आपण महत्त्वाचे आहोत, त्याच्या आयुष्यात आपल्या असण्याने सकारात्मक बदल होतो आहे हे बघून अनेक वृद्ध पुन्हा नव्याने जगू लागतात. रक्तदाब, मधुमेह नियंत्रित होतो, कुठेतरी पुन्हा नवीन उत्साह येतो. हे बदल वरकरणी नसून खोल पेशींपर्यंत हा संदेश जातो की आता आयुष्याला हेतू आहे, जगण्याला प्रयोजन आहे! ह्या घटनेमुळे शरीरात अनेक रसायने स्त्रवू लागतात, अनेक चेतापेशी पुनरुज्जीवित होतात आणि मेंदूत, शरीरात, चित्तवृत्तीत आमूलाग्र बदल होतो! अगदी खोल विस्मृतीत गेलेल्या डिमेन्शियाच्या रुग्णांनादेखील आजूबाजूला जर चैतन्यमय वातावरण असेल; झाडे, पशु- पक्षी असतील, मुले-माणसे असतील तर काही अंशी आराम मिळतो, आनंद मिळतो. ते त्यांच्या उपचारांनी अधिक प्रभावित होऊ लागतात आणि त्यांचा विस्मृतीचा वेग कमी होऊ शकतो! ह्यात खरोखर चमत्कार आहे तो संपूर्ण जीवसृष्टीशी असलेल्या माणसाच्या नात्याचा! आपण खोलवर एकमेकांशी जोडलेले आहोत, ह्याची जाणीव आपल्याला ह्या निमित्ताने अधिक होते. प्रत्येक वृद्धाला मुलांच्या सहवासात आपल्या लहानपणीची, तरुणपणीची आठवण होते. जुनी विसरलेली बडबडगीते, गोष्टी, श्लोक आणि खेळ आठवू लागतात. ह्याने निश्चितपणे मेंदूला चालना मिळते आणि त्यातून पुन्हा नवीन चेतापेशी उत्तेजित होऊ लागतात! जपानमधील एका निरीक्षणात असे दिसून आले की, लहानपणी आईने जो बाळाच्या कानशिलापाशी स्पर्श केलेला असतो, मायेने हात फिरवलेला असतो, तो स्पर्श सदैव मेंदूत साठून राहिलेला असतो. विस्मृतीच्या खोल गर्तेत अडकलेल्या वृद्ध रुग्णांना जर दररोज कानशिलाला प्रेमाने स्पर्श केला, तर त्यांची ती स्मृती पुनरुज्जीवित होऊ शकते. अगदी निर्विकार आणि शब्द विसरल्याने मुक्या झालेल्या रुग्णांनादेखील असे करत राहिल्यास त्याचा सकारात्मक परिणाम होतो. लोक पुन्हा त्या स्पर्शाच्या आधाराने थोडे अधिक सजग अवस्थेकडे येऊ लागतात. मानवी संपर्काची जादू, त्याची ताकद आपण अनेक वर्षे एकत्र कुटुंबपद्धतीतून अनुभवत होतो, ती गृहीत धरत होतो. त्यातील हे सुंदर, शास्त्रीय बारकावे, शारीरिक आणि मानसिक फायदे आपण विसरून गेलो आणि कालांतराने हरवून बसलो.

जे स्पर्शाचे उदाहरण आपण बघितले, तशीच गोष्ट आहे संगीताची! संगीत अक्षरशः दगड झालेल्या मेंदूला, मनाला पाझर फोडू शकते! जुनी गाणी, जुने श्लोक आणि परवचे, त्यांची लय, ठेका ह्यांची खूप सखोल

स्मृती मेंदूत साठलेली असते. जसे जुने फोटो, जुन्या गोष्टी ह्या मेंदूत एक विशिष्ट स्थान धारण करतात; तसेच संगीत, वात्सल्य, स्पर्श, चव हेदेखील स्मृतींचा एक मोठा भाग असतात. नवे मन, नवे बालक म्हणजे नवे भांडेच जणू! त्यात आपल्याकडील भांडार वाटून घेता येईल ही आदिम प्रेरणा उत्तेजित होते. त्यातून मेंदू पुन्हा कामाला लागतो. जुनी गाणी, कविता, गतस्मृतीतल्या अनेक गोष्टी पुन्हा तो पृष्ठभागावर आणतो. दोन भिन्न पिढ्यांतल्या साध्याशा देवाणघेवाणीतून इतके मोठे अंतर्गत काही घडत असते हे आपल्या लक्षातदेखील येत नाही. जुने शब्द, भाषा, व्याकरण सगळे वापरात येते, पुढल्या पिढीला सोपवले जाते. कुठेतरी उत्क्रांतीचा हा एक सुंदर पडाव असतो जणू! एखादी गोष्ट, एखादे गाणे त्या नव्या जिवाला सांगितले, शिकवले तर पुढली सत्तर, ऐंशी वर्ष ते गाणे रुजते! हे समाधान आणि त्याचबरोबर आपल्या जगण्याचा हेतू स्पष्ट झाल्याचा आनंद या दोन्हीतून मेंदू पुन्हा सशक्त होऊ लागतो. मुलांचे नवे खेळ, नवे शब्द, नव्या मागण्या हे सगळे शिकताना पुन्हा नवीन काही शिकायला मिळू लागते. ह्यातून नव्या चेतापेशींना काम मिळते, पुन्हा एकदा नवीन चेतापेशी सांधल्या जाऊ लागतात. ही प्रक्रिया मुळातच तारुण्याचे लक्षण आहे. ह्यातून शरीरात नवचैतन्य संचारते. नवीन तंत्रज्ञान, नवीन संकल्पना हे सगळे जाणून घेताना वृद्ध पुन्हा नव्याने शिकू लागतात, नव्याने जगाशी जुळवून घेऊ लागतात. हा मेंदूसाठी मोठाच प्रयास असतो. नवीन कवायतच जणू! अशाने अस्तित्वात असलेल्या चेतापेशी सशक्त होतात. हा सगळा नावीन्याचा ध्यास वृद्धांना अधिक वर्षं बहाल करतो!

सगळे फायदे काही वृद्धांनाच मिळतात असे नाही. मुलांवरदेखील ह्याचे अनेक चांगले परिणाम होतात. मुले मुळात चंचल आणि जिज्ञासू असतात. त्यांची सततची प्रश्नांची सरबत्ती आईवडील आणि शिक्षकांना कधी कधी तापदायक वाटू शकते. वृद्ध हे मुळात हळू आणि संथपणे प्रतिक्रिया देत असतात. त्यामुळे मुलांनी जरी एकच गोष्ट खूप वेळा विचारली तरी त्याचा त्यांना वैताग येत नाही. मुले एका ठिकाणी स्थिर बसणे अवघड, मात्र आजी-आजोबांच्या गोष्टीसाठी तासभर एके ठिकाणी बसतात. त्यांची मुळातली समंजस, शांत बाजू वृद्धांमुळे जागृत होऊ लागते. आपल्याहून कोणी अधिक गरजू आहे, त्यांच्या वेगाशी आपल्याला जुळवून घ्यायचे आहे, त्यांचा सांभाळ करायचा आहे, हे मुलांना लगेच समजते. ह्यातून मग वृद्धांशी सामंजस्याने वागणे, त्यांच्या कलाने घेणे हे सर्व मुले शिकू लागतात. वृद्ध व्यक्तीसोबत

राहून मुलांवर अनेक संस्कार कळत-नकळत होत असतात. त्यांचे संभाषणकौशल्य वाढीस लागते. वृद्धांचे समृद्ध भाषाभांडार मुलांना नवनवीन शब्द, शब्दप्रयोग आणि व्याकरणातले बारकावे नकळत शिकवून जाते. संस्कृतीतले बारकावे, रितीरिवाज, सणवार, मुलांना अधिक चांगल्या प्रकारे समजू लागतात. वृद्धांच्या सहवासाने मुले समृद्ध होतात. वृद्धांच्या अनुभवातून कुठेतरी शिकून, पुन्हा त्याच चुका न करता निराळ्या मार्गाने जाण्याचे साहस मुलांना मिळते. हे सगळे कोणत्याही कोचिंग क्लासमध्ये न शिकवता येणारे संचित आहे. ऐहिक यशापलीकडे ज्या मूलभूत गोष्टी आहेत, त्यांचे जे प्राधान्यक्रम आहेत, ते मुलांना त्यांच्या वृद्ध मित्रांकडून, आजी-आजोबांकडून निश्चित चांगले समजू शकतात, सोदाहरण समजू शकतात. तान्हे बालकदेखील एखाद्या वृद्ध व्यक्तीकडे अधिक शांत राहते, विश्वासाने लवकर झोपते, त्याला कारणे आहेत. नव्याने पालक झालेल्या प्रत्येक पिढीला ह्याचा वारंवार प्रत्यय येतो. अशा बालकांच्या आणि वृद्धांच्या समीकरणाला केवळ अनुभव जबाबदार नसून कुठेतरी उत्क्रांतीत ह्याचे रहस्य दडलेले आहे. पाश्चात्त्य संशोधक आता ह्याला 'ग्रँडमदर हायपोथेसिस' असे संबोधतात. थोडक्यात समजून घेण्याचा भाग असा की, प्रजनन अवस्थेत असलेल्या पिढीने नवीन जीव जन्माला घातले तरी बालकांच्या देखभालीचे काम प्रजनन अवस्था पूर्ण केलेल्या पिढीवर येते. तसे झाल्याने मधल्या पिढीला प्रजननकार्यात हातभार लागतो आणि पुढल्या पिढीतदेखील कमी मृत्यू, कमी पडझड आणि सशक्त मेंदूची वाढ होते. चिंपान्झी ही आपल्या जवळ जाणारी प्रजाती. त्यांच्यातदेखील प्रजनन अवस्था संपलेली वृद्ध मादी तान्ह्या बाळांची काळजी घेण्याचे काम करते. त्याबदल्यात तिला अन्न, संरक्षण आणि त्या कबिल्यात हक्काचे स्थान मिळते.

साधीशी गोष्ट अशी की, आजकाल मुलांना सांभाळ करायला आया किंवा दाई असतात. कोणत्याही आजी-आजोबांचा अनुभव, स्नेह आणि नातवंडात असलेली भावनिक गुंतवणूक ही कैकपटींनी अधिक असणार हे स्पष्ट आहे. वृद्धांसारखे उत्तम पालनकर्ते सोडून मुलांना नोकरवर्गावर सोडणे हे कितपत इष्ट आहे? हा विचार प्रत्येक नवीन पालकाने आणि वृद्ध व्यक्तीने करायला हवा. समाजानेदेखील वृद्ध आणि मुले ही सांगड सामाजिक पातळीवर घडवून आणून, त्यातील कौटुंबिक कलहाचा कोन काढून टाकून त्यातून संपूर्ण समाजाला मिळणारे फायदे लक्षात घ्यायला हवेत.

शांत, समंजस, तल्लख बुद्धी आणि उत्तम भावनिक बैठक असलेली

भावी पिढी ही कोणत्याही समाजाचे अर्थात भूषण ठरते, आणि ते सहजसाध्य आहे. वृद्ध आणि मुलांना एकत्रित संगोपन देऊन, एकत्र कुटुंब म्हणून किंवा एकत्रित संगोपन केंद्र ह्या माध्यमातून ह्या दोन्ही पिढ्यांना एकत्र नांदू देणे अतिशय गरजेचे आणि फायद्याचे आहे.

## संस्कार, इतिहास, मानवी मूल्यांचे प्रवाहक

प्रत्येक मनातला हळवा कोपरा, संस्कारांची पहिली आठवण आजी-आजोबा किंवा त्या वयाच्या व्यक्तीची असू शकते. ते आजी-आजोबा आपले असतील, शेजारी राहणारे असतील किंवा इतर कोणी. कोणतातरी सणाचा दिवस किंवा कोणत्यातरी खेळाची माहिती, कोणतातरी खास पदार्थ, अशा कोणत्या ना कोणत्या धाग्याने जोडली गेलेली स्मृती म्हणजे आजी-आजोबा! आई-बाबा होणे हा जसा एक जीवन बदलणारा अनुभव आहे, त्याहून निराळा असा वेगळा अनुभव आहे आजी-आजोबा होणे. ह्या नात्यात निराळ्या जबाबदाऱ्या आहेत, वृद्धत्वाची किनार आहे आणि तरी त्यात अमाप सुखदेखील आहे! आजी-आजोबा जसे नातवंडाचे लाड करणारे असतात, तसेच त्यांना संस्कार देणारे, इतिहास सांगणारे, चाली-परंपरा शिकवणारे असेही असतात.

वृद्धांवरदेखील कुटुंबात आणि समाजात वावरताना सामंजस्याने, समतोलपणे वागण्याची जबाबदारी आहे. संस्कृती आणि परंपरा आपली म्हणून ती श्रेष्ठ असा हट्टाहास, रूढींचा हेका आणि अनाठायी अंधश्रद्धांचे स्तोम ह्या सगळ्याला फाटा देता आला पाहिजे. डोळसपणे इतिहासाचे मूल्यमापन करता आले पाहिजे! स्वतःदेखील व्यक्ती म्हणून, समाज म्हणून स्वतःचे अवलोकन करून त्यातले सर्वश्रेष्ठ पुढच्या पिढीला दिले पाहिजे. वृद्धांना ह्याची पूर्ण जाणीव हवी की, ते केवळ वृद्ध नसून वृद्धत्वाचे प्रचारकदेखील आहेत. अतिहेकट स्वभाव, वर्तमानकाळाशी जुळवून न घेणे, नवीन सगळे ते वाईट, असल्या वागण्यातून कुठेतरी समस्त वृद्ध लोकांना समाज साचेबंद करत जातो. वृद्ध म्हणजे हेकेखोर, जुन्या विचारांचे, असे एक समीकरण जुळवत राहतो. त्याउलट जर नवीन मुलांशी, मधल्या पिढीशी मिळून मिसळून राहिले, समकालीन विचारांशी साधर्म्य राखले, तर सर्वच पिढ्यांना त्याचा फायदा होतो.

अनेक वृद्धांना नातवंड म्हणजे जबाबदारी, त्यांच्या निवृत्तीत जडलेले अवघड काम, असे वाटते. अनेक लोक स्पष्ट सांगतात की, मुलांना सांभाळणे वगैरे आम्हांला जमणार नाही, आमचे जे जे करायचे राहिले आहे तेच आता आम्हांला करायचे आहे. अशीदेखील एक आजी-आजोबांची पिढी तयार होत

आहे. ह्याबाबत त्यांना विचित्र म्हणून एखाद्या साच्यात बंद करण्यापूर्वी ते हे सगळे कोणत्या मानसिकतेतून म्हणत आहेत हे जाणून घ्यायला हवे. मुलांचे करणे म्हणजे आम्ही अडकून पडू, त्यांच्यामागे धावणे आता जमत नाही; त्यांचा आवाज, गोंगाट नकोसा वाटतो, अशा अनेक सबबी ऐकण्यात येतात. त्यांतील काही गोष्टींमध्ये काही अंशी तथ्य आहे. मुले सांभाळणे तसे अतिशय अवघड काम आहे, ते पूर्णवेळचे काम आहे आणि त्याने दमायलादेखील होते. विशेषकरून शून्य ते पाच ह्या वयातील मुलांना सतत मदत, आधार लागत असतो. अशा वेळी ते काम पूर्णपणे वृद्धांवर सोपवणे कधी कधी शक्य नसते. जर वरकाम करायला बाहेरून मदत घेतली आणि मुलांशी एखाददोन तास गप्पागोष्टी, त्यांना नवीन काही शिकवणे, त्यांना सकस आहार आणि विहाराचे महत्त्व शिकवणे इतपत लक्ष देता आले, तरी मुलांना त्याचा खूप फायदा होऊ शकतो. आधी जाणून घेतले तसे वृद्धांनादेखील त्याचे शारीरिक आणि मानसिक फायदे होतात. ह्या साऱ्यातून एक नक्की समजून घेतले पाहिजे की मुलांना सांभाळणारे वृद्ध हे नोकराची जागा घेत नसतात, तर मुलांना घडवणाऱ्या अतिरिक्त पालकाची भूमिका निभावत असतात. ह्याची जाणीव स्वत: वृद्धांना हवीच आणि मधल्या पिढीला विशेषकरून हवी.

## नवीन सामाजिक संरचना

दोन पिढ्यांना एकत्रित ठेवण्याचे फायदे जाणून घेतल्यावर पुन्हा एकत्र कुटुंबपद्धतीला समाजात रुजवावे असे वाटू शकते. असा अट्टाहास आता ठेवणे तितकेसे इष्ट नाही. अनेक कारणे आहेत, ज्यांतून हेच स्पष्ट होईल की, जी कौटुंबिक पांगापांग झाली आहे ती पुन्हा एका घडीत बसणे अवघड आहे. ह्यावर इतर कोणते उपाय आहेत, हे मात्र आता विचारात घ्यायला हवे. एक सामाजिक रचना जर बदलत असेल तर तिला पूरक अशी नवीन कोणती जोडरचना तयार करता येईल, ज्यातून जुन्या कुटुंब पद्धतीचे फायदेदेखील मिळतील आणि तरी एक नवीन सामाजिक रचनादेखील तयार होईल? समाजाने वृद्धांना आणि मुलांना एकत्रित येण्यासाठी नवीन आणि सशक्त अशी माध्यमे उपलब्ध करून द्यायला हवीत. ती माध्यमं वृद्धांना अर्थार्जन मिळवून देणारी असू शकतात, त्याचबरोबर मुलांचा आणि मधल्या पिढीचादेखील फायदा करून देणारी असू शकतात. आपण इथे तसे काही सृजनात्मक पर्याय उदाहरणादाखल पाहू या.

### संस्कार वर्ग

मुलांवर संस्कार करण्यासाठी आधीपासून अस्तित्वात असलेला एक शहरी पर्याय. मात्र आता ह्याची लोकप्रियता घटू लागली आहे आणि अनेक मोठ्या शहरांतून हे वर्ग नाहीसेदेखील झालेले आहेत. शहरातील गृहसंकुलांतून अनेक वृद्ध असतात. त्यांनी जर मुलांसाठी पारंपरिक खेळ, श्लोक, गोष्टी सांगणे नियमित पद्धतीने सुरू केले तर निश्चित हळूहळू पुन्हा संस्कार वर्ग ही संकल्पना रुजेल. त्याचे स्वरूप आणि वर्गातील वातावरण हे मुलांना आवडेल असे ठेवायला हवे. जुनी गाणी, जुने चित्रपट, त्यांतील जुने पेहराव, भाषा, अशा अनेक अंगांनी मुलांना हळूहळू संस्कृतीचे, इतिहासाचे दर्शन जर घडवता आले, तर मुलेदेखील हसत खेळत संस्कारित होतील.

### पारंपरिक व्यायाम वर्ग

पारंपरिक खेळ, व्यायामाचे प्रकार हे पुढच्या पिढीला शिकवण्यासाठी वृद्धांची फार तयारी हवी. योग वर्ग, इतकेच मर्यादित स्वरूप न ठेवता जुने खेळ; अगदी पत्त्यांचे डाव, लगोरी, हुतुतूपासून सर्व मैदानी आणि बैठ्या खेळांचा त्यात समावेश करता येऊ शकतो. सर्व खेळांचे नियम, त्यांना लागणारी सामग्री ह्या साऱ्याचे परत निर्माण हे मोठे आव्हानात्मक आहे. जुन्या खेळांचा प्रचार आणि प्रसार सध्याच्या ॲक्टिव्हिटी क्लासच्या काळात थोडा अवघड आहे. टॅब्लेट, मोबाइलच्या काळात मुलांना जुन्या खेळांची माहिती देणे आवश्यक आहे, कारण जर ते माहीतच नसतील तर मुले हे खेळ खेळणार कशी?

### पाककला आणि पेहराव वर्ग

अनेक वृद्ध स्त्री-पुरुषांना जुने पदार्थ, त्यांच्या पाककृती, स्वयंपाककलेला पूरक अशा छोट्या, तरी मोलाच्या गोष्टी ठाऊक असतात. स्वयंपाक नव्याने शिकू इच्छिणाऱ्या पिढीला ह्यातील सगळे जर शिकवता आले तर खाद्यसंस्कृतीचे जतनदेखील होईल आणि वृद्धांच्या अनुभवाचे मोल सर्वांना समजेल. जी गोष्ट खाद्यसंस्कृतीची, तीच पेहरावाची. अनेक लोक पुन्हा हौस म्हणून नऊवारी साडी, फेटे, धोतर असे पारंपरिक पोशाख परिधान करत असतात. निरनिराळ्या प्रकारांनी पोशाखात बदल होत गेलेले आहेत, त्याची रीतसर माहिती, अनेक पेहराव कसे करावेत ह्याबद्दल प्रात्यक्षिके आणि माहिती अशा प्रकारे उपलब्ध झाली तर नव्या पिढीला निश्चित आवडेल. ही माहिती क्लास घेऊन देता येऊ शकेल किंवा आंतरजालावर, ब्लॉग अथवा व्हिडिओ स्ट्रीमिंगच्या

माध्यमातूनदेखील जगापर्यंत पोचवता येऊ शकेल. पारंपरिक केशरचना, साड्यांचे प्रकार, दागिन्यांची माहिती किंवा अशा कपड्यांची घ्यायची काळजी असे अनेक प्रश्न ह्या माध्यमातून हाताळता येतील.

## जुन्या कलांसाठी वर्ग

अमेरिकेत हमखास आढळतात असे दोन-तीन खास वर्ग मला महत्त्वाचे वाटतात. गोधडी शिवायचे वर्ग इथे केवळ वृद्ध स्त्रिया घेतात. त्यांचा एक मोठा व्यवसाय त्यातून त्यांनी उभा केला आहे. तीच गोष्ट क्रोश्याची! लोणची घालणे, भाज्या-फळे मुरवणे, अशा ज्या गोष्टी आहेत, त्यांचेदेखील वर्ग आजी-आजोबा घेत असतात. त्याव्यतिरिक्त बागकाम, भरतकाम, विणकाम अशा अनेक गोष्टींचे वर्ग, त्यांची प्रदर्शने हेही इथले वृद्ध भरवत असतात. भारतातदेखील ह्या गोष्टी होतात, मात्र त्यांचे प्रमाण वाढायला काहीच हरकत नाही. ह्यातून अर्थार्जन होते, त्याचबरोबर संस्कृतीचे संवर्धनदेखील होते.

अशा अनेक प्रकारांनी वृद्धांना समाजाशी परत जोडून घेता येईल. ह्यातून समाजालादेखील वृद्धांचे अनुभव, त्यांचे भावविश्व अधिक चांगले आणि जवळून समजेल. वृद्धांच्या ज्ञानाचे, अनुभवांचे मोल समाजाला समजू शकेल. ह्यातील अनेक गोष्टी घरबसल्या करणे सहज शक्य आहे. सुरुवात कुठेतरी कोणीतरी करावी म्हणून वाट पाहण्यापेक्षा आपणच ती सुरुवात करायला हवी आहे.

## दोन पिढ्यांचे विरंगुळा केंद्र

अशा प्रकारच्या विरंगुळा केंद्राबाबत आपण ह्या प्रकरणाच्या सुरुवातीला वाचले, त्याचे अनेकांगी फायदेदेखील जाणून घेतले. अशा प्रकारची केंद्रे ही खऱ्या अर्थाने समाज जोडण्याचे काम करू शकतात. सर्वार्थांनी ही सामाजिक केंद्रे होऊ शकतात. प्रत्येक पाच किंवा दहा किलोमीटरवर अशा प्रकारची विरंगुळा केंद्रे शहरांतून आणि गावांतून सुरू झाली तर तिथे मुलांना आणि वृद्धांना राहायला एक सुरक्षित निवारा मिळेल. वेळ घालवायला, एकमेकांकडून शिकून समृद्ध व्हायला एक चांगले माध्यम मिळेल. ही संपूर्ण व्यवस्था परस्परपूरक आहे. बागकाम, शहरी शेती, व्यायाम, संस्कार वर्ग, अगदी खानावळ अशा अनेक अंगांनी ही केंद्रे विकसित करता येऊ शकतील. जर प्रत्येक मोठ्या गृहसंकुलाने ही मागणी बांधकाम व्यावसायिकांकडे केली तर प्रत्येक मोठ्या गृहसंकुलाच्या प्रांगणातच अशा प्रकारची व्यवस्था तयार करता येऊ शकेल. स्विमिंग पूल, क्लब हाउस अशा सर्व सुविधांनी सज्ज नवीन गृहसंकुलात ही

अशी सोय जर घराजवळ मिळू लागली तर त्याचे फायदे अनेक आहेत हे तर स्पष्ट आहे. व्यावसायिकदेखील ह्यातील व्यवसाय जाणून अशा प्रकारची केंद्रे सुरू करू शकले तर ह्यातून अनेक लोकांचा फायदा होणार आहे. मोठ्या कंपन्यादेखील अशा प्रकारची केंद्रे सुरू करू शकतात. तेथे एकाच कुटुंबातील आजी-आजोबा, नातवंडं असतील असेही काही बंधन नाही. अनेक वृद्ध स्वेच्छेने इथे येऊ शकतील, अनेक मुले येऊ शकतील. ह्यातून एक संपूर्ण नवीन सामाजिक रचना निर्माण होऊ शकेल, ज्याची गरज आहे आणि हे त्याचे अंग व्यवहार्यदेखील आहे.

●●

## ९.
## निरोप

आमचे मांजर देवाघरी गेले! अचानक!!... त्यानंतर दोन दिवसांनी आजोबा हॉस्पिटलमधून घरी आले.

"कुठेय गं बुतीन? आली कशी नाही माझ्या छातीवर बसायला?" - इति आजोबा.

"माहीत नाही हो, गेली असेल कुठे बाहेर. मोठी झाली ना ती आता, बोकाबिका शोधायला गेली असेल! येईल घेऊन बोक्याला तुमचे आशीर्वाद घ्यायला."

हा अखंड आठवड्याभराचा संवाद, माझा आणि आजोबांचा.

"मांजरी काय नाहीतर माणसे काय, तुम्ही पोरी किती पटापट मोठ्या होता गं? तू कधी शोधणार तुझा बोका?"

गाडी अचानक माझ्यावर घसरली त्याचे मला बरेच वाटले, कारण बुतीन आठवड्याभरापूर्वी गेली, हे सत्य काही माझ्याच्याने सांगवेना.

संध्याकाळी आजोबा कधी नव्हे ते चक्क उठून बसायचा प्रयत्न करू लागले! "थांबा अहो तुम्ही, घरी अजून कोणी असल्यावर उठा ना!"

"आत्ताच उठून बसतो, उद्यापर्यंत पायात त्राण आले की बाहेर जाऊन बघून येतो, त्या पिलाला काही झाले तर नाही ना? तुम्हांला काही प्रेम नाही त्या मांजराचे! माझ्यापाशी किती वेळ बसते ती, किती छान सोबत होते तिची! तुम्हांला काय त्याचे!"

आजोबा त्राग्याने बोलत होते, तडफडत होते, पुन्हा एकटे झाले होते. शेवटी त्यांचे त्यांनाच उमजले, त्यांना आता उठणेही शक्य होणार नाही आणि बुतीन काही परत येणार नाही.

"आजोबा... बुतीन गेली... तुम्ही घरी यायच्या आधी तीन दिवस..."

"मला का नाही सांगितलं? तिला दिले असते माझे उरलेले आयुष्य. मला तरी आता त्याचा काय उपयोग?"

आजोबा पहिल्यांदाच मृत्यूबद्दल बोलले. इतक्या पराकोटीच्या दुखण्यातून वारंवार ते उभारी घेऊन उभे राहत होते, मात्र आता ह्या मांजराच्या पिलाच्या जाण्याने ते पुरते खचून गेले होते. आपण आता ह्या आजारपणातून, ह्या वेदनेतून जिवंत बाहेर येणार नाही आहोत, ह्याची त्यांनाच स्वत:पुरती जाणीव झाली होती. तो एक क्षण निर्णायक ठरला. त्यानंतर त्यांच्या बेडसोरच्या जखमा चिघळतच गेल्या, त्यांचे पाय अजून अजून जड होत गेले. सर्वांगाला कंड सुटू लागली आणि ते बराच वेळ डोळे मिटून पडून राहू लागले. इतके शांत, की भीती वाटायची. मध्येच खोल कुठे भूतकाळाच्या डोहात सूर मारून वर आल्यागत ते एक दीर्घ श्वास घेत. अजून एखादा आठवडा असाच गेला असेल नसेल, ते असंबद्ध बोलू लागले, कुठलेसे पूर्वीचे आठवून मध्येच रडू लागले. त्यांना शांत करावे, समजूत काढावी, का आपणच गांगरून रडावे, काहीच सुचत नव्हते.

दुसरी मांजर आणावी का, असेदेखील वाटून गेले. हे म्हणजे ज्या विटेमुळे हे महाकाय धरण कोसळू लागले होते, ती वीट पुन्हा आणून बसवू पाहण्यासारखे झाले असते. एके संध्याकाळी त्यांना थोडी हुशारी वाटली म्हणून वरणभात मिक्सरमधून फिरवून आणला. थोडा खाल्ला, मग म्हणाले,

"आता तुला रोज असा त्रास होणार नाही, मला आता जेवायला देत जाऊ नका! मी ठरवले आहे त्या पिलाला सोबत करायला जायचे म्हणून."

"घरात एवढी माणसे असून सुद्धा तुमचा जीव फक्त त्या मांजरात कसा अडकू शकतो? आम्ही कोणीच नाही का? इतके दिवस, इतके वर्षं तुमचे करतो आहोत, असे कसे तुम्ही जाणार?" एकदम चिडून उसळून मी बोलले, तर ते इतके दचकले, गांगरून गेले माझ्या रागामुळे. मला तरी कुठे कळत होते की त्यांना किती यातना होत आहेत? प्रत्येक घास गिळायलादेखील किती कष्ट पडत आहेत. आमच्या प्रेमाखातर त्यांनी किती त्रास सहन करायचा, आणि कुठवर? योग्य अशी काही उत्तरं नव्हतीच. फक्त प्रश्न होते... अजून किती दिवस हे सगळे चालू राहणार? अजून किती वर्षं?

दोनच दिवसांत त्यांच्या श्वासाचा विशिष्ट असा अभद्र, घरघर आवाज येऊ लागला. एक एक जेवण बंद करत त्यांनी अन्न जवळजवळ त्यागलेच होते. कितीही विनवण्या केल्या तरी काही केल्या ऐकेनात; मग एके दिवशी

त्यांचा आवाज फुटेनासा झाला. ज्या ज्या गोष्टी गृहीत धरल्या होत्या, त्या एक एक करून निसटू लागल्या होत्या, आणि कोणी काहीही करू शकत नव्हते, काहीच नाही...

एका रात्री साधारण बाराच्या सुमाराला मी खोलीत जाऊन पडले असताना स्वत:शी कबूल केलं, आता आजोबांची काळजी जर खरोखर वाटत असेल, तर त्यांना लवकर मरण यावं हीच प्रार्थना करावी लागणार आहे. त्यांच्या यातना क्षणाक्षणाला वाढत होत्या. अशात कोणाच्या हट्टामुळे त्यांनी एवढे दु:ख सहन करत थांबून राहावे? मरण हा त्यांचा हक्क आहे! त्यांच्या प्रवासाचे पुढचे स्टेशन आहे!! सकाळी उठून त्यांना हलके थोपटले, ''बुतीन सापडली तर घेऊन या घरी तिला.''

ते काहीच बोलत नव्हते, नुसती श्वासाची घरघर...

त्या रात्री आम्ही बळेच सगळे अवघडून झोपी गेलो. पहाटे साडेचार-पाचला आईने दार ठोठावले, ''आजोबा गेले.''

रात्री माझ्या बाबांकडून मागून पाणी प्यायले आणि थोडा वेळ डोळे उघडून पुन्हा मिटले, पहाटे त्यांची घरघर पूर्ण गेली होती आणि जोराने श्वास घेत होते. मध्येच ती श्वासांची मालिका संपली, गेले आजोबा...

त्यांच्या मृत्यूने मला अजिबात रडू आले नाही, उलट खूप शांत वाटले. त्यांच्यासाठी जवळजवळ आनंद झाला मला. सुटले! ह्या सगळ्यातून, ह्या वेदनेतून निसटले. त्यांना नैसर्गिक मृत्यू येण्यात समाधान होतं, स्वत: कष्टाने उभ्या केलेल्या भक्कम घरात, मुलगा-सून-नात सगळ्यांच्या सान्निध्यात शांतपणे संपली त्यांची यात्रा.

त्यांच्या मृत्यूत कुठेतरी मला एवढं शिकायला मिळालं की, माझ्या जगण्याचे सगळे संदर्भच बदलून गेले आहेत.

सगळ्यांनी असे किंवा ह्याहून यातनामय मृत्यू बघावेत अशी माझी कामना निश्चितच नाही. माझी ठाम धारणा आहे की, अशा मोठ्या आजारपणाशी जोडलेल्या यातना कमी करण्याचे सामर्थ्य वृद्धसंगोपन यंत्रणेत आहे! वृद्ध जिवांची जी अकारण भरड होते, ती थांबू शकते. प्रश्न आहे तो माहितीच्या प्रसाराचा, जनजागृतीचा आणि सरकारी इच्छाशक्तीचा. अशी इच्छाशक्ती जर भारतात एकवटली तर येणाऱ्या पिढ्यांचे मृत्यू निश्चित अधिक सुकर होऊ शकतील. जगण्यात आणि मृत्यूत, प्रत्येकाचा आत्मसन्मान टिकवता येईल.

आजोबा आजारी होते त्या वेळात मी पूर्णवेळ काम करू शकत नव्हते. माझे वडील आणि आईदेखील अनेक सुट्ट्या काढत. अर्ध्या दिवसाच्या रजेवर

कामावरून परत येत. भारतात वृद्धांची संख्या जसजशी वाढीस लागेल, तेव्हा प्रत्येक वृद्ध व्यक्तीमागे किमान दोन काळजीवाहक असे गृहीत धरले तरी देशाच्या उत्पादनक्षमतेवर विपरीत परिणाम होऊ शकेल. वृद्धसंगोपन यंत्रणेचा अभाव असल्यास त्रास फक्त वृद्धांना नाही, तर संपूर्ण देशाला होणार आहे.

एकीकडे वृद्धांच्या संगोपनाचा प्रश्न आहे, तर दुसरीकडे ह्या संपूर्ण व्यवस्थेचा पाया कसा आणि कुठून रचायला सुरुवात करायची ह्याबाबत साशंकता. वृद्धसंगोपन व्यवस्थेचा अभाव, हे कारण भारताच्या प्रगतीच्या, उत्पादनक्षमतेच्या आड नजीकच्या भविष्यकाळात येऊ शकते. ही बाब गांभीर्याने अभ्यासण्याची गरज आहे. वृद्धसंगोपन व्यवस्था उभी करण्यासाठी केवळ आर्थिक कारणसुद्धा पुरेसे ठरावे.

चीन हा वृद्ध देश होईल तेव्हा त्याचा उत्पादन दर जवळजवळ तीन टक्क्यांनी कमी होईल. म्हातारपणाचा आणि उत्पादन दराचा निश्चित संबंध आहे! वृद्ध होणे ही जशी व्यक्तिगत प्रक्रिया आहे तशी ती अतिशय सामाजिक, किंबहुना राष्ट्रीय प्रक्रियादेखील आहेच! प्रत्येक देशातील बहुतांश लोक नेमके कोणत्या वयोगटांत मोडतात हे जाणून घेणे महत्त्वाचे असते! त्यात जर मुले आणि वृद्ध अधिक असतील तर त्या देशाचे उत्पादन दर निश्चित पडू लागतात अथवा मंदावतात. ज्या देशांत बहुतांश जनसंख्या तरुण, मध्यमवयीन असते, त्या देशाचा उत्पादन दर वाढत जातो.

भारत आणि चीन ही इतकी वर्षं लोकसंख्याबहुल राष्ट्रे म्हणून प्रसिद्ध आहेत. दोन्ही देश सध्या कार्यरत असलेल्या तरुण पिढीच्या संख्येमुळे 'तरुणांचे देश' म्हणून संबोधले जातात. पुढील पंधरा ते वीस वर्षांत ही तरुण पिढी वृद्ध होणार आहे आणि त्या येणाऱ्या वृद्धत्वाच्या लाटेसाठी भारतासारखा देश सज्ज आहे का, हा महत्त्वाचा मुद्दा आहे. मनुष्यबळ व्यवस्थापनाच्या अंगाने विचार करता, वृद्धांची संख्या आणि त्यांचे निरोगी असणे, हा प्रश्न केवळ सामाजिक नसून राष्ट्राचे अर्थकारण हलवून सोडेल एवढा महत्त्वाचा मुद्दा आहे.

## वृद्ध : एक राष्ट्रीय संपत्ती

आपल्या देशात पूर्वापार ज्येष्ठांना एक सन्माननीय स्थान दिले गेले आहे. ज्येष्ठांना वाकून वंदन करणे, वेळोवेळी त्यांचा सल्ला घेणे, अशा चालीरीती आणि कथा आपल्या देशात बऱ्याच आहेत. त्यांतील बऱ्याच गोष्टी आजवर-देखील कसोशीने पाळल्या जातात. त्याची काही कारणे आहेत. एकतर ज्येष्ठ

म्हणजे अनुभवसंपन्न पिढी आणि नमन हे त्यांच्या अनुभवाला, असे समजून केले जात असावे. वृद्धांचे अर्थकारणाशीसुद्धा नाते असते व ते मुख्यत्वे चार मुद्द्यांवर आधारित आहे.

१. **वापर ऊर्फ उपभोगाचे प्रमाण** - वापर म्हणजे उपभोक्ता कसे आणि किती खर्च करतो ह्याचे मापक. ह्याअंतर्गत हे जाणून घ्यायला हवे की, वस्तूंचा वापर आणि वृद्धांचे लोकसंख्येतील प्रमाण हे साधारण व्यस्त असते. ज्या वेळी लोकसंख्येत तरुणांची आणि बालकांची संख्या अधिक असते, त्या वेळी एकूण वस्तूंची आणि सेवांची मागणी अधिक तेजीत असते. त्याउलट जसजसे लोकसंख्येत वृद्धांची संख्या वाढीस लागते, तशी वस्तू आणि सेवांची मागणी खालावते किंवा बदलते. ह्याला एक महत्त्वाचे कारण म्हणजे तरुण लोकसंख्या ही कमावती असते, त्यांच्याकडे खर्च करायला एक नियमित आवक असते. ज्येष्ठ नागरिकांचे प्रमाण अधिक झाल्यास, त्यांची आवक मर्यादित असते आणि त्यांना त्यातच गुजराण करायची असल्याने त्यांची वस्तू आणि सेवांची मागणी कमी होऊ लागते. बहुतांश राष्ट्रांमध्ये लोकसंख्येतले वृद्धांचे प्रमाण वाढले की मागणी बदलू लागते. रुग्णसेवा, वैद्यकीय सेवा अशा प्रकारच्या सेवांची मागणी वाढू लागते आणि चैनीच्या वस्तू आणि सेवांची मागणी कमी होऊ लागते.

२. **पैशाची साठवणूक** - लोकसंख्येत जर तरुण आणि कमावती मंडळी अधिक असतील, तर पैशाची साठवणूक कमी आणि खर्च जास्त असे समीकरण असते. याउलट जर वृद्धांची संख्या अधिक असेल तर त्यांचा भर हा साठवणुकीवर अधिक असतो. संयमी खर्च आणि अधिक साठवणूक हे वृद्धांचे वैशिष्ट्य असून, त्यातून सुरुवातीची काही वर्षे तरी सरकारला वृद्धांच्या गुंतवणुकीच्या सवयींचा फायदा घेता येऊ शकतो.

३. **सार्वजनिक खर्च** - तरुण आणि बालके ज्या वेळी लोकसंख्येचा मोठा घटक असतात, त्या वेळी सरकारला लोकांवर करावा लागणारा खर्च अतिशय मर्यादित स्वरूपाचा असतो. ज्या वेळी वृद्धांचे प्रमाण वाढू लागते त्या वेळी सरकारला करावा लागणारा सार्वजनिक खर्च वाढीस लागतो. निवृत्तिवेतन, निवृत्तिभत्ता, अतिरिक्त रुग्णसेवा, वैद्यकीय सवलती ह्यांच्यामुळे सरकारचा खर्चाचा भार वाढू शकतो.

४. **मानवी संपदा** - लोकसंख्येतील प्रत्येक घटक हा देशाची मानवी संपत्ती असते हा जर मूलभूत विचार ग्राह्य धरला, तर ज्येष्ठ हेदेखील राष्ट्रीय

मानवी संपदेचा एक महत्त्वाचा घटक ठरतात. ज्या वेळी राष्ट्रात तरुणांची संख्या अधिक असते; त्या वेळी उत्पादन, उपभोग ह्या दोन्ही गोष्टी वाढीस लागतात. याउलट ज्या वेळी ज्येष्ठांची संख्या वाढते, त्या वेळी देशातील उपलब्ध कामगार संख्या कमी होते, निवृत्तिभत्त्यामुळे आर्थिक बोजा वाढतो.

## वृद्धांच्या आरोग्यरक्षणाचे आणि संगोपनाचे अर्थकारण

कुटुंब हा अतिशय मूलभूत सामाजिक घटक मानला तर कुटुंबातील वृद्ध आजारी पडल्यावर त्यांच्यासाठी किती खर्च होतो ह्याचा एकदा विचार झाला पाहिजे. रुग्णालय आणि तेथील वैद्यकीय प्रक्रियांचा खर्च, त्याचबरोबर व्यक्ती अतिदक्षता विभागात दाखल झाली तर तिथला अतिरिक्त खर्च. जर वृद्ध व्यक्ती रुग्णालयातून घरी आली तर घरी निराळी सोय आणि एका पूर्णवेळ काळजीवाहकाचा खर्च मोजावा लागेल. त्याचबरोबर घरातील एखाद्या सदस्याला नोकरीतून काही काळ रजा घेऊन शुश्रूषा करावी लागते. अशा वेळी कमावत्या सदस्याची उत्पादनप्रक्रियेतील जी अनुपस्थिती, तिची मोजदाददेखील करणे गरजेचे आहे. ह्या सगळ्यामुळे निर्माण होणारी आर्थिक, मानसिक कौटुंबिक अस्थिरता आणि ताण ह्यांचेदेखील मूल्यांकन करणे आवश्यक आहे. कौटुंबिक पातळीवर हे सगळे अपरिहार्य असते. देशाच्या पातळीवर, जेव्हा वृद्धांची संख्या उत्पादनक्षमतेवर परिणाम होण्याइतपत वाढते, तेव्हा वैद्यकीय उपचार, सवलती आणि उत्पादनक्षमतेवर होणारा विपरीत परिणाम ह्या दोन्हींची झळ शेवटी देशातील अर्थव्यवस्थेला पोचते. ह्या कारणास्तव वृद्धांचे संगोपन, निरोगी वृद्धत्व, वृद्धांसाठी खास आरोग्य विमा आणि इच्छामरणाबाबत यथायोग्य कायदे ह्या सगळ्याचा विचार धोरण आणि कायद्यांचे नवीन जाळे निर्माण करण्यासाठी झाला पाहिजे. आरोग्यपूर्ण वृद्ध हे निश्चित राष्ट्रीय मानवी संपदा ठरू शकतील. आरोग्याच्या दृष्टीने कल्याणकारी आणि प्रतिबंधक धोरणांमुळे जनतेची वृद्ध अवस्थेतील वर्षं अधिक आरोग्यपूर्ण आणि सकारात्मक होतील. सरकार ह्या अतिरिक्त मानवी संपदेचा उपयोग अनेक कामांसाठी करून घेऊ शकेल. जी जी राष्ट्रीय स्मारके आहेत; राष्ट्रीय संपत्ती असलेली जंगले, वने आहेत; सरकारी कार्यालये आहेत, तिथे सर्वत्र हे वृद्ध एक कुशल कार्यदलासारखे उपयुक्त ठरतील. सर्व व्यवस्थेवर देखरेख करू शकतील. सरकारी कार्यालयांत त्यांच्या उपस्थितीमुळे सामान्य नागरिकांना मदत होईल, तर अधिकाऱ्यांवर न्याय्य आणि चोख काम करायचा नैतिक दबाव येईल. आयुष्याला नव्याने

मिळालेला हेतू आणि देशकार्यात वाटा ह्यांमुळेदेखील वृद्धांचे जीवनमान सुधारू शकेल. ह्यातून अर्थात सरकारचादेखील बराच प्रत्यक्ष आणि अप्रत्यक्ष पैसा वाचेल. किंबहुना निवृत्तीला पोचलेल्या प्रत्येक सरकारी आणि निमसरकारी कर्मचाऱ्याला निवृत्तिभत्ता हवा असल्यास काही वर्षं तरी ही सरकारी देखरेखीची अतिरिक्त नोकरी करावी लागेल असा दंडक घालून दिला, तर त्यातूनदेखील एक मोठा कर्मचारीवर्ग उदयास येईल. जिथे जिथे सरकारी पैसा, संपत्ती ह्यांचा अपव्यय होत आहे तिथे तिथे त्याला काही प्रमाणात तरी प्रतिबंध होईल. अमेरिकेत प्रचंड मोठी अरण्ये आहेत. तिथे स्वयंसेवक म्हणून खूप मोठ्या प्रमाणावर वृद्ध कार्यरत असतात. संपूर्ण वनसंपदेची काळजी हे वृद्ध घेतात. आपल्या नातवंडांच्या नावे काही रक्कम सोडून जाण्यापेक्षा, त्याला निरोगी हवा, शुद्ध पाणी आणि हिरवीगार जमीन सोडून जाणे ही खूप मोठी गोष्ट आहे. ह्याहून मोठे इच्छापत्र काय असणार! अशा भावनेने ही वृद्ध मंडळी काम करतात.

आरोग्यपूर्ण वृद्ध हे कौटुंबिक पातळीवरदेखील एक अतिरिक्त मदतनीस म्हणून कुटुंबांचा अर्थपूर्ण भाग होऊ शकतील. त्यांच्यावर खर्च होणारा पैसा, वैद्यकीय आणि अतिदक्षता विभागातील उपचार, ह्यांपेक्षा त्यांच्या निरोगी राहण्यावर लक्ष केंद्रित केले तर ते अधिक उत्तम ठरेल. निवृत्त वृद्धांना साहाय्य करणाऱ्या रुग्णालयांचा आणि सरकारी दवाखान्यांचा औषधांवरचा खर्चसुद्धा कमी होईल. ह्या साऱ्यांमुळे अर्थात अर्थव्यवस्थेवर चांगले परिणाम संभवतात. वृद्धांचे आरोग्य हा केवळ कौटुंबिक प्रश्न नसून राष्ट्रीय प्रश्न आहे; सध्याच्या काळात तर निश्चितच! एकीकडे भारत हा स्थूलतेची आणि मधुमेहाची राजधानी होऊ लागला आहे, तर दुसरीकडे कुपोषण आणि उपासमारीदेखील आहे. अशी निकृष्ट लोकसंख्या असेल तर देशाची प्रगती होणे अवघड आहे. अशा रोगट लोकसंख्येस पोसायची जबाबदारी काही निरोगी आणि कार्यरत लोकांवर येऊन पडते. ह्याने देशाची आर्थिक ओढाताण निश्चितच वाढते ह्या सगळ्या गोष्टींचा विचार करता वृद्ध आरोग्य हा राष्ट्रीय स्तरावरील मोठाच मुद्दा आहे हे स्पष्ट होते.

●●

# १०.
# प्रकाशमय सुरुवात

२०१३ साली मी अमेरिकेत आले, ते इथल्या नानाविध यंत्रांना बघून अडखळू लागले... एवढी कशाला हवीत यंत्रं एका घरासाठी? पण यथावकाश इथे एकटेच राहणारे वृद्ध भेटले आणि मग प्रत्येक यंत्राची गरज निराळ्या बाजूने समजू लागली. वृद्धसंगोपनाचा संपूर्ण आराखडा मांडताना सतत जाणवत राहिले, की कदाचित आपण ह्या सगळ्या ज्या यंत्रणा सुचवतो आहोत, त्या अगदी तंतोतंत जरी प्रत्यक्षात आल्या तरी कदाचित तोवर भविष्यकाळ निराळ्या काही समस्या, निराळे काही उपाय आपल्या पुढ्यात टाकेल. असे झाले तर मग काय करायचे हा प्रश्न पडू लागला आणि त्यातूनच शोध सुरू झाला भविष्यातल्या वृद्धत्वाचा!

आजचे वृद्ध एका दृष्टीने अतिशय भाग्यवान, आणि जे ह्याआधीच वृद्ध झाले ते त्याहून अधिक भाग्यवान! विशेषत: भारतात आणि एकूणच संपूर्ण जगात! असे का? तर त्यांची काळजी इतर माणसांनी घेतली! आता मात्र तसे राहिलेले नाही. जसजसा लोकसंख्येत वृद्धांचा आकडा वाढीस लागेल, तसतसे वृद्धांची काळजी घेणारे तरुण काळजीवाहक कमी होत जाणार आहेत. ह्यातून मग कोण कोणाची नेमकी काळजी घेणार हादेखील प्रश्न उद्भवणार! संपूर्ण वृद्धसंगोपन यंत्रणा विकसित जरी केली, त्याला सरकारी आणि जनतेचा पाठिंबा जरी पूर्णपणे मिळाला, तरी ह्या यंत्रणेचे जे भाग असणार आहेत, तेवढे प्रशिक्षित लोक आहेत का? येत्या पंचवीस ते तीस वर्षांत वृद्धसंगोपनाच्या क्षेत्रात तेवढे तरुण उतरतील का, हादेखील महत्त्वाचा प्रश्न आहे. जपान, युरोपमध्ये ह्या प्रकारचे प्रश्न बरेच आधी पडायला लागले आहेत. तेथील लोकसंख्या खालावते आहे. जन्मदर कमीच आहे आणि त्यातून वृद्धांची संख्या

वाढत आहे. अशा वेळी वृद्धांची काळजी घ्यायला पर्याय म्हणून आता यंत्रमानव, यांत्रिक प्राणी आणि इतर यंत्रं कामी येतात. हे कोणत्याही विज्ञानकथेतील कथानक नसून हे आजचे वास्तव आहे. वृद्धावस्थेत जर असहायता; शारीरिक, मानसिक दुर्बलता वाट्याला आली, तर अशा वृद्धांची काळजी घेणे खूपच अवघड जाते. अशा वृद्धांचे जगणे सुधारण्यासाठी यंत्रांचे साहाय्य सध्या घेतले जात आहे. हा बदल मोठा आहे, मात्र त्यावर अजूनदेखील बरीच मतमतांतरे आहेत. त्यावर नैतिकतेचेदेखील अनेक आक्षेप आहेत. मात्र ह्या कामासाठी मनुष्यबळ कमी आहे हे वास्तवदेखील नाकारता येत नसल्याने, जपानने सध्यातरी यांत्रिक काळजीवाहकांना ह्या कामी जुंपायला सुरुवात केली आहे.

टोयोटा! ह्या कंपनीचे नाव जरी ऐकले तरी डोळ्यांसमोर येते तिचे सर्वात लोकप्रिय उत्पादन, म्हणजे चारचाकी वाहन. मात्र गेली अनेक वर्षं ही कंपनी जपानमध्ये ज्येष्ठ नागरिकांना साहाय्यक, सोबती ठरू शकतील असे अनेक यंत्रमानव, यांत्रिक प्राणी आणि इतर संलग्न यंत्रे बनवत आहे. ह्यासाठी त्यांच्याकडे एक संपूर्ण निराळे संशोधन केंद्र आणि अद्ययावत सामग्री आहे. म्हातारपणी पुष्कळदा वाकून काही उचलता येत नाही, अचानक एखादे भांडे नाहीतर हातातली वस्तू निसटून खाली पडते. ती वस्तू वाकून उचलणे अतिशय जड जाते; काही वेळा ते अशक्यदेखील असते. अशा साध्या कामांपासून ते अर्धांगवायूच्या झटक्यानंतर अर्धे शरीर निकामी झालेल्या व्यक्तींकडून व्यायाम करून घेणे, त्यांना उचलून कुठे हलवणे, ही अंगमेहनतीची कामेदेखील ही यंत्रे करतात.

तंत्रज्ञानाच्या ह्या विकासाबाबत जाणून घेणे भारताच्या दृष्टीनेदेखील अत्यंत महत्त्वाचे आहे. ह्याचे कारण असे आहे की आपल्याकडे कितीही लोकसंख्या असली तरी त्यातील फार कमी लोक वृद्धसंगोपन ह्या क्षेत्रात येतील असा अंदाज आहे. पुढील पंचवीस वर्षांत वृद्धांसाठी केवळ दगड-विटांची संगोपन केंद्रे बांधून थांबता येणार नाही, तर तिथे मनुष्यबळ आणि यंत्रबळ ह्या दोन्हीची गरज असणार आहे. अशा वेळी सध्याच्या घडीला जगात ह्याबाबत काय संशोधन, काय प्रगती झाली आहे, त्याचे फायदे आणि तोटे काय काय आहेत, ह्या साऱ्याचा सारासार विचार व्हायला हवा आहे.

### तंत्रज्ञान आणि उपयोग

मानवी बुद्धिमत्तेची झेप मोठीच आहे. त्यातून सृजनशीलता आणि समस्या ह्यांच्या संगमावर कायम निरनिराळी संशोधने झालेली आहेत. सध्याच्या घडीला,

वृद्ध होत जाणारे जग ही समस्त मानवजातीसमोरील समस्या आहे. अशा वेळी तंत्रज्ञान अनेक निराळ्या शक्यतांना जन्म देत आहे. पाश्चिमात्य देशांत अजूनतरी मोठ्या प्रमाणावर यांत्रिक संगोपन ह्या बाजूची दखल घेतली गेलेली नाही, मात्र येत्या काही वर्षांत ती निश्चित घ्यावीच लागणार आहे. वृद्धसंगोपन तंत्रज्ञान ही एक अतिशय निराळी आणि अत्यावश्यक अशी बाजारपेठ खुली होत आहे. ह्यात सृजनात्मक आणि परवडणाऱ्या अशा असंख्य पर्यायांना जागा असेल. मात्र, त्यासाठी सरकारचे विशेष लक्ष आणि प्रोत्साहन लागेल. सध्याच्या घडीला कोणकोणती यंत्रे वृद्धांच्या सेवेत रुजू आहेत, ह्याबाबत सविस्तर जाणून घेणे गरजेचे आहे.

**भ्रमणध्वनी**

संगणकाचे छोटे प्रतिरूप असलेले स्मार्टफोन भारतात दाखल झालेले असून, ज्येष्ठ मंडळींमध्येदेखील ते बरेच लोकप्रिय आहेत. एक मात्र आहे की, फार कमी वृद्धांना भ्रमणध्वनी यंत्राचा पूर्ण वापर करता येतो. वृद्धांसाठी उपयुक्त अशी ॲप्लिकेशन्स (apps) फारशी लोकप्रिय नाहीत. ज्येष्ठांसाठी विरंगुळा म्हणून काही विशिष्ट खेळ; बौद्धिक चालनेसाठी, प्रतिक्रियेचा वेग नियमित करणारे असे काही खेळ सध्या ॲपच्या स्वरूपात उपलब्ध आहेत. ह्यांद्वारे मेंदूतील पेशींना चालना मिळत राहू शकते आणि डिमेन्शियाचे अनेक प्रकार होऊ नयेत ही खबरदारी त्यातून घेता येऊ शकते. स्मृती आणि आकलनशक्ती जोपासणारेदेखील अनेक खेळ उपलब्ध आहेत. त्यांचा वृद्धांना फायदा होऊ शकतो. केवळ साधी शब्दकोडी, सुडोकू सोडवण्यापेक्षा इतर अनेक प्रकारच्या कोड्यांतून मेंदूला उत्तम व्यायाम मिळू शकतो.

अनेक आहार-विहारनियंत्रक ॲप्लिकेशन्सदेखील आहेत जेणेकरून नियमित आहार, औषधे आणि व्यायाम ह्यांची आठवण करून देता येते. त्याव्यतिरिक्त नेहेमीचे गूगल, यूट्यूब, फेसबुक, स्काइप ही माहीत असलेली संकेतस्थळे आहेत. सिंगापूरमध्ये नुकतेच, वृद्धांना जर पुनर्विवाह करायचा असेल अथवा जोडीदार शोधायचा असेल तर त्यांच्यासाठी निराळे भेटीगाठींचे ॲप बनवले गेले आहे. प्रगत देशांत एकाकी वृद्ध ही खूप मोठी समस्या आहे. तंत्रज्ञानाने या समस्येवर कशी मात करता येईल, ह्यावर जगात सर्वत्र अनेकांगी विचार आणि संशोधन चालू आहे. स्मार्टफोन अनेक बाजूंनी उपयुक्त आहे. त्याचे जास्तीत जास्त वापर वृद्धांनी शिकून घ्यायला हवेत, जेणेकरून त्यातून ज्येष्ठांच्या काही समस्यांनातरी उत्तरे मिळू शकतील. भारतात आय-बॉल ह्या कंपनीचे

फोन हे खास वृद्धांसाठी बनवण्यात आले आहेत. त्यांच्यावरील आकडे मोठे असून वृद्धांना चटकन शिकता येईल अशा प्रकारचा ह्या फोनचा इंटरफेस आहे.

## टॅब्लेट आणि संगणक

स्मार्टफोनचा आकार, त्याची महागडी किंमत, अशा गोष्टींमुळे अनेक वृद्ध त्याचा वापर करू शकत नाहीत. मात्र ह्या काळात संगणक-मैत्री अत्यावश्यक आहे. नवीन काळातील निरक्षरतेची व्याख्या म्हणजे 'संगणक वापरता न येणे' ही होऊ शकते. कारण त्याच्या कार्यपद्धतीवर आधारित अनेक बाजूंनी तंत्रज्ञान विकसित झाले आहे आणि अजूनही होत आहे. एमआयटी (अमेरिका) मधील काही तरुण उद्योजकांनी मिळून 'GeriJoy' नावाचे एक ॲप्लिकेशन विकसित केले आहे, त्याबाबत इथे जाणून घेणे आवश्यक आहे.

दिवसभर घरी एकटेच राहणारे जे वृद्ध आहेत, त्यांचे प्रमाण जगात वाढत आहे. कोणत्याही वेळी जगातील सर्व वृद्धांची सोय संगोपन केंद्रांमध्ये होऊ शकत नाही. त्यांच्या राहत्या घरात त्यांची काळजी घेणे हा अनेक दृष्टींनी सर्वात फायदेशीर पर्याय आहे. ह्या वृद्धांना घरी एकाकीपण फार त्रासदायक होऊ लागते. अतिवृद्ध अवस्थेत सहचर, नातेवाईक, मित्रपरिवार हे केव्हाच निवर्तले असतील, तर ती एकाकी अवस्था - त्यात भरीला आजारपण म्हणजे घरातच कारावास अशी अवस्था होऊन जाते. ह्या समस्येची व्याप्ती आणि वैश्विकता विचारात घेऊन व्हिक्टर वांग ह्या एम. आय. टी. मधील तरुण उद्योजकाने एक नवीन काळजीवाहक तंत्रज्ञान विकसित केले. 'Telerobotics' ह्या तंत्रज्ञानाचा उपयोग करून एक ॲप्लिकेशन तयार केले आहे. ह्यात इंटरनेट, टेलिफोन ह्या दोन्ही यंत्रणांचा एकत्रितपणे उपयोग केला गेला आहे. एकट्या राहणाऱ्या वृद्धांच्याकडे टॅब्लेट, जे इंटरनेटशी जोडलेले असेल, ते देण्यात येते. त्या टॅब्लेटवर 'Gerijoy' हे ॲप्लिकेशन डाउनलोड करावे लागते. ह्या ॲप्लिकेशनचा वापर करण्यासाठी ते उघडले की त्यावर एखाद्या कुत्र्याची अथवा मांजराची प्रतिकृती नजरेस पडते. ह्या प्राण्याची निवड वृद्ध किंवा त्यांचे काळजीवाहक करू शकतात. ह्या प्राण्याला पाळीव प्राण्यांसारखे नावदेखील देता येते. हा पाळीव प्राणी बोलू शकतो आणि टॅब्लेट कॅमेऱ्याचा वापर करून बघू शकतो. वृद्ध त्या प्राण्याशी बोलू शकतात. ह्या ॲप्लिकेशनद्वारे प्राणी वृद्धांना अनेक गोष्टींची आठवण करून देऊ शकतात. औषधे वेळेवर घेणे, नियमित जेवण करणे, पाणी पिणे; लघवी, शौचास जाणे ह्यांची दिवसभरात

आठवण करून देऊ शकतात. मुला-नातवंडांना फोन लावून देणे, त्यांचे फोटो ह्या वृद्धांना दाखवून त्यांची खबरबात देणे; इतकेच नाही, तर जुनी गाणी ऐकवणे, वृद्ध व्यक्ती खूप वेळ पाय वर करून बसली असल्यास पाय मोकळे करण्याचा सल्ला देणे अशा अनेक बारीकसारीक आणि तरीही अत्यावश्यक गोष्टींची दखल घेऊन हे ॲप त्यानुसार वृद्धांना सूचना देते. ॲपमधील प्रत्येक प्राण्यामागे प्रशिक्षित कर्मचाऱ्यांचा एक ताफा असतो. हे कर्मचारी इतर देशांत बसूनदेखील इंटरनेटच्या माध्यमातून वृद्धांशी जोडलेले राहू शकतात. ते ॲपमधल्या कॅमेऱ्यातून वृद्धांच्या हालचालींवर नियमित लक्ष ठेवून असतात. ते रोजचा आढावा ई-मेलद्वारा प्रमुख काळजीवाहकाला देऊ शकतात. कोणतीही अनियमित घटना- जसे की वृद्ध खाली पडले किंवा त्यांना काही अत्यावश्यक सेवेची ताबडतोब गरज भासली, तर हे ॲप काळजीवाहकाला सूचित करू शकते. साधारणत: ही कामे एखाद्या माणसाने त्या वृद्धासोबत राहून करावीत असे अपेक्षित असते, मात्र विश्वासू आणि इतके तत्पर काळजीवाहक प्रत्येक वृद्धाला मिळतीलच असे नाही, त्यांच्याशी त्यांचे पटेल असेही नाही. हे ॲप्लिकेशन अशा परिस्थितीतल्या वृद्धांसाठी अतिशय उपयुक्त पर्याय आहे. अशा प्रकारची अनेक यंत्रे बाजारात येऊ शकतात. हे आभासी काळजीवाहक टॅब्लेटच्या माध्यमातून वृद्धांची काळजी प्रत्येक भाषेत घेऊ शकतात आणि तरुण काळजीवाहक जगात जिथे आहेत, तिथून ते ह्या वृद्धांना मदत करू शकतात. टॅब्लेटवर अनेक ॲप्लिकेशन्स काम करू शकतात. वृद्धांना करावयाच्या मदतीशिवाय, ही ॲप्स स्वत:हून वृद्धांची काही देखरेख करू शकतात, हे इथे नमूद करायला हवे. अशा प्रकारच्या वृद्धसंगोपनास पूरक ॲप्सचा विकास जगभरातले अनेक उद्योजक आणि संशोधक करत आहेत, जेणेकरून वृद्धांना अधिक काळ स्वत:च्या घरी, फारशी मदत न घेता अनेक वर्षं एकट्याने राहता येईल.

### इंटिग्रेटेड होम सिस्टम

हे एक स्वतंत्र विश्वच आहे जणू! आश्चर्य म्हणजे हीदेखील कोणती विज्ञानकथा नसून अनेक प्रगत देशांत झपाट्याने साकार होणारे वास्तव आहे. प्रत्येक निराळी गोष्ट घरातली आणि घराच्या बाहेरची, ही जर एकत्रित एका ठिकाणी जोडता आली आणि केवळ आपल्या बोलण्यातून त्याच्यावर नियंत्रण ठेवता आले तर कसे? अनेक आघाडीच्या कंपन्या ह्यावर अनेक प्रयोग आणि संशोधन करत आहेत. गूगल, ॲमेझॉन, मायक्रोमॅक्स, सॅमसंग, जीई, फिलिप्स,

फोर्ड अशा सगळ्याच कंपन्या ह्या कामात सध्या आघाडीवर आहेत. सध्या हे काम काही गृहीतकांवर चालू आहे व ती गृहीतके विकसनशील देशांना पूर्णपणे लागू होऊ शकत नाहीत. ही गृहीतके आहेत, पूर्णवेळ अबाधित वीजपुरवठा, पूर्णवेळ अबाधित गरम-गार पाणीपुरवठा, उच्चवेगाचे वायफाय कव्हरेज आणि तितकेच सातत्यपूर्ण मोबाइल नेटवर्क.

ह्या सगळ्या गोष्टी प्रगत देशांत गेली अनेक दशकं आहेत म्हणून ह्याला पाया मानून तंत्रज्ञान विकसित होत आहे, हे समजून घ्यायला हवे. ज्या घरांतून पूर्णवेळ वीजपुरवठा, पाणी आणि इंटरनेट उपलब्ध आहे अशी घरे स्मार्ट होम होण्यास सज्ज आहेत. एक मुख्य यंत्र हे संपूर्ण घराला जोडणारे असू शकते. ही यंत्रे निरनिराळ्या कंपन्यांची आहेत; मायक्रोमॅक्सची आयेशा, ॲमेझॉन कंपनीचे ॲलेक्सा आणि इको आणि गूगलचे गूगल होम आहे. इतर अनेक प्रकार आहेत, मात्र इथे प्रतीकात्मक नामावली पुरवली आहे. अशी मुख्य यंत्रे घरातील विजेची उपकरणे, वातानुकूलन यंत्रणा, टीव्ही, संगणक, ध्वनियंत्रणा, घराची सुरक्षा यंत्रणा, त्यातील कॅमेरे, तान्ह्या मुलांच्या खोलीतील आणि वृद्धांच्या खोलीतील अतिरिक्त कॅमेरे ह्या सगळ्यांना जोडता येऊ शकते. बाहेरून घरी यायच्या आधी ह्या यंत्राला फोनद्वारे अगोदर सूचित करता येऊ शकते. घरातील वातानुकूलन यंत्रणा, टीव्ही - दिवसभर ती सगळी यंत्रणा बंद ठेवून, वीजबचत करत घरात कोणी यायच्या सुमारास ही यंत्रणा चालू होऊ शकते. तसेच घरातील कोणत्या भागात रहिवाशांचा वावर आहे ह्यावर केवळ तिथले दिवे सुरू ठेवून इतर दिवे बंद ठेवता येऊ शकतात. कोणाच्याही येण्याच्या चाहुलीने दिवे त्या त्या खोलीत पेटून थोड्या वेळाने जर हालचाल जाणवली नाही तर किंवा तोंडी सूचना देऊन ते दिवे बंद करता येतात. आवडते संगीत, किंवा एखादा मालिकेचा भाग टीव्ही सुरू करून रेकॉर्ड करण्याची सोयदेखील होऊ शकते. त्या रेकॉर्ड केलेल्या भागाची मागणी करताच टीव्हीवर त्याची सुरुवात होऊ शकते. दिवसाचा हवामान अंदाज, शब्दकोड्यातला अडलेला शब्द किंवा रोजच्या हालचालीचा, व्यायामाचा आढावा; फ्रीजमधील कोणते जिन्नस शिल्लक आहेत ह्यावरून कोणते अन्नपदार्थ तुम्ही बनवू शकता हे सुचवणे, असे काहीही ही यंत्रे करू शकतात. पुढील टप्प्यात, बागेत पाणी कधी घालायचे आहे, कोणत्या भाज्या तुमच्या भागात पिकू शकतील, असे अंदाजदेखील देण्याची सोय व्हावी असे संशोधन चालू आहे. इलेक्ट्रिक कार असल्यास तिला चार्ज करणे, गाडीत संगीत हवे असल्यास ते तिथे पाठवणे, अशी सर्व कामे ही यंत्रप्रणाली करू शकेल. आबालवृद्ध -

साऱ्यांना ह्या सगळ्या यंत्रप्रणालीचा अतोनात फायदा होतो आहे, होणार आहे. ह्यासाठी अशा सूचना समजू शकणाऱ्या वस्तू - जसे की विजेचे स्मार्ट दिवे, स्मार्ट फ्रीज, स्मार्ट कार, स्मार्ट टीव्ही अशी अनेक जोड उत्पादने इथल्या कंपन्या वेगाने विकसित करत आहेत. ही स्मार्ट यंत्रे एकमेकांशी बोलून बऱ्याच गोष्टी स्वत:हून करू शकतील. एकदा ग्राहकाच्या वर्तनाचा, गरजांचा एक पॅटर्न समजला, की ही यंत्रे स्वत:हून भाज्या आणि वाणसामान मागवू शकतील. स्वत:हून औषधे, डॉक्टरांची भेटायची वेळ, बिले भरणा करायच्या तारखा, वाढदिवस अशा गोष्टी लक्षात ठेवून त्यासाठी जे जे नेहमी विकत आणले जाते, पैसे खर्च केले जातात ते त्याबरहुकूम करून ठेवू शकतील. ह्या स्मार्ट जगण्याचे पर्याय अनेक आहेत. त्याच्या शक्यतादेखील प्रचंड आहेत, आणि हे सध्याच्या बऱ्याच प्रगत देशांतील धनिक वृद्धांचे तरी निश्चित वर्तमान आहे. कालांतराने हे संपूर्ण तंत्रज्ञान भारतात पोचेल. त्याआधी इथे भारतातदेखील मायक्रोमॅक्स ही कंपनी अशी उत्पादने विकसित करत आहेच. ह्या साऱ्याची माहिती वृद्धांना आणि त्यांच्या काळजीवाहकांना आत्यंतिक महत्त्वाची आहे. घरातील मनोरंजन, सुरक्षा, अतिरिक्त मदतनीस, माहितगार, अशा अनेकविध भूमिका ह्या स्मार्ट होम सिस्टम्स निभावत आहेत. ह्याने वृद्ध अधिक काळ आपल्या घरात राहू शकतील आणि इतर कोणाच्या मदतीशिवाय आपापले जगू शकतील हे अतिशय महत्त्वाचे आहे.

## पारो, पालरो आणि इतर रोबोट

पारो आणि पालरो ही जपानमधील सध्या वापरात असलेल्या दोन अतिशय लोकप्रिय रोबोटची नावे आहेत. माणसे माणसांची काळजी का नाही घेऊ शकत? ह्याचे उत्तर हेच की, गेल्या दोन पिढ्यांनी तेवढी मुलेच जन्माला घातली नाहीत! त्यामुळे वृद्धांची काळजी घ्यायला पुरेशी तरुण मंडळी उपलब्ध नाहीत. जपानमध्ये साल २०१६ मध्ये १ दशलक्षाहून कमी बाळे जन्माला आली. त्याउलट अनेक दशलक्ष वृद्ध आजच्या घडीला जपानमध्ये आहेत. त्यांची आणि नव्याने वृद्ध होणाऱ्या लोकांची काळजी घ्यायला तरुण सहायक नेमले तर उत्पादन आणि इतर कामे करायला तरुण कमी पडू लागतील. इतकी टोकाची परिस्थिती इतक्या जवळ येऊन ठेपल्याने जपान सरकार संपूर्ण बजेटचा एक-तृतीयांश भाग हा केअरबॉट म्हणजे वृद्धांची काळजी घेणारे रोबोट आणि इतर संलग्न यंत्रप्रणाली ह्यांच्या संशोधनावर खर्ची घालत आहे. २००६ मध्ये मायक्रोसॉफ्टचे सर्वेसर्वा बिल गेट्स ह्यांनी असे विचार मांडले

होते की, प्रत्येक घरात एक रोबोट हे भविष्य असेल. हे भविष्य २०१७ साली जपानसाठी, किंबहुना अवघ्या जगासाठी वेगाने वास्तव होऊ लागलेले आहे. घरातील किरकोळ कामे, स्वच्छता, सुरक्षा ह्या गोष्टी रोबोट्सना करायला सोप्या आणि शिकायला सहज आहेत. मात्र एखाद्या काळजीवाहकाची जागा घेऊन वृद्धांना सोबत करायची तर मोठेच क्लिष्ट, तरी वापरायला सोपे असे यंत्र तयार करायला लागते. ह्या सगळ्या मंथनातून अनेक रोबोट जगभरात निर्माण होत आहेत. केवळ वृद्धसंगोपन ह्या क्षेत्रासाठी २०१५ ते २०१८ ह्या काळात जगात बत्तीस हजारहून अधिक इतक्या विविध कामांसाठी उपयुक्त रोबोट बनवण्याची कामे चालू आहेत!

अनेक युरोपीय देशांत अशा प्रकारच्या काळजीवाहकांबद्दल साशंकता व्यक्त केली जात आहे. वृद्ध ही यांत्रिक मदत नाकारतील अशी एक भीती आहे, मात्र वृद्धांसमोर पर्याय अतिशय मर्यादित आहेत. एकतर स्वत:च्या घरी ह्या सर्व यंत्रांच्या मदतीने एकटे रहा किंवा मग एखाद्या संगोपन केंद्रात भरती व्हा. पण तिथेदेखील आता रोजची गाणी, गोष्टी, गप्पा करायला हे यंत्रमानव आहेतच.

जपानमध्ये सुरुवातीस वृद्ध हे यांत्रिक संगोपन नाकारत होते. मात्र त्याचे परिणाम त्याहून भीषण आहेत. कोणाची मदत नाही, कोणाशी संपर्क नाही, अशा अवस्थेत वयाच्या शंभरीपलीकडे जगायचे तर कसे? इतके पराकोटीचे प्रश्न उद्भवू लागले, तसे वृद्ध हळूहळू हे वास्तव स्वीकारू लागले. त्यांच्या ह्या सगळ्या उलघालीचा आणि भावनिक द्वंद्वाचा आढावा घेत जपानी संशोधक ताकानोरी शिबाता ह्यांनी पारो हे एक सील (जलचर) च्या आकारातील यंत्र तयार केले. हा यंत्रप्राणी आहे. त्याला वरून लहान मुलांच्या फरच्या खेळण्यासारखे बाह्यांग आहे. ह्या रोबोटला एखाद्या पाळीव मांजरासारखे प्रेमाने जवळ घेता येते. त्याला तुमचा स्पर्श ओळखता येतो आणि तुम्ही कशा प्रकारे त्याला वागवता आहात हे त्याला लक्षात ठेवता येते. डिमेन्शियाच्या अनेक रुग्णांचे विस्मरण हळूहळू वाढत जाते, त्या वेळी त्यांच्या भावना किंचित टोकाच्या होतात. ते एकलकोंडे, दुर्मुखलेले होऊ शकतात. अशा रुग्णांची काळजी घेण्याच्या सध्याच्या प्रक्रियेत त्यांचे मन:स्वास्थ्य चांगले राहावे ह्याकरता त्यांना अनेक औषधे दिली जातात. त्यांचे प्रमाण वाढवत न्यावे लागते. त्या औषधांचे दुष्परिणामदेखील भलतेच आहेत, किंमतदेखील बरीच आहे. अशा परिस्थितीत जर पारो हा यंत्रप्राणी त्यांना दिला तर त्यांच्या एकूण भावविश्वात आणि वर्तनात आश्चर्यकारक बदल जाणवतात. त्यांना लागणारी

औषधांची मात्रा पंधरा टक्क्यांपर्यंत कमी होऊ लागते. त्याचबरोबर त्यांच्या मेंदूतील अधोगतीचा वेगदेखील मंदावतो. वृद्ध अधिक सकारात्मक होतात, सतर्क होतात आणि इतर औषधांना अधिक चांगल्या प्रकारे शरीरात सामावून घेतात. काळजीवाहक आणि स्वत: रुग्ण ह्यांच्यातील तणाव हासुद्धा बऱ्याच अंशी आटोक्यात येतो. पारोला गिनीज बुकमध्ये स्थान मिळाले आहे. 'World's most therapeutic robot' हा किताब त्याला बहाल करण्यात आला आहे. मानवी भावविश्वात निराळे आणि सकारात्मक बदल करण्याचे सामर्थ्य आता यंत्रांमध्ये आलेले आहे, हादेखील मुद्दा नोंद घेण्यासारखा आहे.

पालरो - Fujisoft ही जपानी कंपनी त्यांच्या पालरो ह्या उत्पादनाची ओळख करून देताना असे म्हणते की, हा एक मानवी शरीराशी साधर्म्य असलेला आणि संभाषणात निष्णात असलेला रोबोट आहे. पालरो हा एका अर्थी वृद्धांच्या एकटेपणावरचा उपाय आहे. जपानमध्ये वृद्धांची संख्या इतकी आहे, की त्या प्रत्येक वृद्धाशी संवाद साधायलादेखील बरेच लोक लागतील. त्याऐवजी तेथील संगोपन केंद्रांनी साधारण दहा ते वीस वृद्धांमागे एक पालरो रोबोट दिला आहे. पालरो ह्या वृद्धांना ओळखू शकतो; त्यांची नावे, चेहरे लक्षात ठेवू शकतो, त्यांच्याशी ह्यापूर्वी झालेल्या संभाषणातले सर्व मुद्दे लक्षात ठेवू शकतो आणि त्यांच्याइतक्या धीम्या गतीने बोलू आणि चालू शकतो. ह्या सगळ्यामुळे पालरो हा वृद्धांमध्ये अतिशय लोकप्रिय होत चालला आहे. जपानमध्ये वृद्ध स्त्रियांचे प्रमाण जास्त आहे. त्या सगळ्या स्त्रियांना ह्या पालरोमध्ये आपले मूल नाहीतर नातवंड दिसते. पालरो जुनी गाणी, नाच यांची उजळणी करू शकतो. त्या निमित्ताने ह्या वृद्धांकडून व्यायाम करून घेऊ शकतो. बसल्या जागी जी हालचाल धीम्या गतीने करणे शक्य आहे ती सर्व तो ह्या स्त्रियांकडून करून घेतो. पालरोमुळे वृद्धांना विरंगुळा केंद्रात यायला प्रोत्साहन मिळते. पालरो वृद्धांना कोडी, गणिते घालतो, कधी साधेसे प्रश्न विचारतो, पुन्हा पुन्हा विचारलेल्या प्रश्नांना न कंटाळता न चिडता सावकाश उत्तरे देतो. अशा गुणांमुळे तो बऱ्याच अंशी मानवी काळजीवाहकापेक्षा सरस ठरतो आहे. प्रत्येक माणसाची जी संवादाची, एकमेकांच्या आयुष्याबद्दलच्या कुतूहलाची, काळजीची मूलभूत गरज आहे, ती गरज आता पालरो पूर्ण करत आहे. त्याचबरोबर, व्यक्तीचे आहार-विहाराचे बारकावे; चेहऱ्यात, चालण्यात, बोलण्यात बदल झाले तर पालरो काळजीवाहकांना लगोलग सावध करू शकतो. पक्षाघाताचे, हृदयविकाराचे झटके ह्यांची शारीरिक लक्षणे पालरोला माहीत असून तो लगोलग मदतीसाठी इतर लोकांना सूचित करू शकतो.

पालरोमुळे वृद्धांमध्ये अनेक सकारात्मक बदल जाणवतात. ह्यावर अजूनदेखील सातत्याने संशोधन चालू आहे, पालरो घराघरांत वृद्धांचा सोबती म्हणून कसा पोचू शकेल ह्यावर अधिक विचार चालू आहे. आपल्याला कोणी विचारते, आपली आस्थेने चौकशी करते, ह्यानेदेखील मनातील एकटेपणाची भावना नाहीशी होते. वृद्धांना पालरोच्या रूपात एक सोबती, एक सवंगडी मिळाला आहे आणि त्यांच्या काळजीवाहकांना एक सतर्क मदतनीस.

## पॉली बोलणारा पोपट

पॉली हा पोपटाच्या बाह्यरूपातला रोबोट आहे. हा पोपट खऱ्या पक्ष्यासारखेच पंख फडफडवू शकतो, नकला करू शकतो आणि जे बोलले जाते त्याला प्रतिसाद देऊ शकतो. पॉली अमेरिकेत हळूहळू लोकप्रिय होत चालला आहे. ह्या पक्ष्याशी दररोज संभाषण करून वृद्धांना विरंगुळा मिळतो आणि त्यातून मेंदूला चालनादेखील मिळते. जे वृद्ध स्वतःच्या कोशात जातात, त्यांनादेखील त्यांच्या मनोवस्थेतून बाहेर काढायला हा मदत करतो.

हे सगळे जग अविश्वसनीय आहे, आपल्या पलीकडले वाटू शकेल इतपत! मात्र हे येत्या काळाचे वास्तव आहे. पुढील दोन पिढ्यांनंतर यांत्रिक काळजीवाहक हे जगातील बहुतांश वृद्धांच्या जीवनातील वास्तव असेल. जगभरात ह्यावर अनेक तज्ज्ञमंडळींचे वाद-प्रतिवाद आणि खल चालू आहेत. जे 'वृद्धसंगोपन' ह्या विषयातील तज्ज्ञ आहेत, त्यांच्यातदेखील ह्याबाबत मतांतरे आहेत. हे स्वाभाविक आहे, कारण काहीही झाले तरी माणसाला ओढ, गरज माणसाची असते; यंत्रांची नाही. मात्र एकटेपण, वृद्धांची संख्या, वाढते वय, घटणारा जन्मदर आणि इतर अनेक कारणांचा अभ्यास केला तर हे स्पष्ट होते की, इतक्या संख्येने मानवी काळजीवाहक उभे करणे केवळ अशक्य आहे. प्रत्येक वृद्धापर्यंत तत्पर, प्रशिक्षित आणि खरोखर प्रेमळ काळजीवाहक पोचणे अशक्य आहे, मात्र प्रत्येक वृद्धापर्यंत एक रोबोट निश्चित पोचू शकतो. ह्या सर्व चर्चांमध्ये अनेक मुद्दे समोर आले आहेत. त्यांतील काही अतिशय रंजक आहेत. एक म्हणजे आत्तादेखील अनेक प्रकारचे रोबोट आपल्या सभोवताली वावरत आहेत. ते माणसाच्या प्रतिकृतीसारखे दिसत नसल्याने चटकन त्यांची नोंद आपण रोबोट म्हणून करत नाही. घरातील केर काढणारी छोटी यंत्रे, सेक्युरिटी कॅमेरा, हे सगळे एक प्रकारचे रोबोटच आहेत. तज्ज्ञांचे असे निरीक्षण आहे की, जर कोणत्याही रोबोटमध्ये माणसापेक्षा कमी क्षमता असतील, अथवा रोबोट माणसापेक्षा धीम्या गतीने काम करतो आहे असे भासवू शकला तर लोक, विशेषकरून

वृद्ध मंडळी हे ह्या यंत्राचा स्वीकार करतात, त्याला आपलेपणाने वागवतात. त्यामुळे नवीन रोबोट तयार करताना ह्या गोष्टींकडे संशोधक अधिक लक्ष देत आहेत. पारो हा रोबोट तर मुक्या जनावरासारखा आहे; त्याचे नि:शब्द प्रेम वृद्धांना भावते. पालरो हा बोलू शकतो, मात्र समोरच्याला कायम सकारात्मक आणि आपलेपणाचे वाटेल असेच बोलायला त्याला प्रशिक्षित केले आहे. त्यामुळे दोन भिन्न प्रकारांनी ह्या काळजीवाहक रोबोट्सचा विकास होत आहे. एक म्हणजे वजनास हलके, साधारण मांजरीएवढ्या वजनाचे रोबोट वृद्धांचे एकाकीपण मिटवतील. वृद्धांना त्यांच्या घरात सुरक्षित ठेवतील. त्यासाठी ह्या रोबोट्सना गंध, स्पर्श आणि ध्वनी ह्या तिन्ही आघाड्यांवर प्रशिक्षित करणे चालू आहे. वृद्ध लोक बऱ्याच वेळा घरातील शेगडी, शेकोटी अशा गोष्टी सुरू करून विसरून जातात. त्यातून कोणताही भीषण अपघात होऊ नये म्हणून ह्या रोबोट्सना गंध समजणे आवश्यक आहे. वृद्ध कधी कधी राग, तत्सम कोणत्याही पराकोटीच्या भावना स्पर्शातून व्यक्त करतात. कितपत दाबाने, किती शक्तीनिशी ह्या रोबोटला हात लावला आहे ह्याची नोंद हे रोबोट करत असतात. त्या स्पर्शातून हे रोबोट व्यक्तीच्या मानसिक अवस्थेचा अंदाज लावू शकतात. असे आणि इतके तरल सेन्सर निर्माण करण्याचे काम सॅमसंग, आयबीएम, टोयोटा, इत्यादी आजकालच्या नामांकित कंपन्या करत आहेत. युरोपमधील अनेक देश ह्यावर स्वतंत्र असे संशोधन आणि सर्वेक्षण करत आहेत. वर्ष २०१५ ते २०१८ हा प्राथमिक चाचणीकाळ मानून ह्यानंतर ह्या रोबोट्सच्या वापरासंबंधी कायदे, नियमावली आणि एक निराळे ऑडिटिंग प्रमाण केवळ रोबोट्ससाठी विकसित करायचे कामदेखील त्याचबरोबर सुरू करण्यात आले आहे. दुसऱ्या बाजूला वैद्यकीय क्षेत्रात शस्त्रक्रिया, शस्त्रक्रियेनंतरचे संगोपन ह्या क्षेत्रातदेखील रोबोटिक तंत्रज्ञान वापरले जाऊ लागले आहे. ह्यात वृद्धांना अलगद उचलणे, ज्यांना अंघोळ आणि इतर कामे स्वत: करता येत नसतील त्यांना मदत करणे, जिना चढणे-उतरणे, एका लयीत चालणे, ही सर्व कामे करायलादेखील रोबोट आहेत. प्रगत देशांत सैनिकांना देण्यात आलेली शक्तिशाली अवजारे, एक्झोस्केलेटन, ह्यांचा वापर आता वृद्धांना चालायला मदत करण्यासाठी केला जातो. ज्या वृद्धांनी कोणत्याही कारणाने पायांतली शक्ती गमावली आहे अशांकरता हे रोबोट अतिशय उपयोगी ठरतात. म्हातारपण म्हणजे काठी, गेल्या काही वर्षांत वॉकर, हे अगदी परिचित समीकरण! मात्र ही काठी किंवा कोणतेही बाह्याधार हे वृद्धांना कुठेतरी विकल बनवतात, स्वत:च्या चालण्याच्या क्षमतेबाबत साशंक करतात. चालण्यातली जी

स्वाभिमानाची, स्वतंत्र असल्याची भावना आहे ती काठीमुळे निघून जाते. तिथे ह्या एक्झोस्केलेटनची मदत अतिशय निराळ्या पद्धतीने होऊ शकेल. सध्या जे एक्झोस्केलेटन सैनिकांसाठी विकसित केलेले आहे त्यात दूरपर्यंत चालताना थकवा जाणवू न देणे, जरी माणसाची चालण्याची शक्ती संपली तरी वेगाने माणसाला चालते ठेवणे, अतिरिक्त वजन घेऊन दूरपर्यंत चालणे असल्या सोयी आहेत. वृद्धांसाठी आणि दिव्यांगांसाठी मात्र हातापायांच्या हालचाली नियंत्रित करण्यासाठी, चालण्याच्या वेगावर आणि चालण्याच्या शैलीवर नियंत्रण ठेवण्यासाठी अशा प्रकारे ह्या एक्झोस्केलेटनची मदत होणार आहे. हार्वर्डमध्ये Wyss Institute आणि ह्यूनदाय कंपनी येथे विकसित होणारे सॉफ्ट एक्झोस्केलेटन हे खास वृद्धांसाठी बनवण्यात येत आहे. आपण विजार किंवा अंगरखा ज्या प्रकारे घालतो, तशा प्रकारे हे एक्झोस्केलेटन घालून त्यावरून नेहमीच्या वापराचे कपडे घालून वृद्धांना चालता येऊ शकेल, अशा प्रकारे ते विकसित केले जात आहे.

ह्याव्यतिरिक्त एकाच कामात निष्णात असलेले रोबोट मोठ्या प्रमाणावर बनवण्यात येत आहेत. खाली पडलेल्या वस्तू उचलणे, किंवा औषधे आणि जेवणाच्या वेळांची आठवण करून देणे, अशा एकेरी कामांसाठीदेखील रोबोट आहेत.

एकंदरीत हे सगळे जाणून घेणे महत्त्वाचे आहे, कारण स्वतःच्या आईवडिलांची काळजी घेणे किंवा न घेणे इतक्या साध्या पर्यायांपासून सुरू झालेल्या कौटुंबिक प्रश्नाने जगास व्यापले आहे. त्याचे परिणाम इतके दूरगामी आहेत आणि त्यासाठी निर्माण करावे लागणारे उपायदेखील कितीतरी मोठे आणि गुंतागुंतीचे आहेत. ह्याला आता फारसे सोपे पर्याय शिल्लक नाहीत. मात्र वृद्धांना योग्य असे सन्माननीय जीवन जगता यायला हवे; त्याकरता एक संवेदनशील व्यक्ती म्हणून, सामाजिक घटक म्हणून आणि सरकार म्हणून आपण काय काय करू शकतो ह्याचेदेखील मोठेच दर्शन ह्यातून घडले आहे. वृद्ध होणे ही जी नैसर्गिक अवस्था आहे, त्याची अपरिहार्यता आणि परिणाम ह्या साऱ्याचा सखोल अभ्यास, त्यावर अनेकविध उपाय आणि एक निराळी सामाजिक संरचना निर्माण करायला सुरुवात करणे, एवढेच सध्या आपल्या हातात आहे.

●●

# उपसंहार

वृद्धावस्थेबाबत एवढे सविस्तर वाचन केल्यानंतर दोन मूलभूत अशा प्रतिक्रिया वाचकाकडून येऊ शकतात. एक म्हणजे सगळ्याची नव्याने जाणीव झाल्याने मनात उत्पन्न होणारे किंचित भय किंवा दुसरे म्हणजे ह्यात आपण कसे आणि किती सहभागी होऊ शकतो ह्या शक्यतांची मनात पडताळणी!

पुष्कळ लोकांना वृद्धावस्था आणि त्यानंतरचा मृत्यू अवस्था ही तितकीशी प्रिय, रंजक किंवा वाचनीय अशी वाटणार नाही. व्यक्तिश: मला ह्या दोन्ही अवस्थांचे असीम आकर्षण आहे, त्याबाबतचे कुतूहल आणि आदरदेखील आहे. मला निरोगी वृद्धत्व आणि नैसर्गिक मृत्यू ही खरोखर उच्चतम महत्त्वाकांक्षा वाटते! वृद्ध होत जाणे, ही एका परीने मनोवस्था आहे. ह्यात मानवी शरीरावर दिसणारे बदल सातत्यपूर्ण आणि ठळक असल्याने, इतर लोकांच्या मनात त्याचे एक विशिष्ट चित्र कायम तयार असते. पुन्हा पुन्हा त्याचे प्रकटीकरण आणि प्रतीकीकरण केल्याने समाजमानसावर वृद्धत्व बिंबवले गेले आहे. वास्तविक पाहता, वृद्धत्व हे तारुण्य हिरावून घेणारे नसून तरुणपणी सातत्याने निवडलेल्या पर्यायांचे संचित आहे.

वृद्धत्वाचे सौंदर्य आणि औदार्य आपण जोवर पूर्णपणे समजून घेत नाही, तोवर समाज म्हणून त्याच्या सर्व अवस्थांना आपण योग्य असा न्याय देऊ शकणार नाही.

मानवी मानसिकतेतला दोष अथवा स्थायिभाव असे काहीही म्हणून जरी बघितले तरी ज्या गोष्टीबाबत अपूर्ण माहिती असते, अथवा ज्या गोष्टींचे बाह्यरूप भीतिदायक, गूढ, अनाकलनीय असते; ती गोष्ट पूर्णपणे नाकारणे अथवा तिचे अस्तित्व वर्तमान विचारवर्तुळातून वगळणे हे कायम घडत आले

आहे. वृद्धत्व आणि मृत्यू ह्या अशाच दोन महत्त्वपूर्ण संकल्पना. रोजच्या जगण्यात फार जागा न व्यापणाऱ्या तरी शाश्वत अशा ह्या घटना व्यक्तिगत आयुष्यातून, समाजातून आणि पर्यायाने राष्ट्राच्या विचारातून सहज वगळल्या जातात. ह्यातून अवघ्या समाजाची मोठीच हानी संभवते. जर एखाद्या गोष्टीची अपरिहार्यता जाणवली असेल तर तिचे अध्ययन करणे, तिच्यातले गूढ बाजूला सारून तिचे खरे रूप जाणून घेणे गरजेचे असते. ज्या क्षणी असा प्रयत्न व्यक्तिगत, सामाजिक आणि राष्ट्रीय पातळीवर घडू लागेल, त्या क्षणी ह्यातून उत्पन्न होणारे प्रश्न, विकलता आणि भय, सगळेच गळून पडेल.

वृद्धत्व हा जीवनाचा एक महत्त्वाचा टप्पा आहे. वृद्धत्व नाकारणे हा चाळा अनेक वर्षांपासून मानवजात करत आहे. त्यासाठी वृद्धत्वाची बाह्य लक्षणे लपवणे, मिटवणे असे फोल प्रयत्नदेखील लोक वर्षानुवर्षे करत आले आहेत. त्याउलट जर वृद्धत्व डोळसपणे स्वीकारले तर त्याला मनात, विचारात आणि व्यवहारात योग्य अशी जागा देता येईल. अशी जागा बहाल केल्यानंतर त्याचा वस्तुनिष्ठ अभ्यास करता येईल आणि त्यानुसार व्यक्तिगत, सामाजिक आणि राष्ट्रीय पातळीवर बदल करता येतील. जर व्यक्तिगत पातळीवर, पिकलेले केस रंगवण्यात वृद्धत्वावर मात केल्याची भावना झळकू लागली, तर मूळ समस्या जाणून त्यावर साकल्याने विचार करणे अवघड होऊन बसेल. जोवर वृद्धत्वाला आहे त्या चौकटीतून, मखरातून बाहेर काढून त्यावर वर्तमान आणि भविष्यातील घडामोडींचा प्रकाश पाडत नाही तोवर ते कायम किंचित नकोसे, भयप्रद वाटत राहील. जी गोष्ट वृद्धत्वाची, तीच गोष्ट मृत्यूची. जोवर मृत्यूला एक अप्रिय, अभद्र घटना म्हणून आपण हिणवत राहू; तोवर त्याचे अस्तित्व, त्याचे प्रयोजन आपल्याला पूर्णत्वात उमगणार नाही. वृद्धत्व आणि मृत्यू जरी आपल्यापासून आपल्या प्रिय व्यक्ती, त्यांचे मूर्त स्वरूप हिरावून घेत असले तरी एका परीने ते आपल्याला, आपल्या मर्यादांना विस्तारायला मदत करत असतात. जेव्हा एखादी व्यक्ती वृद्ध होते, तेव्हा तिचे तारुण्य हिरावल्यासारखे वाटत असले तरी अमूल्य असे जगण्याचे धडे तिला त्यातून मिळालेले असतात. विचारांची एक नवीन उंची आपल्या परीने तिला मिळालेली असते. मृत्यूमुळे जेव्हा एखादी व्यक्ती आपल्यातून निघून जाते, आपल्या डोळ्यांसमोरून नाहीशी होते, तेव्हा त्यातूनदेखील आपल्याला एक अनमोल भेट गवसलेली असते. त्या व्यक्तीची आठवण, विचारांची व्याप्ती आणि आचरणातील बारकावे, हे सारे आपण आपल्यात सामावून घेतो. माणूस म्हणून असलेल्या आपल्याच परिघाला मोठे करण्याची ही अतिशय अवघड अशी किमया केवळ मृत्यूच

करू शकतो. प्रियजनांचा मृत्यू अशा प्रकारे आपल्याला नवेपण बहाल करतो. जीवन हे अल्लड, बेभरवशी मित्रासारखे असते; आपल्याला कधी काही देऊन जाते, कधी काही हिरावून नेते. मात्र मृत्यू हा खात्रीशीर आणि खंद्या पाठीराख्यासारखा असतो, तो कायम आपल्याला आपले 'माणूस' म्हणून असलेले परीघ मोठे करण्याची किमया भेट म्हणून देत असतो. त्यामुळे जीवन जगताना जर आपण डोळसपणे मृत्यूची शांत, संयत जाणीव राखली, त्यानुसार आयुष्यातले सगळे निर्णय घेतले, तर जीवन आपण जास्त सच्चेपणाने जगू शकू आणि वृद्धत्व, मृत्यू ह्यांचा स्वीकारदेखील अधिक जबाबदारीने करू शकू. हे व्यक्तिगत पातळीवर समजणे, पटणे आणि अंगीकारणे महत्त्वाचे आहे. जोवर व्यक्तिगत पातळीवर आपण वृद्धत्व आणि मृत्यूला एक समर्पक स्थान बहाल करत नाही, तोवर आपण सामाजिक घटक म्हणून त्याचा उच्चार करू शकणार नाही. जोवर सामाजिक घटक म्हणून आपण वृद्धत्व आणि मृत्यूचा आब राखत नाही, तोवर राष्ट्रीय पातळीवर आपण त्याच्यासाठीच्या बदलांची मागणी करू शकणार नाही. राष्ट्रीय पातळीवरून जेवढ्या वेगाने आणि योग्य मार्गाने जोवर कायदे निर्माण होत नाहीत, तोवर संपूर्ण समाजातील सर्व स्तरांपर्यंत ह्याचे महत्त्व पोचणार नाही.

वृद्धसंगोपनाविषयीच्या एवढ्या सविस्तर चर्चेनंतर सामुदायिक विचार, साहित्य, कला ह्या क्षेत्रांतून जे वृद्धत्वाचे, मृत्यूचे प्रक्षेपण आहे; तेदेखील बदलणे अपेक्षित आहे. त्याचबरोबर उद्योग, व्यापार आणि आर्थिक व्यवहार ह्यांच्या नजरेतदेखील वृद्धत्व आणि मृत्यू ह्यांचे रूप बदलणे अपेक्षित आहे. हा बदल असा अनेक अंगांनी सुरू झाला की, त्यातून नव्या वृद्धसंगोपन व्यवस्थेचे खरे रूप आकारास येऊ लागेल. त्यात पुढे संशोधक, विचारप्रवर्तक, अभ्यासक ह्यांनीदेखील भर घातली पाहिजे. समाजात हे बदल घडवण्यास समर्थ अशा घटकांनी जर वृद्धत्व आणि मृत्यूबाबतचा स्वत:चा दृष्टिकोन बदलला, तर त्याचा फायदा संपूर्ण समाजाला होऊ शकेल.

व्यक्तिगत पातळीवर मला अतिशय छोटी सुरुवात करायची होती. केवळ एक भिन्न पिढ्यांचे संगोपन केंद्र मुंबईत विकसित करायचे होते. साल होते २००८!

व्यक्तिगत आयुष्यातील बदल, काही इतर सामाजिक बदल, या सगळ्यांमुळे ते काही केल्या शक्य झाले नाही. पण म्हणून वृद्धत्व आणि मृत्यू ह्या दोन्ही संकल्पनांविषयीची आस्था कमी झाली नाही. त्याचबरोबर वृद्धसंगोपनाच्या व्याप्तीचा अंदाज, त्यातील व्यवस्थापनाची निकड ही स्वच्छ दिसू लागली होती.

स्वशिक्षणातून, स्वत:च्या कुतूहलाचा माग घेत हा प्रवास इथवर येऊन थांबला आहे. माझ्या मते हे पुस्तक नसून माझ्याच विस्तारलेल्या आकांक्षेचे प्रतीकात्मक रूप आहे. मला फक्त एक वृद्धविरंगुळा केंद्र स्थापन करायचे होते. ह्या पुस्तकातून प्रेरणा घेऊन देशभर वृद्धविरंगुळा केंद्रे, संपूर्ण वृद्धसंगोपन यंत्रणा निर्माण व्हाव्यात अशी अपेक्षा आहे. हा प्रवास इथून पुढे समस्त वाचकांचा आहे.

●●

# संदर्भसूची

- Lt. Col.(Rtd.) M.G. Athavale, *Gerontology practice in daily life*, (Sumati Athavale, 2013)
- Atul Gawande, *Being Mortal*, (Hamish Hamilton, 2014)
- डॉ. वर्षा जोशी, साठीनंतरचा आहार व आरोग्य, रोहन प्रकाशन, २०१२
- ॲडव्होकेट वि. पु. शिंत्रे, कसे करावे व्यवस्थापत्र, इच्छापत्र, मृत्युपत्र, राजहंस प्रकाशन, २०१२
- भा. ल. महाबळ, आजी-आजोबा : आधार का अडचण?, रोहन प्रकाशन, २०१२
- डॉ. रोहिणी पटवर्धन, आपल्यासाठी आपणच, रोहन प्रकाशन, २०१४
- Brewste, A (२०१६, जून ३) hhttps://www.technologyreview.com/s/601420/the-elderly-may-toss-their-walkers-for-this-robotic-suit/
- Deyo, T. http://www.hizook.com/
- http:/dementiacarenotes.in/resources/india/#palliative
- http:/www.circlecare.co.uk/
- http:/www.hilarycottam.com/
- http:/www.parorobots.com/index.asp
- http:/www.parorobots.com/
- https:/palro.jp/en/feature
- https:/www.avonoaks.net/childcare.htm

- https:/www.bbvaopenmind.com/en/author/takanori-shibata-2/
- Leiber, N. (2016, March 17) hhttps:/www.bloomberg.com/news/articles/2016-03-17/europe-bets-on-robots-to-help-care-for-seniors Renuga Nagarajan, A. A. hhttp:/www.fep.up.pt/investigacao/workingpapers/wp504.pdf
- https:/en.wikipedia.org/wiki/Grandmother_hypothesis
- गोखले, श., वार्धक्य, जराविज्ञान आणि जीवनशैली, उत्कर्ष प्रकाशन, २०१२
- Ehrenberg, B. (२०१४, ऑगस्ट ७) *http:/www.cityam.com/1407416564/mapping-world-super-ageing-countries-shock-data-shows-nations-ageing-fastest*
- *http:/www.retirementegg.com/articles/the-history-of-retirement*
- *https:/www.census2011.co.in/census/state/maharashtra.html*
- *https:/www.japantimes.co.jp/news/2015/08/15/national/media-national/add-looming-poverty-list-seniors-woes/#*
- Olivelle, P. (1993 ). मध्ये P. Olivelle, *The Asrama system : The history and hermeneutics of a religious institution* पृ. २६३. New York: Oxford University Press
- Phillips, C. H. hhttps:/www.ncbi.nlm.nih.gov/books/NBK217907/
- Scommegna, P. *http:/www.prb.org/Publications/Reports/2012/india-older-population.aspx*. http:/www.prb.org. पासून प्राप्त
- Team, M. D. (2017, June 16) *hhttp:/www.moneylife.in/article/india-need-regulatory-guidelines-for-retirement-homes-finds-study-conducted-by-moneylife-foundation-for-hdfc/50811.html*
- पाडगावकर, प्रा. (२०१७, Oct. 6)

*hhttp:/epaper.lokprabha.com/1382776/Lokprabha/13-10-2017#dual/40/1*

- पाडगावकर, प्रा. (२०१७, October 27) *hhttp:/epaper.lokprabha.com/1407098/Lokprabha/03-11-2017#dual/40/1*

- मोहंती आ. श. (२०१२, डिसेंबर) *https:/www.researchgate.net/publication/ 257664038_Poverty_Among_Elderly_in_India*. https:/ www.researchgate.net. पासून प्राप्त

प्रत्यक्ष माहिती स्रोत

१. श्री. डेव्हिड सिम्पसन - डेव्हिड सिंप्सन hospice house -Hospice of the Western reserve

२. श्री. रोनाल्ड हिल - CEO (Rtd.) Western Reserve Area Agency on Ageing Cleveland Ohio

३. सौ. बसाबी रत्नपारखी - Executive Director, Eliza Jennings Skilled Nursing Rehabilitation Cleveland Ohio

४. सौ. फरीदा ऐजाज Ph. D. - Benjamin Rose Institute on Ageing, Cleveland Ohio

५. सौ. जोआन रिडी - Administrator Avon Oaks Community, Avon Ohio

●●